D1771502

நாம் கல்லாகிப்போனவர்கள்
கல்லாகிப் போனதெங்கள்
கண்களும் உதடுகளும்
அச்சமும் பயமும் அற்றேபோயின
மிஞ்சி இருப்பது வெந்தழல் மாத்திரம்
வெளிவரக் கனன்றுகொண்டிருக்கும்
தீப்பிழம்பு

இந்தப் பாறைகளின் மீதுதான்
எங்கள்
நாடும் நகரும் உருவாகும்
இந்தப் பாறைகளின் மீதுதான்
எங்கள்
பசும் சோலைகளும் உருவாகும்

அதுவரையில்
கடல்கள் பிளக்கும்
நிலங்கள் வெடிக்கும்
வானம் கிழியும்
நட்சத்திரங்கள் உடையும்
இவற்றிடையே
நிமிர்ந்து நிற்போம் நாம்
கல்லாக.

- சண்முகம் சிவலிங்கம்

போதமும் காணாத போதம்

அகரமுதல்வன்

நூல் வனம்

போதமும் காணாத போதம்

துங்கதை

அகரமுதல்வன்

Pothamum Kaanadha Potham

Ode

Akaramuthalvan ©

Published by: **Noolvanam**, M22, Sixth Avenue
Alagapuri Nagar, Ramapuram
Chennai - 600 089 ● +91 91765 49991
Email: noolvanampublisher@gmail.com

First Edition: March 2024
224 Pages ● Price Rs. 320
ISBN: 978-81-9476-233-1

Cover Painting: Karuppan
Photo: K. Rajasekaran
Designed, Printed & Hard-Bound in India
by **Ramani Print Solution**
© Publisher (Format and Design)

ஈழத்தமிழர் விடுதலையை நேசித்த
தமிழின உணர்வாளர் **ஆனாரூனா**
அவர்களுக்கு....

நெருப்புண்டவனின் ராகம்

தேவனே, ஏன் என்னைக் கைவிட்டீர்.
-புனித பைபிள், மேத்யூ 27:46

நான் சிறுவனாக குடியிருந்த தொடர் வீட்டில் ஒரு கிணறு இருந்தது. அண்ணியக்கா அண்ணன் என ஒரு பக்கத்து வீட்டுக்காரர் இருந்தார். அவர் சதை கிழிக்கவரும் கூர் நகம் போல கொக்கிகள் உடைய பாதாள கரண்டி ஒன்று வைத்திருந்தார். அதை சில மாதங்களுக்கு ஒருமுறை கிணற்றின் வயிற்றினுள் செலுத்தி அளைவார். பன்னிரண்டு கொக்கிகளில் ஏதேனும் ஒன்றில் பழைய சிறு வாளியோ, பாலூட்டும் வெள்ளிச் சங்கோ, பாத்திரங்களோ கிடைக்கும். பாதாளக் கரண்டி நீரில் பாயும் வன்மையும் ஆழ் நிலத்தை கீறும் அசைவும் அச்சுறுத்தும். ஆனாலும் துழாவலில் ஒரு எதிர்பார்ப்பு மிகும். சில சமயம் அது வலித்து வரும் நசுங்கித் துரு ஏறிய சேறு மூடிய கத்தி நம்மை உற்றுப் பார்க்கும். தேடியபின் கிடைத்த பொருளுக்குக் தக அண்ணியக்கா அண்ணனின் முகம் மகிழும் அல்லது வாடும். ஒவ்வொரு பொருளும் அது முன்பு குடியிருந்த ஒரு குடும்பத்தின் நினைவு.

அகரமுதல்வனின் 'போதமும் காணாத போதம்' ஈழத்தின் ஆழத்துக்குள் சென்று கீறித் துழாவும் பல முள் தரித்த பாதாளக் கரண்டி. ஒவ்வொரு தேடலிலும் அது வலித்து வருவது கந்தல் துணியா, கால் கொலுசா எனும் எதிர்பார்ப்பும் அச்சமும் எனக்கு தீரும் வரை இருந்தது. இது அபோதத்தில் மனதினுள் துழாவுவது தான். கொடுங்கனவுகள் உத்தரவாதம். ஒவ்வொரு கதையும் சிதைந்த ஒரு குடும்பத்தின் குறு வரலாறு.

இந்தியா போன்றதொரு தேசத்தில் தமிழகம் போல பெரும் போரும் பேரழிவும் கடைக் கண் பார்வையை மட்டும் காட்டிய இடத்தில் பிறந்து வாழும் ஒருவன் பெற்றது பல செல்வங்கள்

என இருந்தாலும் பெறாத செல்வம் என்பது வரலாற்றுத் தீ மிதி அனுபவம். அதற்கு நாம் ஈழத்தில் பிறந்திருக்கவேண்டும் அல்லது ஈழ இலக்கியங்களைப் படிக்க வேண்டும்.

'மொஸ்கோ' என்றொரு போராளி ஒருமுறை கூட துவக்கால் வெடிக்கவில்லை. ஒருமுறை கூட குதிரையை அழுத்தவில்லை. ஒரே ஒரு முறை களத்தில் விசையை இயக்கினான், தன் கழுத்தில் சுட்டு தற்கொலை செய்து கொள்கிறான். அவனும் தீரன் என ஏற்கப்படுகிறான். Rutger Bregman எழுதிய Humankind: A Hopeful History என்றொரு புத்தகம். பல போர்க் களங்களை ஆய்வு செய்த நூலது. பெரும்பாலும் உலகிலுள்ள படை வீரர்கள் கணிசமான அளவில் துப்பாக்கியை போர் முனையில் இயக்குவது இல்லை, அவர்களால் ஒருவரை கொல்ல இயலாது என்கிற அறிக்கை பற்றி பேசுகிறது.

வீரையா என்றொரு செய்வித்தைக்காரன். அவன் மந்திரித்து குங்குமம் இட்டு ஒரு குப்பி கொடுத்தால் இயக்கத்தின் கட்டாய ஆட்சேர்ப்பிலிருந்து தப்பித்துவிட முடியுமென்ற நம்பிக்கை. தாய்மார்களிடம் பெருஞ்சில்லறை சேர்க்கிறார். ஆனால் அவர் இயக்கத்திடம் பிடிபடுகிறார் எனும் அபத்தம்.

சங்கன் எனும் நாள்பட்ட திருடன், முன்னாள் போராளி. அவன் தெய்வத்தின் பொன் வேலினைத் திருடிப் பின் உருக்கி விற்க கொல்லனைத் தேடுகிறான். இறுதி வரை அகப்படவில்லை. அவன் தெய்வத்தின் முன் பேசும் வசனம் இது "இத்தனை துன்பங்களைத் தந்த அரசாங்கத்தையே தண்டிக்காத நீ, உன்னட்ட களவெடுத்த என்னையும் தண்டிக்க மாட்டாய்..." என்றொரு நம்பிக்கை.

Elie Wiesel எழுதிய The Trial of God என்ற நாடகம் உலகளவில் பலமுறை மறு ஆக்கம் செய்யப்பட்டது. கைவிட்டமைக்காக மக்கள் தம் கடவுள் மீது வழக்கு தொடுத்து விசாரித்து அவரை குற்றவாளி என தீர்ப்பளிக்கிறார்கள் பின்னர் மீண்டும் அவரையே வழிபடுகிறார்கள். அகரமுதல்வனின் இந்தக் கதைகளும் கடவுள் தன் பக்தனை கைவிட்ட கதைகளே. ஆனாலும் பக்தன் கடவுளை விடாது இறுகப் பற்றிக்கொண்டு இருக்கும் கதையும்கூட.

இக்கதைகளில் சிதைக்கப்பட்ட சிவ உருக்கள் எழுந்து கொண்டே இருக்கின்றன. பீடம் பெயர்த்து எடுக்கப்படுகிறது, திரிசூலத்தில் இரண்டு இலைகள் மட்டும் எஞ்சுகின்றன. கால பைரவரின் நாய் ஒரு காலை இழந்து நொண்டி நடக்கிறது. ஆனாலும் உள்ளதை வைத்து ஒரு தெய்வத்தை எழுப்புகிறார்கள். மிச்சத்தை வைத்து வழிபடுகின்றனர். இழந்ததை நினைத்தல்ல கிட்டியதை நினைத்து புது வாழ்வு புகுகிறார்கள். இது ஒரு கட்டாயத் தேர்வு போலத் தோன்றும் ஆனாலும், வாழ்வு என்பதே கட்டாயங்களின் தொடர் பின்னல் தான்.

கதைகள் அனைத்திலும் கடலில் இருந்து அகரமுதல்வன் அறியாது வலைப்பிடித்து வந்த சில நட்சத்திர மீன்கள் உள்ளன. அது கவிதையாய்ச் சொல்லுதல் எனும் எழுத்து பாணி. இதுதான் என்னை முழு வீச்சில் வாசிக்க வைத்தது, என் சக வாசகருக்கும் பரிந்துரைக்கச் செய்தது.

"மேகத்தின் அலைவு சனங்களைப் போல ரூபமளித்தது. பெண்ணொருத்தி தன்னுடைய தலைமுடியில் அலைமேவும் கடலை கட்டியிழுத்துச் செல்வதைப்போல பிறிதொரு மேகத் தரிசனம் தோன்றியது" என ஒரு காட்சிபடுத்துதல்.

"கடலைப் பார்த்தேன். வடிவு வளைந்த திரவக்கோலமென அமைதியாய் அசைந்தது" என ஒரு உணர்வு வெளிப்பாடு.

இறுதி பகுதியை முடித்தபின் ஒரு சயனைட் குப்பி அணிந்த சிவன் தோன்றினார். நீல கண்டத்தில் இருந்து உதட்டினூடு வழிந்த ஒரு துளி அக்குப்பியில்.

"எம் இனத்தின் புராதனக் கண்ணீரும் குருதியும் அறத்தை விடவும் மேன்மையான ஆற்றலோடு தீவிரமாகும்" என்பது போன்ற வரிகள் இந்தப் புத்தகத்தில் நிறையவே உள்ளன.

இந்த ஓலங்கள் எல்லாம் ஒருதரப்பின் பக்கப்பாட்டாக இருந்தால் நம் இனம் தேவனால் கைவிடப்படுக! நீதி நம் பக்கம் இருந்தால் நாம் உயிர்த்து எழட்டும்,

ஈரோடு கிருஷ்ணன்

ஊர்சூழ் வரி

சத்தியம் பூமியிலிருந்து முளைக்கும்,
நீதி வானத்திலிருந்து தாழப்பார்க்கும்.
-வேதாகமம்

இந்தப் படைப்பினை எழுதவேண்டுமென்ற எண்ணம் உதித்து பல வருடங்கள் ஆயிற்று. உளத்தினுள் கொதிக்கும் உலைத்தீயின் செஞ்சுவாலைகள் வாய் பிளந்து எழுது... எழுது... என்று உத்தரவு இட்டன. கொந்தளிப்பான வாழ்வையெழுத மொழியைத் தீண்டுவதில் எனக்கெப்போதும் பெருவிருப்பு. மொழியின் நினைவுக்குள் பெருந்துயர ஊழியால் கடகடக்கும் ஈழத்தாழியிலிருந்தே என் சொற்கள் எழுகின்றன.

என் படைப்புக்களில் 'போதமும் காணாத போதம்' வெம்மை கலந்து வெளிப்படும் மூச்சுப் போன்றது. மண்ணுடன் கொண்ட மாறாக் காதலோடு புதையுண்ட ஆழத்திலிருந்து எழுமொரு சூரியனைப்போல இந்தப் படைப்பு ஆகியிருக்கிறது. திசையற்ற திசையில் அவலப்பட்டு நிற்கும் ஒரு தொல்லினத்தின் முன்பு ஆர்ப்பரிக்கும் கடல் என்ன சொல்லுகிறது? எங்கள் வானத்தில் ஒளிரும் நட்சத்திரங்கள் ஏன் நடுநடுங்குகின்றன? அரிசியும் உப்பும் விளைந்த மண்ணில் சவக்குழிகள் ஏன் நிறைந்தன? நாடும் வீடும் ஊரும் காலமும் புதைக்கப்பட்ட இருளில் மின்மினிகளேனும் பறப்பதில்லையே ஏன்? இன்னும் சில பகற்பொழுதுகள் நமக்கு ஏன் அருளப்படவில்லை? இவை கழிவிரக்கம் கோரும் வெறும் கேள்விகளுமல்ல, நினைவுப்படலங்களும் இல்லை. ஊழியாற்றில் மிஞ்சியவர்களின் நீதிமிகுந்த தினவின் பாடல்கள். "இருண்ட காலங்களில் பாடல்கள் இருக்குமா? ஆம், பாடல்கள் இருக்கும், அவை இருண்ட காலங்களைப்

பற்றியதாக இருக்கும்” என்ற பெர்டோல்ட் ப்ரெக்ட்டின் புகழ்பெற்ற வரிகளைப் போலவே இருண்டு போனதொரு யுகத்தின் பாடல்களை பாடியிருக்கிறேன்.

‘போதமும் காணாத போதம்’ என்னுடைய தளத்தில் வாரமொருமுறை வெளியானது. இருபத்தைந்து அத்தியாயங்கள் கொண்டவை. வெளியாகுவதற்கு முன்பாக படித்து கருத்துகளைச் சொல்லி செம்மைப்படுத்தும் ஆற்றலாளர்களாய் எழுத்தாளர்களான வாசு முருகவேல், பிகு, இளம்பரிதி ஆகியோரும் பதிப்பாளர் நூல்வனம் மணிகண்டனும் இருந்தனர். குறிப்பாக ‘வழி’ இணையத்தள ஆசிரியரும் எழுத்தாளருமான சகோதரர் இளம்பரிதி என்னோடு நீண்ட உரையாடல்களை நிகழ்த்தி வந்தார். ஒவ்வொரு எழுத்தாளருக்கும் இளம்பரிதி போன்றதொரு “உளச்சுகந்தன்” அவசியம். இவர்களுக்கு நன்றியென்று எழுதவோ சொல்லவோ வேண்டியதில்லை. ஏனெனில் இவர்களே நான்.

ஒவ்வொரு வாரத்திலும் வெளியானவுடன் வாசித்து தமது அபிப்பிராயங்களைப் பகிர்பவர்கள் ஏராளம். பெங்களூரில் இருக்கும் என்னுடைய நண்பர் பாலாஜி அவர்கள் நீண்ட கடிதத்தை எழுதுவார். உரையாடுவார். அவருடைய வாசிப்பின் கண்டடைதல்கள் வியப்புக்குரியன. முனைவர் லோகமாதேவி வாய்ப்புக்கிட்டும் போதெல்லாம் எழுத்து வன்மை குறித்து சிலாகிப்பார். எனதருமை சகோதரர் கவிஞர் வேல் கண்ணன் வாய்க்கும்போதெல்லாம் வாசித்து தனது பாராட்டுதல்களை அனுப்பி வைப்பார்.

என்பால் அன்பு கொண்டவர்கள் அளித்த வாசக ஆதரவைக் கடந்து புதிய வாசர்கள் பலரும் உரையாட முன்வந்தார்கள். விமர்சகர் ஜா. ராஜகோபாலன் வெகுவாக பாராட்டினார். இந்த உறுதுணை எழுத்தூழியக்காரனுக்கு அவசியமாக தேவைப்படுகிறது. தளத்தில் தொடரினை எழுதத் தொடங்குங்கள் என்று ஊக்கமளித்த விஷ்ணுபுரம் பதிப்பகம் செந்தில்குமார் அவர்களை மறவேன். அது அவருக்கு தெரியாமலே நிகழ்ந்தவொரு அருங்கண உரையாடல்.

தொடருக்கான பெயரை அளித்தவர் என் மூத்தோன் எழுத்தாளர் நாஞ்சில் நாடன். சேக்கிழாருக்கு "உலகெல்லாம் உணர்ந்து" என்று அடியெடுத்துக் கொடுத்த இறையை நம்பும் மரபு என்னுடையது. அவர் தாள் பணிகிறேன். ஒவ்வொரு அத்தியாயத்திற்கும் சிறந்த ஓவியங்களை வரைந்தளித்த ஓவியர் கருப்பனுக்கு அன்பு. இந்த தொடரின் வழியாக என்னுடைய படைப்பு மனத்தையும், அதன் உள்ளார்ந்த வெடிப்பையும், எழுமனலையும் உணர்ந்த மரியாதைக்குரிய ஈரோடு கிருஷ்ணன், மெய்சிலிர்க்க வைக்கும் அவதானங்களை முன்வைத்து என்னோடு பேசினார். இந்த நூலுக்கு அவரை விடவும் அணிந்துரை வழங்க ஆளில்லை என்பது என் துணிபு.

என்னுடைய படைப்புக்களை பெருமளவில் பதிப்பித்து வருகிற நூல்வனம் பதிப்பகத்துக்கும் அதன் முதன்மை பொறுப்பாளர் திருமதி அனிதா மணிகண்டன் அவர்களுக்கும் நன்றி. மெய்ப்பு பார்த்த அருமைச் சகோதரர் பாரதி கனகராஜ் அவர்களுக்கும் நன்றி.

இந்தப் படைப்பை எந்த வகைமையில் சேர்க்கலாமென யோசித்தபோது இது சிறுகதையோ, நாவலோ அல்ல என்பதில் உறுதியாகவிருந்தேன். பிறகு துங்கதை என்றொரு சொல்லாடலை அணிவித்தேன். கந்தபுராணத்தில் உள்ள சொல் துங்கதை. அது துன்பத்தை குறிக்கவில்லை. உயர்வை, மானத்தை, கௌரவத்தை பறைசாற்றும் சொல். கிரேக்க சொல்லாடலில் 'Ode' என்றுள்ள இலக்கியப் பதத்தை கண்டடைந்தோம். ஆகவே தமிழின் முதல் 'துங்கதை' இலக்கியத் தொகுப்பாக இதனைக் குறிக்கலாம்.

என்னுடைய எழுத்தையும், இலக்கியச் செயற்பாட்டையும் ஊக்குவிக்கும், அதற்குத் துணை புரியும் விதமாக என்னை கரம்பிடித்த பேரன்பு பிரபாவுக்கும், என் குருதியாய் பூத்து அப்பா என்றழைக்கும் மகன் ஆதீரனுக்கும் என் அம்மாவுக்குமாய் தொடர்ந்து எழுதுவதே அவர்களுக்கு வழங்கும் நன்றியாகும் என்பேன்.

சிறுவயதிலிருந்தே எழுத்தையும் இலக்கியத்தையும் உறவாக்கியவன் நான். சைவ பதிகங்கள், சமய சொற்பொழிவு கள், நிகழ்த்துகலைகளென பண்பாட்டுப் பின்னணியோடு வளர்ந்தவன். அல்லற்படுதல் ஒரு தினக்கருமமென அழிவின் குகைக்குள்ளால் இடம்பெயர்ந்த என் சிறு பாதங்களை ஏந்திக் கொஞ்சிய அம்மா "ஒருநாளைக்கு இந்த நடையெல்லாம் நிண்டு, நிம்மதி வந்திடும் ராசா" என்றாள். முள்ளிவாய்க்கால் வரை அப்படியான நிம்மதிக்காகவே காத்திருந்தோம். வீரயுகத்தின் தணல் மேட்டில் குடியிருந்தோம். ஆனால் நிகழ்ந்தவை எல்லாமும் பயங்கரங்கள். இந்து சமுத்திரத்தின் மீது அந்தகாரம் கவிந்தது. வன்னியில் தனித்துப்போய் வெள்ளைக்கொடியோடு வெட்டைக்கு வந்தது மனுஷத்துவம். கைகள் பின்னால் கட்டப்பட்டு, ஆடைகள் அவிழ்க்கப்பட்டு, இயந்திரத் துப்பாக்கிகள் கொன்று குவித்த பெரும் பிணக்குவியலுக்குள் அது தூக்கிவீசப்பட்டது. உலகம் போற்றும் மனுஷத்துவம் முகங்குப்புற நந்திக்கடலில் மிதந்தது. அதன் பிடரியை எத்தனையோ தேசங்களின் தோட்டாக்கள் துளைத்திருந்ததை கண்டேன். மனுஷத்துவத்தின் யுகமும் ஈழத்தமிழரின் வீரயுகமும் நந்திக்கடலில் முடிந்திருந்தது. பின்னொருக்கால் அம்மா என்னுடைய பாதங்களை ஏந்தி "இந்தப் பாதங்கள் அலைகடலின் துரும்பு. பெருங்கனவின் ரத்தக் கொப்புளங்கள் இதில் உள்ளன" என்றாள். அம்மாவின் நிழலே நிலம்.

"திசையழிந்த வெளியெங்கும் நிரம்பிய ஒளியே மண்ணில் தீ என உறைகிறது என்று உணர்ந்தனர்" என்ற வரி எழுத்தாளர் ஜெயமோகனின் கொற்றவை நாவலில் உள்ளது. அது உண்மைதான். ஈழ மண்ணில் தீ என உறையும் திசைகளின் ஒளிக்கதிர்களைத்தான் இப்படைப்பில் படரவிட்டிருக்கிறேன். சனங்களின் ஜீவிதத்தில் ஒளி பெருகுக! அவ்வாறே ஆகுக!

அகரமுதல்வன்

01

வீரயுகத்தின் அந்தி நந்திக்கடலில் சாய்ந்து ஆண்டுகள் இரண்டாகியிருந்தன. செட்டிக் குளம் அகதி முகாமில் அடைக்கப்பட்டு பலாத்காரங்களுக்கும் வன்முறைக்கும் உள்ளான சொற்ப சனங்கள் சொந்தவூர்களுக்கு மீளக்குடியமர்த்தப்பட்டனர். வரிசையில் நிற்க வைத்து அடையாளங்களைச் சரிபார்த்து ஆவணங்களை தருவித்து இராணுவப் பேருந்துகளில் அவர்கள் ஏற்றப்பட்டனர். செத்துப்போனாலும் சொந்தக் காணியில் சாகவேண்டும் என்பவர்களுக்கு நிம்மதி திரும்பிற்று. ஒரு பெருங்கனவு சிதைந்து உருக்குலைந்து மண்ணோடு மண்ணாகியிருந்தது. அளவற்ற தியாகமும் உயிரிழப்பும் அந்த மண்ணில் வெறித்திருந்தது.

சொந்தவூரில் இறக்கிவிடப்படும் வரை அம்மாவோ அக்காவோ எதுவும் கதையாமல் வந்தனர். வழிநெடுக பனைகள் தலையற்றும் நிமிர்ந்து நின்றன. வீட்டுக்கு முன்பாக இறக்கி விடப்பட்டோம். புதர்கள் மண்டிக் கிடந்தன. வீட்டுக் கூரையில் கறையான் படை.

சுடுகாட்டமைதி. வாசலற்ற வீடு. சொந்த வீட்டினுள் செல்வதற்கு வழியற்று நின்றோம். எந்தத் துயரத்திலும் கண்ணீர் சிந்தாத அம்மா தனது காலடி மண்ணை இரண்டு கைகளாலும் அள்ளி வான் நோக்கி எறிந்து கண்ணீரைத் துடைத்துக் கொண்டாள். அது சாபமோ, பிரார்த்தனையோ யாரறிவார்?

காணியைத் துப்புரவு செய்வது அவ்வளவு கஷ்டமாயிருக்க வில்லை. இரண்டு காட்டுக்கத்திகளாலும் மண்வெட்டியாலும் மரங்களையும் புதர்களையும் புரட்டிப்போட்டோம். வீட்டினுள்ளே எழுந்திருந்த பாம்பு புற்றுக்களை எதுவும் செய்யாமல் அடுத்தநாள் பார்த்துக் கொள்ளலாம் என்றாள் அம்மா. பார்த்தீனியத்தின் நாற்றம். இரவானதும் மாமரத்தின் கீழே அம்மாவும் நானும் அக்காவும் படுத்துக் கொண்டோம். நான்கு வருடங்களுக்குப் பிறகு சொந்தக் காணியில் நித்திரையாவது கனவெனத் தோன்றியது. அம்மாவுக்கு நித்திரை வரவில்லை. அவள் லாம்பைத் தீண்டி வைத்துவிட்டு எழுந்திருந்தாள். காற்றில்லாத இரவு. அம்மாவிடம் அனலின் விறைப்பு. அவள் மெல்ல எழுந்து கிணறு நோக்கிப் போனாள். வெட்டப்பட்ட செடிகளும், புற்களும் கும்பியாகிக் கிடந்தது. என்ன தோன்றியதோ! லாம்பிலிருந்து மண்ணெண்ணையை ஊற்றி கும்பியில் தீ வைத்தாள்.

அந்த இரவுக்கு அப்படியொரு வெளிச்சம் தேவையாகவிருந்தது. தீயின் சடசடப்பு பச்சையத்தில் எழுந்தது. அக்கா பயந்தடித்து நித்திரையிலிருந்து எழுந்தாள். புன்னகைத்தபடி நெருப்பு என்றேன். ஏற்கனவே சித்தம் குழம்பியிருந்த அவள் வெளிச்சத்தைப் பார்த்து வெருண்டிருந்தாள். நந்திக்கடலில் இறப்பதற்கு விஷம் தேடி அலைந்து களைத்தவள் அக்கா. “ஊழியில சாவு வாய்ப்பதெல்லாம் ராசியடி மோளே” என்று ஆச்சி சொல்லியும் அவள் கேட்கவில்லை.

அக்காவுக்கு சித்தம் குழம்பியதை அம்மாதான் முதலில் உணர்ந்தாள். ஆனால் என்னிடமோ யாரிடமோ அதனைச் சொல்லாமல் தவிர்த்தாள். முள்ளிவாய்க்கால் நாட்களில் கட்டுப்படுத்தமுடியாமல் போயிற்று. பதுங்குகுழிக்குள்

இருந்தபடி வெறித்துப் பார்த்து அழுவாள். யாரேனும் சமாதானம் சொன்னால் வெளியே எழுந்து ஓடுவாள். பிறகு அந்தக் கூடாரங்களுக்குள் அவளைக் கண்டுபிடிப்பது பெரியதொரு வாதை. என்னிடமொரு பழங்கால செபமாலையிருந்தது. டச்சுக்காரர்களின் தேவாலய அருங்காட்சியத்திலிருந்து அதனைக் களவாடியிருந்தேன். எங்கு சென்றாலும் என்னோடு வருகிற நிழலது.

அக்காவின் கழுத்தில் அதனை விளையாட்டாக அணிவித்து உனக்கு வடிவாக இருக்கிறது என்றேன். அவள் சிலுவையைப் பிடித்து அறுத்தாள். செபமாலையை பதுங்குகுழிக்கு வெளியே எறிந்துவிட்டு “போடா கள்ளா” என்று அழத்தொடங்கினாள். சாவுகள் மலிந்து விளைந்த படுகளத்தில் தற்கொலை செய்து உயிரை மாய்க்க எண்ணி பலமுறை முயன்றும் தோற்றாள். ஒருநாள் இரவு அவளைப் பதுங்குகுழியில் காணாமல் தேடித்திரிந்தோம். நீரடர்ந்த குளத்து ஒற்றைப்பனையின் கீழே நின்றாள்.

அவள் இன்னும் நந்திக்கடல் வீழ்ச்சியை அறியவில்லை. எரியும் நெருப்பைப் பார்த்தபடி அம்மா... அம்மா... என்று கூப்பிட்டாள். எந்த அசைவுமின்றி எரிந்தசையும் ஒளியின் முன்னே இரவு முழுவதும் நின்றாள் அம்மா. அடுத்தநாள் காலையில் மீண்டும் துப்பரவுப் பணிகளைத் தொடங்கினோம். வீட்டினுள்ளே இருந்த புற்றை வெட்டியெறிந்தோம். பாம்பில்லை. புற்று மண்ணை அம்மா பத்திரமாக எடுத்து வைத்தாள். காணி கொஞ்சம் வடிவெய்தியிருந்தது. கிணறு இறைக்க வேண்டும். வீடு வேயவேண்டும் என பெரிய பட்டியல் போட்டோம்.

நாங்கள் இடம்பெயர்கையில் மண்ணுக்குள் புதைத்து வைத்த அம்மிக்கல்லையும், சில பொருட்களையும் எடுக்கலாமென்று அகழ்ந்தோம். எல்லாமும் இருந்தது. இரண்டு பெரிய புகைப்பட அல்பங்கள் பொலித்தீன் படையால் காக்கப் பட்டிருந்தது. அக்கா ஒவ்வொன்றாக எடுத்துப் புரட்டினாள். வீரயுகத்தின் நாயகர்கள் பலர் உயிர்ப்புடன் இருந்த புகைப்படங்கள். அக்கா எல்லோரையும் பார்த்து புன்னகை

செய்து, அவர்களின் பெயர்களையெல்லாம் மறவாமல் சொன்னாள். அம்மிக்கல்லை எடுத்து தென்னைமரத்தின் கீழே வைத்தோம். அம்மியில் அரைத்த சம்பலும், ரொட்டியும் சாப்பிடவேண்டுமென சொன்னேன். அம்மா சரியென்று தலையசைத்தாள்.

அன்றைக்கு வெளியில் அடுப்பு மூட்டி, மாவைக் குழைத்து ரொட்டி சுட்டோம். சம்பலுக்கு வெங்காயம் போடாமல் வெறும் மிளகாயை தேங்காய்ப் பூவோடு அரைத்தோம். அக்கா நன்றாகச் சாப்பிட்டாள். அவளுக்கு ஏதோ பேய் பிடித்திருக்கிறது என்றாள் அம்மா.

ஊரில் ஏனையோரும் தங்களது வீட்டையும் வளவையும் சீராக்கியிருந்தனர். பொதுக்கிணற்றை எல்லோரும் பணம் போட்டு இறைத்துச் சுத்தம் செய்தனர். கள்ளருந்திக் கூத்திசைக்கும் கனவான்கள் பனைமரங்களின் பாளையைச் சீவி முட்டியைக் கட்டிக் காத்திருக்கத் தொடங்கினர். கள்வெறிக்கு நிகர்த்த இன்பம் ஈழருக்கு வேறில்லை. காவோலையில் கருவாட்டைச் சுட்டு இரண்டு தூசணங்களோடு பொழுதை மங்கலமாக்கும் அப்புமார் பனைக்கு கீழே அமர்ந்திருந்து கதையளந்தனர். வசந்தம் வருமென்றில்லை, ஆனாலும் நாம் பூப்போம் என்பதைப் போல பெண்கள் கூந்தல் நனைத்து வழிநெடுக காற்சங்கிலி ஒலிக்க நடந்து போயினர்.

கனரக ஆயுதங்களின் வெற்றுக் கோதுகளைச் சேமித்து பூஞ்செடிகளை நட்டுவைத்து சின்னஞ்சிறுசுகள் தங்களை ஆமி இயக்கமாய் பாவித்து சண்டை செய்து விளையாடினர். கிளித்தட்டு விளையாடும் இளையோர்கள் வேர்த்தொழுக மறிக்கின்றனர். அடிக்கின்றனர். இரவானதும் விளக்குகள் திரி குறைக்கப்பட்டு வீடுகள் குளிர்கின்றன. வெறுமை அழிந்து உடல்கள் இன்பம் நுகர்கின்றன. காற்றில் ஈரம் திரும்புகிறது. கிளைகளில் அசையும் மலர்களில் தேன் அடர்ந்து திரள்கின்றது. ஊரில் மனுஷ வாசனை தளும்பத் தளும்ப முட்டிகளில் கள் நிரம்பிற்று.

ஒரு மாதத்தில் வீட்டை திறமாகச் சரிப்படுத்தியிருந்தோம். அக்காவும் நானும் யாழ்ப்பாணத்திலுள்ள பெரியம்மா

வீட்டுக்குச் சென்றிருந்தோம். அம்மா மட்டுமே வீட்டிலிருந்தாள். ஒரு குழம்பும் சோறும் வைத்துச் சாப்பிடுவது அவளுக்கு போதுமானதாக இருந்தது. உறைப்புக்கு கொச்சி மிளகாய் காய்த்திருந்தது.

ஒருநாள் சந்தைக்குச் சென்று திரும்புவதற்குள் அம்மாவைத் தேடி வந்திருந்த ஆச்சியொருத்தி வீட்டின் முன்னால் குந்தியிருந்துள்ளாள். நடுவெயில் வெக்கை வீச தலைவிரிகோலமாய் வெள்ளைச் சீலை உடுத்தியிருந்த ஆச்சியைப் பார்த்த ஊரவன் "ஆரன வேணும்" என்று கேட்டிருக்கிறார். ஆச்சி வீட்டைக் காண்பித்து "இவள் தான்" என்றிருக்கிறாள்.

"சந்தைக்குப் போயிட்டாள். வரப்பிந்தும். அவள் வருகிற வரைக்கும் என்ர வீட்டில வந்து இருங்கோ. அவள் வந்ததும் இஞ்ச வரலாம்"

"அவள் வரட்டும். நான் இதிலையே இருக்கிறன்"

"நீங்கள் எங்க இருந்து வாறியள்"

"உதில இருந்துதான். நடந்து வந்தனான்."

"உதில எண்டால் எங்க"

"எனக்கு சரியான பசி. அவளைச் சோறு கொண்டுவந்து தரச் சொல்லு. என்னைக் கொஞ்சம் குளிப்பாட்டச் சொல்லு. நான் வெளிக்கிடுறன்" என்றெழுந்த ஆச்சியின் வெண்கூந்தல் மண்வரை நீண்டு, அவளது தடத்தையே அழித்திருக்கிறது.

"எங்க இருந்து வந்தனியள், உங்கட பேர் என்ன, எதுவும் சொல்லாமல் போனால், அவளிட்ட நான் எப்பிடிச் சொல்லுவன்" என்று கேட்ட ஊரவனைப் பார்த்து "நீ அவளிட்ட சூலக்கிழவி வந்தனான் என்று சொல்லு, என்னை நல்லாய்த் தெரியும்" என்றிருக்கிறாள்.

ஊரவன் அவளுடைய பதிலைக் கேட்டு உறைந்து நின்றார். முன்னே நடந்து சென்றவள் வெயிலானாள். கண்கள்

கூசுமளவுக்கு வெளிச்சம் வந்தடைந்த ஊரவன் மயக்கமுற்று வீதியில் விழுந்தான். அம்மா வீட்டுக்கு வந்ததும் இந்தச் செய்தியை அவரே சொன்னார்.

“உன்னைத் தேடி சூலக்கிழவி வந்து தனக்கு பசிக்குதாம், குளிக்க வேணுமாம், வந்து பார்க்க சொல்லுது” என்றார். அம்மாவிடம் அந்தத் தகவலைச் சொன்னதும் ஊரவனுக்கு இந்தச் சம்பவத்தின் அனைத்து துளிகளும் மறந்து போயிற்று.

விஷயத்தைக் கேள்விப்பட்டதும் ஆற்றாமையும் சந்தோசமும் பொலிந்த அம்மா கொட்டடி காளி கோயிலை நோக்கி ஓடினாள். வழிநெடுக அவள் காளியை நோக்கி ஏதேதோ சொல்லிக்கொண்டிருந்தாள்.“இஞ்ச உள்ள ஒருத்தரிட்டையும் வராமல் என்ர வீடு தேடி வந்த உனக்கு நான் என்ன செய்வேன். என்ர ஆச்சியே” என்றபடி கோயிலிருக்கும் இடத்தை அடைந்தாள். சதுப்புக் காணியில் வெள்ளம் தேம்பி நின்றது. புதர்களும் செடிகளும் மண்டி வளர்ந்திருந்தன. காளி செடிகளுக்குள் புதைந்திருந்தாள். ஓடுகளற்ற கோயில் கூரையையும் கொடிகள் சடைத்து பிடித்திருந்தன. ஆழமிக்க தண்ணீரில் இறங்கி நடந்தாள். எதற்கும் அஞ்சாதவள் தாய். உக்கிரம் பெருகி தளும்பித் தளும்பி அழுதபடி புதர்களை பிடுங்கி எறிந்தாள். ஈரச்சருகுகளின் வாசனையும் பூச்சிகளும் குமைந்து கிடந்தன. வெடிக்காத எறிகணையொன்று குத்திட்டிருந்து. துருவேறிய அதன் மேற்பரப்பில் லட்சோப லட்ச சனங்களின் குருதியுறைவு. காளியின் பீடம் தகர்ந்திருந்தது.

எங்களுடைய குலத்தின் விலா எலும்பு சூலம். எங்கே எங்கள் விலா எலும்பு! அம்மா பிய்த்துக் கொண்டு அலறினாள். விஷப்பூச்சிகள், எதையும் பொருட்படுத்தாமல் சருகுகளை கைகளால் அகற்றினாள். ஒரு படை விலக இன்னொரு படை. சருகுகள் அழுகிக் கிடந்தன. நாற்றம் குமட்டியது. முறிந்து துருப்பிடித்த சூலத்தை கண்டெடுத்து நெஞ்சோடு அணைத்து “என்ர ஆச்சி, உன்னைக் கைடவிடமாட்டேன்” என்ற அம்மாவின் குரல் பேரிகையாக ஒலித்தது. அவளது இரு கால்களுக்குமிடையால் துயின்றிருந்த நாகமொன்று படமெடுத்தபடி அசைந்து அருளியது.

மண்ணில் சரிந்திருந்த சூலத்தை நிமிர்த்தி ஊன்றிய அம்மா, புதர்களில் மலர்ந்திருந்த செங்காந்தள் மலர்களை ஆய்ந்து படைத்தாள். சூலத்தில் சூட்டப்பட்ட செங்காந்தள் மலர்களின் நெருப்பு இதழ்கள் கனன்று நிறத்தன. வளவை மொத்தமாய் துப்புரவு பண்ணி, அடுத்தமாதமே பூசையைத் தொடங்கவேண்டுமென எண்ணம் தகித்தது. ஊழியுண்ட பெருநிலத்தின் மீதியாய் தன்னைப் போலவே காளியும் காந்தள் மலர்களோடு வெறித்திருப்பதை அவளால் ஏற்கமுடியாதிருந்தது. தெய்வமும் வாழ்வுக்கு மீளட்டுமென்று மண்ணை வேண்டிக்கொண்டு புறப்பட்டாள்.

கொட்டடி காளி காந்தள் மலர்கள் சூடி நின்ற அன்றிரவு அம்மா விளக்கு வைத்தாள். வெகு விரைவிலேயே கோவில் வளவைத் துப்பரவு செய்து வழிபாடு தொடங்கியது. முறிந்து போன சூலத்தை வைத்து வழிபடுவது ஊருக்கு நல்லதில்லை என்று பலர் சொல்லியும் அம்மா கேட்கவில்லை. அதே சூலம் புளிபோட்டு மினுக்கி மீண்டும் வழிபடு பீடத்திற்கு வந்தது. காந்தள் மலர்கள் மீண்டும் சூடப்பட்டது. கொட்டடி காளிக்கு இப்போது காந்தள் காளி, கார்த்திகைப் பூ காளி எனப் பலபெயர்கள். கோயிலை ஒட்டியுள்ள சதுப்பு நிலத்தில் எல்லா மாதங்களிலும் காந்தள் பூக்கள் மலர்கின்றன. அது காளியின் அற்புதம் என்கின்றனர் சனங்கள்.

நீண்ட வருடங்களின் பின்னர் காந்தள் காளி அம்மாவின் கனவில் வந்தாள். அவளுடைய முகத்தில் ஒருவித உலர்ச்சியிருப்பதைக் கண்ட அம்மா “ஏதேனும் உடம்பு சுகமில்லையா” என்று கேட்டாளாம். காளி ஓமென்று தலையசைத்திருக்கிறாள். என்னவென்று கேட்க காளி பதில் சொல்லாமல் உம்மென்று இருந்திருக்கிறாள். சித்தம் பிசகிய அக்காவிடம் கனவைச் சொல்லிக்கொண்டிருந்தாள் அம்மா. எல்லாவற்றையும் கேட்ட அக்கா, தன்னுடைய கனவிலும் காளி வந்தாள் என்றாள்.

அம்மா திகைப்புற்று “என்ன சொன்னவா” என்று கேட்டாள்.

“காளிக்கு ஒரு காயமிருந்திருக்கு. ஷெல் காயம். ஒரு பீஸ் துண்டு காளியின்ர தலைக்குள்ள இப்பவும் இருக்கு. வெயில்

நேரத்தில அது குத்தி நோக வெளிக்கிடுது. மண்ட பீஸ். காளி அதை நினைச்சு பயப்பிடுறா" என்றாள் அக்கா.

அம்மாவுக்கு வந்த கோபம் ஆறாமல் "போடி விசரி, உனக்குத் தான் மண்ட பீஸ்" என்றாள்.

"அதுதான் நானும் சொல்றேன். காளிக்கு மண்ட பீஸ். கொட்டடி காளிக்கு மண்ட பீஸ்" என்று அக்கா அரற்றத் தொடங்கினாள்.

அப்போதும் சூலம் மண்ணில் நிமிர்ந்து நிற்க காந்தள் மலர்கள் கனன்று மலர்ந்தன.

02

நான் வீட்டில் தங்குவதில்லை. கோயில் குளமென்று துறவியாக அலைந்தேனில்லை. ஈருருளியில் வன்னிநிலம் அளந்து மகிழ்ந்தேன். கம்பீரத்தில் அணையாத தணலின் சிறகுகள் என்னுடையவை. செல்லும் பாதைகள் தோறும் விடுதலையின் மகிழ்வு திகழ்ந்தது. "நீ எழுந்து தேசத்தின் நீளமும் அகலமும் எம்மட்டோ, அம்மட்டும் நடந்து திரி உனக்கு அதைத் தருவேன்" என்று தம்மைத் தியாகித்த போராளிகளைக் கண்டு நெஞ்சுள் வணங்கினேன். அவர்களால் அளிக்கப்பட்ட வாழ்வின் முழுமையை உணர்ந்தேன். நண்பகல் வெயில் பூமியில் விரியும் போது மாவீரர் துயிலுமில்லங்களுக்குச் செல்வது பிடிக்குமெனக்கு. கல்லறைகளும் நடுகற்களும் பெருங்கனவின் உப்பளமாய் பளபளக்கும். மண்டியிட்டுத் தோற்றுப்போகத் தெரியாத ஆதீரத்தின் தணல் முற்றத்தில் அமர்ந்திருப்பேன். கண்ணீர் விம்மிக் கசியும். மேற்கில் மெல்லச் சூரியன் புதைந்தும் பிரகாசம் எழும். தியாகிகளின் மூச்சு மண்ணிலிருந்து விண்ணுக்கெனப் பாயும் தேவகணமது.

அன்றைக்கு கிளிநொச்சியில் லேசாக மழை தூறியது. துயிலுமில்லத்திலேயே அமர்ந்திருந்தேன். தும்பிகள் நடுகற்களிலும் கல்லறைகளிலும் அந்தரத்தில் பாவி அசையாமல் நின்றன. விதைகுழிகளை தயார்படுத்தும் பணியில் ஈடுபட்டிருந்தவர்கள் மண்வெட்டிகள், அலவாங்குகள், குழி அளவிடும் கயிறுகளென எல்லாவற்றையும் எடுத்துக் கொண்டு கொட்டில் நோக்கி ஓடினர். நொடிகளில் திக்கெல்லாம் இடிமுழங்க, மின்னல் நகங்கள் புலன்கீறின. ஆவேசமுற்ற மழையின் கூர்வாள்கள் மூர்க்கமாய் மண்ணில் இறங்கின. நிரை நிரையாக வாய்பிளந்து காத்திருக்கும் விதைகுழிகளுக்குள் வான்மழை நிரம்பக் கண்டேன்.

துயிலுமில்லத்தின் முகப்பு வாயிலில் வித்துடல்ளைச் சுமந்த ஊர்திகளிரண்டு நுழைந்தன. ஊர்திகளிலிருந்து வித்துடல்கள் இறக்கப்பட்டு பீடத்தில் வைக்கப்பட்டன. அழுகுரல்கள் காலத்தின் மீதியைப் படபடக்கச் செய்தன. ஈரத்திலும் சிவந்த புலிக்கொடி அரைக்கம்பத்தில் பறந்தது. மாவீரர் விதைப்பு பாடல் ஒலித்தது. குண்டுகள் முழங்கின. மழை விடுவதாயில்லை. மண்ணைக் காத்தவர்களை மண் விதைத்தது.

மாவீரர் துயிலுமில்லத்தில் விதைகுழி தயார்படுத்துவதற்கான ஊதியத்தைப் பெறுகையில் குற்றவுணர்ச்சியாக இருக்கிறதென பொறுப்பாளரிடம் திருப்பிக் கொடுத்து "நாட்டுக்காக நான் இதையேனும் செய்கிறேன், என்னை அனுமதியுங்கள்" என்றிருக்கிறார் ஒருவர். "இப்பவும் நீங்கள் நாட்டுக்காகத் தான் உழைக்கிறியள், ஊதியத்தை வாங்குங்கோ" பொறுப்பாளர் சொல்லி கையில் திணித்திருக்கிறார். இந்தச் சம்பவத்தை வீட்டிற்கு வந்திருந்த பொறுப்பாளர் அம்மாவிடம் சொல்லிக்கொண்டிருந்தார்.

குப்பிவிளக்கில் புகைகுடித்து கதை படித்துக் கொண்டிருந்த என்னுள்ளே அந்தப் பணியாளரின் பெயர் அப்படித்தான் தையலிட்டது. ஆரூரன்.எத்தனையோ தடவைகள் அவரைப் பார்த்திருக்கலாம். புன்னகைத்திருக்கலாம். அவர் வசிக்கும் இடத்தை பொறுப்பாளரிடம் கேட்டுத் தெரிந்தேன்.

அதிகாலையிலேயே உருத்திரபுரத்துக்கு ஈருருளியை உழக்கி வீட்டை அடைந்தேன். வாசலில் அமர்ந்திருந்து சுருட்டுப் புகைத்த படுகிழவரொருவர் என்னை மேலும் கீழும் பார்த்து விட்டு "என்ன விஷயம் மோனே" என்று கேட்டார்.

"ஆரூரனைப் பார்க்க வந்தனான்"

"அவன் வாய்க்காலுக்கு குளிக்கவெல்லே போயிட்டான்" படுகிழவர் இருமி இருமி மூச்சுவிட்டார்.

"வாய்க்காலுக்கு எப்பிடி போக வேணும்"

படுகிழவன் சொன்ன பாதையில் ஈருருளியை உழக்கினேன். வாய்க்காலில் குளித்துக் கொண்டிருந்த ஆரூரனைக் கண்டேன். ஏற்கனவே துயிலுமில்லத்தில் நிறையத் தடவைகள் பார்த்த முகம். சுருட்டை முடி. வெளிப்பிரிந்த பெரிய உதடுகள். கண்கள் தளும்பி அவரைக் கட்டியணைத்து கதைக்கத் தோன்றியது. மலர்கள் புன்னகைக்கும் அந்த விடிகாலைக்கு சொற்கள் அவசியமில்லாதிருந்தன. நறுமணம் உருகி கதிராக எழுந்தது. எதுவும் கதையாமல் அவரைப் பார்த்துவிட்டு திரும்பினேன்.

பிறகான நாட்களில் ஆரூரனும் நானும் நண்பர்களானோம். அமைதிப்படையினரால் சங்ஹாரம் செய்யப்பட்ட தந்தை,தாயினது உடலங்களை வீட்டினுள்ளேயே வைத்துப் போர்வையால் மூடிய போது இவருக்கு எட்டு வயதாம். பெற்றோரின் உடலங்களை புதைக்க முடியாமல் பூமியின் மேல் வைத்துவிட்ட காயத்தில் கொதித்தெழும்பும் சீழின் நொம்பலம் தாங்காது, எப்போதாவது "அம்மா" என்றழைத்து பெருமூச்சுடன் கண்ணீர் உகுப்பார். அப்போதெல்லாம் ஒரு துளி மழை பூமியில் விழும். "மேலயிருந்து அம்மா என்னை அழவேண்டாமெனச் சொல்லுறா" எனும் ஆரூரனை பல நாட்களுக்கு பிறகு வீரச்சாவு வீடொன்றில் சந்தித்தேன். திறக்கப்பட முடியாதபடி சீல் செய்யப்பட்டிருந்த பெண் போராளியின் வித்துடல் அங்கே கொண்டுவரப்பட்டது.

இயக்கம் கடுமையான இழப்பைச் சந்திக்கும் போர்முனையாக மன்னார் மாறியிருந்தது. நிலத்தின் வீழ்ச்சியோசையின் முன்

நிர்க்கதியாக நிற்கும் தனது காதுகள் செவிடாகவும், யுத்த ரதத்தின் சக்கரங்களில் சகதியாய் வழியும் வீரச்சாவுகளைக் கண்டு பதற்றமுறும் தனது கண்கள் குருடாகவும் ஆகட்டுமென இறையிடம் இரந்து கேட்பதாகச் சொன்னார். மூர்ச்சையாகி சில நொடிகளுக்கு பின்பு கலக்கமுற்ற கண்களைத் துடைத்துக் கொண்டு சிறுகச் சிறுக நம் சர்வமும் தீர்கிறது, ஒவ்வொரு நாளும் துயிலுமில்லத்திற்கு நாற்பதுக்கு மேற்பட்ட வித்துடல்கள் வருகின்றன. இரவிரவாக விதைகுழிகள் தயார்படுத்தப்படுகின்றன. பூமியைத் தோண்டத் தோண்ட வந்து விழும் கட்டிமண்ணைப் போல் வித்துடல்கள் பொலிகின்றன. பணியாளர் அணியிலிருந்த ஒருவரின் மகளும் வீரச்சாவு. விசுவமடு துயிலுமில்லத்தில் விதைப்பு நடந்தது என்றார். வன்னியில் மூன்றுக்கும் மேற்பட்ட துயிலுமில்லங்கள் இருந்தன. அப்படியெனில் ஒருநாள் என்பது எத்தனை எத்தனை விதைப்புக்களால் ஆனது என் தெய்வமே!

நானும் ஆரூரனும் ஒட்டுசுட்டான் தான்தோன்றீஸ்வரர் கோவிலுக்குச் சென்றிருந்தோம். அன்றும் கடுமையான மழை. வெள்ளம் பெருக்கெடுத்தோடியது. உள்ளூர் சனங்கள் கோவிலில் நிறைந்திருந்தனர். வானத்தைப் பிளந்த அசுர மழை எங்கள் பாதையை மூடியிருந்தது. இருவரும் கோவிலில் தங்கிவிடலாமென்று முடிவெடுத்தோம். எனக்கு உறக்கம் வரவில்லை. ஆரூரன் இரண்டு கைகளையும் கூப்பி கவட்டுக்குள் கொடுத்து குறண்டிக் கிடந்தார். "நினைந்துருகும் அடியாரை நைய வைத்தார்; நில்லாமே தீவினைகள் நீங்க வைத்தார்" என்றுருகி பதிகம் பாடினேன். உறக்கம் வராவிடிலும் சோர்வு அழுத்தி தலை சாய்த்து சில நிமிடங்களில் திடுக்கிட்டு விழித்தேன். அருகில் உறங்கிக் கொண்டிருந்த ஆரூரன் பிதற்றியபடி விம்மி விம்மி அழுதார்.

உன்னதமான விடுதலையின் கோட்டைகள் கனவாகிக் கரையும் காலத்தில் கண்ணீரில் நனையுமொரு கனவு. ஆரூரன்... ஆரூரன்... என்று தட்டினேன். ஆனால் கண் திறக்கவில்லை. சிலநிமிடங்கள் கழித்து புரண்டு படுத்தார். அழுகை நின்றிருந்தது. அரற்றல் தீர்ந்திருந்தது. கருவறை

அகல் விளக்கில் அமர்ந்திருந்து நிலமெங்கும் மிரண்டு திணறும் சீவன்களை தான்தோன்றீஸ்வரர் பார்க்ககூடுமென ஆறுதலானேன். காலையில் எழுந்து ஊருக்குப் புறப்பட்டோம். வீதிகளில் வெள்ளம் வடிந்திருந்தது.

அதன்பிறகு ஒருநாள் மைமலில் தேக்காங்காட்டு வீரபத்திரர் கோயிலடியில் சித்தியின் இளைய மகளான சுமதியக்காவைப் பார்த்தேன். அவளுக்கு மிக நெருக்கமாக ஆரூரன் நின்றார். அப்போதுதான் விஷயம் விளங்கியது. சுமதியக்கா ஒருகட்டு விறகைச் சுமந்து வரும்போது வீடுகளில் விளக்குகள் ஒளிரத்தொடங்கியிருந்தன. கொஞ்சம் கழித்து ஆரூரன் வீதியில் நடந்து போவதையும் பார்த்தேன். சில மாதங்களிலேயே இருவருக்கும் திருமணம் நடந்தேறியது. ஆரூரன், அத்தான் ஆனார். சுமதியக்கா என்னை அழைத்து "நன்றியடா தம்பி" என்றாள். "தேக்கங்காட்டு வீரபத்திரருக்குத் தான் நீங்கள் நன்றி சொல்ல வேணும், எனக்கு உங்கட காட்சி தந்தது அவர் தான்" என்றேன். வெட்கம் துளிர்த்து ஆரூரனின் தோளில் முகத்தைப் புதைத்துக் கொண்டு "போடா காவாலிப் பெடியா" என்றென்னை செல்லமாக ஏசினாள். வற்றாப்பளை அம்மன் கோவிலுக்கு குடும்பத்தோடு சென்று வந்தோம். ஆழிப்பேரலையிலும் எதுவும் ஆகாத தேவாலயம் ஒன்றை முல்லைத்தீவில் பார்த்தோம். ஆரூரனுக்கும் சுமதிக்கும் நல்ல உருவப்பொருத்தமென்று பழச்சாமியார் சொன்னார். புதுத் தம்பதிக்கான விருந்து உபசரிப்புகள் நடந்து முடிந்தன.

முகமாலை, மன்னார் களமுனைகள் தீப்பற்றி எரிந்தன. எதிரியின் தலைகள் கொய்து அடுக்கப்பட்டன. சூழ்ந்து கொண்டழிக்கும் எதிரியின் தந்திரங்களை வெற்றிகொண்டு சூரிய உதயத்திற்கு படையலாக்கினார்கள் போராளிகள். நடுங்கும் இரவுகளை எவன் தந்தானோ அவனுக்கே திருப்பியளிக்கும் கம்பீரத்தின் கலன்களால் நட்சத்திரங்களைப் பாயச் செய்தனர். எரிகல், பகை வீழ்த்தும் எரிகல் பல்லாயிரம் ஒளிர்ந்தன. சண்டமாருதம் தீராது பெருகியது. பகைத்திசையில் அசையும் ஒவ்வொன்றுக்கும் பெருவெடி. இத்தனையும் பழங்கதையோ என்றெண்ணும் வகையில் களச்செய்திகள் திகிலூட்டின. எம்மவர் வித்துடல்கள் பகைவசம் ஆகினதாய்

ஒரு செய்தி. அறுபதிற்கும் மேற்பட்ட போராளிகள் ஒரே களமுனையில் சொற்ப நேரத்தில் கொல்லப்பட்டு விட்டார்கள் என்று வேறொரு செய்தி. எங்கும் வீழ்ந்து போகிறோம் எனும் துர் செய்தியால் சுற்றிவளைக்கப்பட்டிருந்தோம். வன்னி நிலம் வெற்றிகளை நினைவில் மீட்டி உளஉறுதி கொள்ள முனைந்தது.

ஆரூரனை வீட்டில் சந்திக்கமுடியாது. துயிலுமில்லத்தில் கடுமையான வேலையில் இருந்தார். நாளுக்கு ஐம்பதிற்கு மேற்பட்ட வித்துடல்கள் வரத்தொடங்கியிருந்தன. சூடடிக்குமிடத்தில் நெற்கதிர்கள் குவிவதைப் போல களமெங்கும் வித்துடல்கள். நீலவானில் படர்ந்திருக்கும் மேகத்தின் கீழே துயிலுமில்லம் எப்போதும் தவிப்பின் வெளியாகி நம்பிக்கையை நழுவச் செய்தது. விதைகுழிகளை தயார்படுத்துபவர்கள் வியர்த்துச் சோரும் வரை பூமியை அளவிட்டுத் தோண்டினார்கள். கால்களைப் பார்த்து வைக்குமளவு விதைகுழிகள் நெருங்கியிருந்தன. எல்லோருக்குக் குள்ளும் கனமான காலமொன்று வால்சுருட்டிப் படுத்திருந்தது.

மன்னார் களமுனை வன்கவர் படையினரால் முற்றாகக் கைப்பற்றப்பட்டது. போரரங்கின் இரும்புக்கதவுகள் பீரங்கிகளால் தகர்க்கப்பட்டன. இனிய அமுதென பாடிக் களித்திடும் விடுதலைப் பாடலை எத்தனை மரணத்தால் நிரப்பவேண்டும்? களமுனைகள் தொடர்ந்து பின்வாங்கின. இராணுவத் தந்திரோபாயம் என்பதெல்லாம் இருளுக்குள் நகரும் இரவெனப் பொய்த்தது. வெற்றிப்பரணி பாடிய வீதிகள் வெறிச்சோடின. திகைக்கக்கூட நொடியற்று வாயில்தோறும் ரத்தம் ருசிக்கும் போரே என்று எல்லோர் சித்தமும் வெறுத்தது. வீரம் காக்கும் தெய்வமே எம்மைக் காக்காது போனால் உன்னை ஊழ் உறுத்தும் என்று சபித்தபடி தேக்கங்காட்டு வீரபத்திரரின் பீடத்தை மண்வெட்டியால் தோண்டிக் கொண்டிருந்தார் ஆரூரன். நான் கூப்பிட்டும் அவரிடமிருந்து எந்த எதிர்வினையுமில்லை. குழியைத் தோண்டி முடித்து நிமிர்ந்து பார்த்தார்.

“என்ன பார்க்கிறியள், இதுவும் விதைகுழி தான்”

“உங்களுக்கு என்ன மண்டைக் கோளாறா, கோயில்ல குழியைத் தோண்டிட்டு விதைகுழி, புதைகுழின்னு ஏதேதோ கதைக்கிறியள்”

“தக்கன்ர சிரச கைவாளினால் அறுத்த வீரபத்திரர் எங்களைக் காப்பாற்றாமல் நிக்கேக்கயே அவர் வீரச்சாவு அடைஞ்சிட்டார் என்று உங்களுக்கு விளங்கேல்லையோ” என்றார்.

“ஆரூரன் தெய்வத்த அப்பிடிச் சொல்லக் கூடாது. அதுவும் இவர் அகோர வீரபத்திரர்”

“இவர் மட்டுமா தெய்வம். இஞ்ச எங்களைக் காப்பாத்திற எல்லாரும் தெய்வம் தான். நான் இவரை எடுத்து விதைக்கப் போறன். நாளைக்கு இந்த இடமும் விடுபட்டு ஆர்மியோட வசமாகும். நாங்கள் எங்கட ஆக்களின்ர ஒரு வித்துடலையும் விதைக்காம விடக் கூடாது”

வீரபத்திரச் சூலத்தை பீடத்திலிருந்து கிளப்பி விதைகுழிக்குள் வைத்தார். பூக்கள் சொரிந்தார். எனது கையாலும் ஒரு பிடி மண்ணள்ளிப் போடுமாறு சொன்னார். எங்களிருவரையும் உற்றுப் பார்த்தவாறு தேக்கங்காடு அசைந்தது.

சில நாட்களிலேயே ஆரூரன் சொன்னது நடந்தது. வன்கவர் வெறியர்களின் வசம் வன்னியின் ஒரு பகுதி கைவிடப்பட்டது. பற்றியவனை கீழே விழுத்தி முறியும் கிளையென மாவீரர் துயிலுமில்லம் உட்பட கிளிநொச்சி முழுதும் பறிபோனது. நாங்கள் இழந்தது வாழ்வை மட்டுமல்ல விதைகுழிகளையும் வீரபத்திரர்களையும் தானென்றார் ஆரூரன். எங்களூரை விட்டு இடம்பெயர்ந்தோம். சுமதியக்கா சிறிய பதுங்குகுழியைக் காட்டி “கொத்தான் இதையும் விதைகுழின்னு நினைச்சுத்தான் வெட்டியிருப்பார்” என்று சொல்லிச் சிரித்தாள்.

முள்ளிவாய்க்காலில் நாங்கள் எல்லோரும் ஒன்றாக விருந்தோம். ஒருநாள் இரவு ஆரூரன் கனவு கண்டு திமிறி எழுந்து கதறி அழுதார். பக்கம் பக்கமாகவிருந்த

அனைவரும் பதுங்குகுழிகளுக்குள் விழித்தனர். நான் அவரை இறுக்கிப்பிடித்தபடி ஒன்றுமில்லை ஒன்றுமில்லை என்றேன்.

"அங்க விதைகுழியெல்லாம் மூடாமல் கிடக்கு, புழு நெளியுது. என்ர மனிசியின்ர வயித்துக்குள்ள விதைகுழி ஆழமாகுது" என்று தொடர்பற்று பிதற்றி ஓய்ந்து உறங்கினார். காலையில் முந்தியெழும்பியவர் என்னைத் தட்டியெழுப்பினார். உறக்கக் கலக்கத்தோடு என்னவென்று கேட்டேன்.

"ஒரு கனவு கண்டனான். வயித்துக்குள்ள குழந்தை, கால் மடக்கி நீந்துது. என்னைப் பார்த்து கைகளை நீட்டுது. நானும் நீட்டுறன். அப்ப ஒரு விதைகுழியை கிழிச்சுக் கொண்டு பூமியை நோக்கி குழந்தையோட கை நீளுது. அந்தக் கையில மூன்று விரல்கள் மட்டும் சூலம் மாதிரியிருக்கு. பக்கத்து விதைகுழிக்குள்ள ஆயிரம் வீரபத்திரச் சூலம் நெருப்பில் தகதகத்துக் கிடக்கு" என்றார்.

ஆரூரனுக்குத் தொடர்ச்சியாக விதைகுழிக் கனவுகள் வந்தன. பேரழிவுகள் நிகழ்ந்த வண்ணமிருந்தன. முள்ளிவாய்க்காலில் பலியுறும் மனுஷத்துவத்தின் குருதியாறு இந்து சமுத்திரத்தில் காட்டாறாய் கலந்தபடியிருந்த பௌர்ணமி இரவொன்றில் பதுங்குகுழிக்குள்ளிருந்த சுமதியக்காவின் அழுகுரல் தீனமாய் ஒலித்தது. பதுங்குகுழியில் மல்லாந்து கிடந்த ஆரூரனின் கண்கள் வானத்தை வெறித்தபடி அசையாதிருந்தன. வாயிலிருந்தும் மூக்கிலிருந்தும் பெருகிய குருதியை சுமதியக்கா அளைந்தழுது தனது கர்ப்ப வயிற்றின் மீது தடவிக் கொண்டாள். ஆரூரனுக்கு ஒருபிடி மண்ணை அள்ளிப் போட்டதும் சுமதியக்காவை இன்னொரு பதுங்குகுழிக்கு அழைத்துச் சென்றார்கள். ஆரூரனின் புதைமேட்டினை போர்வையால் மூடினேன். பிறகு சில நாட்களிலேயே எங்களை வீழ்ச்சி முற்றாக மூடியது.

செட்டிக்குளம் முகாமில் சுமதியக்காவுக்கு பெண் குழந்தை பிறந்தது. கொற்றவை என்று அவளுக்கு பெயர் சூட்டினேன். கூடாரத்திற்குள் சேர்ந்திருந்து எல்லோரும் கொற்றவை என்று சத்தமாக அழைத்தோம். வெளியே இடியும் மின்னலுமாக

மழை பெய்யத்தொடங்கியது. கொற்றவை தனது இரண்டு கைகளையும் வான் நோக்கி நீட்டி கால்களால் வெளியை உதைந்தபடி உறங்கினாள்.

வருடங்களுக்கு பின் சொந்தவூரில் மீளக்குடியமர்த்தப் பட்டோம். ஆரூரனை புதைத்த இடத்திற்கு கொற்றவையை அழைத்துச் சென்றேன். இடத்தை அடையாளம் காண்பது சிரமமாயிருந்தது. ஆனாலும் அந்தப் போர்வை உக்கிக் கிழிந்து கொஞ்சம் மிஞ்சிக் கிடந்தது. கொற்றவையை தூக்கிச் சென்று உன் தந்தை இதற்குள் தான் இருக்கிறார் என்றேன். அவள் தன்னுடைய பிஞ்சுக்கரங்களால் மண்ணைத் தோண்டத் தொடங்கினாள். கண்கள் சிவந்து கனத்திருந்த அவளின் உக்கிரம் மீட்சியாகவிருந்தது.

பௌர்ணமி நாளின் நள்ளிரவில் கொற்றவையை படுக்கையில் காணவில்லை. சுமதியக்காவின் ஒப்பாரி ஊரை எழுப்பியது. கொற்றவையை எல்லோரும் தேடி அலைந்தனர். தேக்கங்காட்டு வீரபத்திரர் கோயிலுக்கு விரைந்தோடினேன். நானும் ஆரூரனும் விதைத்த சூலத்தை கைகளில் ஏந்தி அமர்ந்திருந்த கொற்றவை வளர்ந்திருந்தாள். அவள் கூந்தலில் பூக்கள், கைகளில் வளையல்கள், கழுத்தில் புலிப்பல் தாலி. அவள் மங்கலம் கொண்ட குமரியாக அமர்ந்திருந்தாள். தேக்கங்காடு முழுதும் விதைகுழிகள் தோன்றி சூலங்கள் எழுந்தன. எல்லாச் சூலங்களிலும் சுடர் ஏற்றி நடுவே அமர்ந் திருந்தார் ஆரூரன். கொற்றவை சொன்னாள்,

“அப்பா, என்னை அம்மா தேடுகிறாள்”

“ஆமாம் கொற்றவைத் தாயே! உனக்காகத்தான் தாய்மாரும் காத்திருக்கிறார்கள். நானும் காத்திருக்கிறேன். கெதியாக வா” என்ற குரல் ஒலித்தது.

தாய்நிலத்தின் அழைப்பில் போர் மகள் சிலிர்த்தாள்.

பௌர்ணமி பொலியும் வெளிச்சத்தில் விதைகுழிகள் நிறைந்திருந்த தேக்கங்காட்டு மண்ணெடுத்து உடலெங்கும் பூசிக்கொள்ளச் சுட்டதென் குருதி.

03

திலகாவுக்கு புற்றுநோய் என்ற தகவலை சிவபாதசுந்தரம் மாமாவின் துவச வீட்டில் வைத்துத்தான் கேள்விப்பட்டோம். புதுக்குடியிருப்பிலிருக்கும் திலகாவைப் பார்க்க அம்மாவும் நானும் கிளிநொச்சியிலிருந்து புறப் பட்டோம். தீர்ந்த போரின் சிறிய எச்சங்களையும் அழித்தொழிக்கும் தீவிரத்தோடு வேலைகள் முடுக்கிவிடப்பட்டிருந்தன. “சமாதானத்திற்கான போர்” வெற்றியின் வீரப்பிரதாபங்கள் வீதிகளின் இருமருங்கிலும் காட்சியாகியிருந்தன. அப்பாவிச் சனங்களின் குருதியாற்றின் தடயம் அழிக்கப்பட்டு புனரமைக்கப்பட்ட வீதியில் வாகனங்கள் விரைந்தன.

“பேரழிவு முடிஞ்சுது எண்டு பார்த்தால், மிஞ்சியிருக்கிற எங்களுக்குள்ளேயும் அது ஒளிஞ்சு கிடக்குது போல. பாவம் திலகா. எத்தனை இடியைத் தான் தாங்குவாள்” அம்மா புலம்பினாள்.

“இப்ப எல்லாருக்கும் உந்தக் கோதாரி கான்சர் தான் வருகுது. சண்டையில உவங்கள் அடிச்ச பொசுபரசுதான் வேலையக் காட்டுதாம்” பக்கத்து இருக்கையிலிருந்தவர் சொன்னார்.

அம்மா வலதுகையின் ஆட்காட்டி விரலால் கண்ணீரைத் தொட்டுச் சுண்டினாள். மீண்டும் பொல பொலவென கண்ணீர் பெருகியது.

“அதைச் சும்மா விடுங்கோ. துடைக்க துடைக்கத்தான் எங்கையோ இருந்து உடைப்பு எடுக்குது. ஒரு பிரயாணத்தில அழுது தீர்ந்து போகிற அளவுக்கா எங்கட உத்தரிப்புகள். அதை துடைக்காம விடுங்கோ” பக்கத்து இருக்கைக்காரரர் சொன்னார்.

அவருடைய தலையின் ஒருபகுதி பள்ளமாக இருந்தது. நான் பார்ப்பதை விளங்கிக் கொண்டவர் “சுதந்திரபுரத்தில விழுந்த அஞ்சு இஞ்சி ஷெல். மண்டையோட்ட வைச்சு பிச்சை கேக்கிறனெண்டு நினைச்ச தெய்வம் இரங்கிக் காப்பாத்தி போட்டுது” என்றார்.

பேருந்திலிருந்து இறங்கினோம். திலகா வீட்டை அடைவதற்கு பிரதான வீதியிலிருந்து கொஞ்சத்தூரம் நடக்க வேண்டியிருந்தது. சிலவருடங்களுக்கு முன்பு நானும் தவேந்திரன் மாமாவும் இப்படியொரு பொழுதில் இந்தப் பாதை வழியாக நடந்து போனோம். பெருமூச்சை விட்டு ஆசுவாசமானேன்.

தவேந்திரன் மாமா இருபதாண்டுகளுக்கு மேலாக இயக்கத்தி லிருந்தவர். பல களமுனைகள் கண்டவர். உடலெங்கும் விழுப்புண் தழும்புகள். போர் மறவர். பகையறிந்த பெயர் திலகா. உக்கிரம் கொண்டாடும் காளி. தாக்குதல்களில் அவளணி பெற்ற வெற்றிகள் பெருநிரை. தவேந்திரன் மாமாவுக்கும் திலகாவுக்கும் நீண்ட வருடங்கள் காதலுறவு. இரண்டு பேரின் தளபதிமாரும் ஒப்புதல் அளிக்க திருமணம் நடந்தேறியது. தவேந்திரன் மாமாவை இனி களம் செல்ல வேண்டாமென தலைமைச் செயலகம் உத்தரவு பிறப்பித்தது. அதனை ஏற்கமறுத்து அறிக்கை எழுதினார். ஒருநாள் இரவு தவேந்திரன் வீட்டு முற்றத்தில் வந்து நின்ற வாகனத்தை விட்டு, தலைவர் இறங்கினார். இருவருக்கும் திருமணப் பரிசு வழங்கி வாழ்த்தினார். தடல்புடலாக சமைத்து விருந்துண்டார்கள்.

“தவா நீ இனிமேல் சண்டைக்கு போகவேண்டாம். படையணி நிர்வாகத்தில வேலையைப் பார்” என்றார் தலைவர். “இல்லை அண்ணா நான் லைனுக்கு போறன், நிர்வாகம் எனக்குச் சரிவராது” என்று மறுத்தான் போட்டார். “நிர்வாகம் சரி வராட்டி என்னோட வந்து நில், அது உனக்கு சரிவருமோ” என்று தலைவர் கேட்டதும் தவேந்திரன் மாமாவுக்கு ஒன்றும் ஓடவில்லை. சரியென்று தலையசைத்தார். இரவு தீர்வதற்கு முன்பு வாகனம் அங்கிருந்து புறப்பட்டது.

அம்மாவுக்கு ஆயிரம் தவிப்புக்கள். திலகாவின் விதி நினைத்து கலங்கினாள். ஊருக்குள் ஆங்காங்கே மனிதர்களின் நடமாட்டமிருந்தது. முழுதாய் சனங்கள் இன்னும் மீளக்குடியேற்றப்படவில்லை. போராளிகளின் புழக்கத்திலிருந்த வீடுகள் இராணுவ முகாம்களாகியிருந்தன. திலகாவின் வீடு மாமரங்களுக்கு நடுவே இருந்தது. படலையை ஒட்டியிருக்கும் வைரவர் கோவில் கவனிப்பாரற்றுக் கிடந்தது. “இந்தக் கோயில கூட்டித் துப்பரவு செய்து குடுத்திட்டு போவம்” என்றாள் அம்மா.

உள்ளே நுழைந்ததும் பாழடைந்து சிதைந்திருந்த பதுங்கு குழியைக் கண்டேன். தென்னங்குத்திகள் உக்கிக் கிடந்தன. அதனுள்ளிருந்து வெளியேறிய வீமனைக் கண்டு அதிர்ச்சி அடைந்தேன். அம்மா வீமன் என்றழைத்ததும் மூன்று கால்களால் கெந்திக் கெந்தி ஓடிவந்தான். அவனுக்கு முன்னங்கால் ஒன்று இல்லாமலிருந்தது. அவனுடைய குழைவும் வாலாட்டலும் வரலாற்றின் எஞ்சுதல். அம்மாவின் கையயும் முகத்தையும் நக்கித் துள்ளிக் குதித்தான். வீமனின் சத்தம் கேட்டு சாய்மனைக்கதிரையில் அமர்ந்திருந்த திலகா திரும்பினாள். அம்மாவை அடையாளம் கண்டவுடன் எழுந்தோடி வந்து கட்டியணைத்தாள். அவளுடைய உடலில் கலக்கத்தின் நடுக்கம், ஆற்றாமையின் அலைச் சீற்றம். ஒருவருக்கு ஒருவர் ஆறுதல் சொல்ல இயலாத ஆகக் கொடிய இருளில் அம்மாவும் திலகாவும் விம்மி அழுதனர். கொஞ்ச நேரம் எதுவும் கதையாமல் நின்றிருந்தோம். வீமன் தளர்ந்த தனது குரலினால் ஆனந்தம் பொங்க எட்டுத் திக்குகள் நோக்கி குரைத்தான். திலகா என்னை அணைத்து முத்தமிட்டாள். மாமரங்கள் பூத்திருந்தன.

அன்றிரவு திலகாவுக்கு பிடித்த பால்புட்டை சமைத்துப் பரிமாறினாள் அம்மா. வீட்டின் முற்றத்தில் அமர்ந்திருந்து நிறையக் கதைத்தோம். திலகா என்னிடம் "உனக்கு உந்த பங்கர் ஞாபகம் இருக்கோடா" கேட்டாள். "நானும் மாமாவும் நாலு நாளில அடிச்ச பங்கரெல்லே, எப்பிடி மறக்கேலும்." அம்மா அடுப்படியில் அப்பத்திற்கு மா தயாரித்தாள். பிடித்தது அப்பமா? தவேந்திரன் மாமாவா? என்று கேட்டால் திலகாவின் பதில் எப்போதும் அப்பமாகவிருக்கும். நாளைக்கு காலையில் குளத்தடிக்குச் சென்று மீன் வாங்கிவரவேண்டும். அங்குள்ள குளத்து மீனுக்கு நிகர்த்த உருசை எந்தச் சமுத்திர மீனுக்கும் இல்லை. வீமன் என்று குரல் கொடுத்தேன். பதுங்குகுழிக்கு மேலே வந்து நின்று, திக்குகள் பார்த்து என்னிடம் ஓடிவந்தான்.

"வீமன் உந்த பங்கருக்குள்ளேயே தான் இருக்கிறான். கூப்பிட்டால் தான் வெளிய வருகிறான்" திலகா சொன்னாள்.

"இவ்வளவு சண்டைக்குள்ளையும் உயிர் தப்பி நிண்டிட்டான். இவனைப் பார்த்ததும் என்னால நம்ப முடியேல்ல" என்றேன்.

"வீமனுக்கு முன்னங்கால் போன மூன்றாவது நாள் இஞ்ச இருந்து வெளிக்கிட்டனான். எங்கட மெடிக்ஸ் ஆக்களைக் கூப்பிட்டு மருந்து கட்டி உந்த பங்கருக்குள்ளேயே விட்டிட்டு போனான். இத்தனை வருஷம் கழிச்சு திரும்ப வந்தால் வாலாட்டிக் கொண்டு வைரவர் கோயில் கருவறைக்குள்ள படுத்திருக்கிறான்."

வீமன் எனக்கருகே விழித்திருந்தான். அவனுடைய மூன்று கால்களையும் தடவிக் கொடுத்தபடியிருந்தேன். கண்கள் துஞ்சி சுகம் கண்டான். திடுமென விழித்தோடி பதுங்குகுழிக்குள் புகுந்தான். அம்மா சாயத்தண்ணி போட்டுக் கொண்டு வந்தமர்ந்து, "நாளைக்கு காலம்பிறயே வைரவர் கோயிலைத் துப்பரவு செய்யவேணும், வெள்ளன எழும்பு" என்றாள். "இப்ப எதுக்கு அதெல்லாம் செய்து முறியிறியள். சும்மா இருங்கோ. நீ ஆறுதலாய் எழும்படா" என்றாள் திலகா.

“நீ சும்மா இரு. வளவோட வாசலில இருக்கிற தெய்வத்தை பூசிக்காம விட்டு இன்னும் தரித்திரத்த அனுபவிக்க ஏலாது” அம்மா இறுக்கமாகச் சொன்னாள்.

திலகா பதிலேதும் கதையாமல் சாயத்தண்ணியைக் குடித்து முடித்தாள். பொய்யாய்ப் பழங்கதையாய்க் கனவாய் மெல்லப் போனவைகள் பற்றி எதுவும் கதைப்பதில்லை என அம்மா உறுதி பூண்டிருந்தாள். மூவரும் ஒன்றாக உறங்கச் சென்றோம். லாம்பைத் தணித்து தலைமாட்டில் வைத்துக் கொண்ட அம்மா “வெள்ளனவா எழும்பு, உன்னை எழுப்புறத ஒரு வேலையாக்கிப் போடாத” என்றாள்.

அருந்திய மருந்துகளின் வெக்கையில் உறங்கியிருந்த திலகாவை அம்மா போர்த்திவிட்டாள். என்னை உறக்கம் சேரவில்லை. இந்த வீட்டில் அளவற்ற ஒளியும் மகிழ்வும் நிறைந்திருந்த தருணங்கள் கண்ணுக்குள் நிறைந்தன. ஞாபகத்தின் ஒவ்வொரு துளியும் இரவின் தாழ்வாரத்தில் கோர லயத்துடன் விழத் தொடங்கின. அடுப்படிக்குத் தண்ணீர் குடிக்கப் போனேன். குடத்தைச் சரித்து செம்பில் நிறைத்தேன். ஆசுவாசத்திற்கு எதுவுமில்லை.

மீண்டும் படுக்கைக்குப் போனேன். தணித்து வைக்கப் பட்டிருந்த லாம்பின் வெளிச்சம் விழிப்புக்கு துணையாக விருந்தது. “அழுதால் பயனென்ன நொந்தால் பயனென்ன ஆவதில்லை; தொழுதால் பயனென்ன நின்னை ஒருவர் சுடவுரைத்த பழுதால் பயனென்ன; நன்மையும் தீமையும் பங்கயத்தோன் எழுதாப்படி வருமோ; சலியாதிரு ஏழை நெஞ்சே” என்றுரைத்த பட்டினத்தாரை நெய்யென என்னுள் ஊற்றினேன். உறக்கம் அழிந்தது. அகலென மனம் சுடர்ந்தது.

லாம்பைக் கையிலேந்தியபடி வீட்டின் வெளியே வந்தேன். காற்றணைத்தது. ஆனாலும் மாமரங்கள் அசையாதிருந்தன. இருளினுள்ளே உடல் நுழைத்து அசையாது நின்றேன். பதுங்குகுழியிலிருந்து வெளிச்சம் பிறந்திற்று. அது நொடிக்கு முன் அணைந்த லாம்பின் வெளிச்சத்தை ஒத்திருந்தது.

மெல்லமாக வீமன் என்று குரல் கொடுத்தேன். அவன் வருவதாயில்லை. ஆனால் பதுங்குகுழிக்குள் அவனுடைய நடமாட்டத்தின் ஒலி துல்லியமாகக் கேட்டது. முன்னோக்கி பாதங்களை வைத்து பதுங்குகுழியை நெருங்கினேன். வீமன் வருவதற்கும் போவதற்குமான பாதையே இருந்தது. என்னால் உள்ளே செல்ல முடியவில்லை. உள்ளே கட்டளைகள் வழங்கும் சத்தம் கேட்டது.

“எக்கோ-த்ரீ, எக்கோ-த்ரீ ஓவர் ஓவர்... நான் என்ர பக்கத்தால ஒரு அணியை அனுப்புறன். உங்கட எட்டில வைச்சு ஒரு தள்ளுத்தள்ளுங்கோ. விளங்குதா!”

“ஓமோம்... இனியவன் நீ ரெண்டு நாகத்த எடுத்துக் கொண்டு போ. அது காணும்... டெல்டா-பைவ் நான் சொல்றது விளங்குதா”

சமர்க்களத்தின் உரையாடல்கள் தொடர்ந்தன. வீமன் யாரையோ நக்கிக்கொடுத்து குழையும் சிணுங்கல். ஒளியூறித் தளும்பும் பதுங்குகுழியின் மீது ஏறிநின்று “வீமன் வெளிய வா” என்று நானும் கட்டளையிட்டேன். சில நொடிகளில் வெளியே வந்து “தம்பியா, சுகமோடா” என்று கேட்டார் தவேந்திரன் மாமா.

அதிகாலையில் விழித்தெழும்பிய அம்மா தலைமாட்டில் கிடந்த லாம்பையும் என்னையும் காணாது தவித்தாளாம். அம்மாவின் திகைப்பும் அல்லலும் திலகாவை எழுப்பி யிருக்கிறது. ஒரு டோர்ச் லையிற்றை கையில் பிடித்தபடி திலகா “வீமன்” என்று குரல் கொடுத்திருக்கிறாள். பதுங்கு குழியிலிருந்து பாய்ந்து சென்றிருக்கிறது. மூவருமாய் சேர்ந்து என்னைத் தேடிப் பார்த்திருக்கிறார்கள். திலகாவுக்கு கணத்தில் உறைத்து “வைரவர் கோவிலுக்கு போய் துப்பரவு செய்யிறானோ” என்றிருக்கிறாள். அங்கு சென்றிருக்கின்றனர். லாம்புமில்லை நானுமில்லை. முற்றத்திலிருந்த என்னுடைய காலடித்தடத்தைப் பார்த்து பதுங்குகுழியை வந்தடைந்து இருக்கிறாள் அம்மா.

"அவன் இதுவரைக்கு வந்திருக்கிறான் திலகா. கால்தடம் இருக்கு"

"இஞ்ச எதுக்கு வந்தவன். அதுவும் இந்த இருட்டுக்குள்ள"

திலகா பங்கருக்கு மேலே ஏறி, மூடியிருந்த மண்ணையும் செடிகளையும் அகற்றி இடுக்கு வழியாகப் பார்த்தபோது உள்ளே நான் மயங்கிக் கிடந்திருக்கிறேன்.

திலகா பதறாமல் "அவனுள்ள படுத்திருக்கிறான்" என்று அம்மாவிடம் சொல்லியுள்ளாள். "பாம்பு பூச்சி இருந்தாலும்" என்று சொல்லி உள்ளே நுழைய முனைந்த அம்மாவுக்கு எந்தப்பக்கம் வாசலென்று தெரியவில்லை.

"இருங்கோ வீமன் போகத்தான் ஒரு சின்ன வாசல் இருக்கு. நாங்கள் சைட்டால ஒரு பாதை வெட்டலாமென்று திலகா மண்ணை வெட்டி வீசியிருக்கிறாள்" அவளுக்கு நடப்ப தெல்லாம் குழப்பத்தையே தந்தது. ஆனால் அம்மாவிடம் எதையும் காட்டிக் கொள்ளவில்லை.

வாசலை உண்டு பண்ணி உள்ளே நுழைந்த திலகாவுக்கு பதுங்கு குழியினுள்ளே அடர்ந்திருந்த வாசனை வெறிகொள்ளச் செய்தது. அவள் மூலை முடுக்கெல்லாம் தவா... தவா... என்று கதறியபடி மோதுண்டாள். ஆலாலமுண்டவனை பூமி குடைந்து தேடியரற்றும் அணங்கானாள். வெளியே நின்ற அம்மா உள்ளே ஓடிவந்தாள். திலகாவை அம்மா கட்டுப்படுத்தமுடியாமல் திணறினாளாம். என்னைத் தட்டியெழுப்பியும் சுயநினைவற்று மயங்கிக் கிடந்திருக்கிறேன். நடந்தவற்றையெல்லாம் பின்பு அம்மா சொன்னாள்.

அடுத்தநாள் பதுங்குகுழியைத் துப்பரவு செய்தோம். வைரவர் கோவிலில் இருந்த விக்கிரத்தையும், சூலத்தையும் தூக்கி வந்து பதுங்குகுழிக்குள் பிரதிஷ்டை செய்தோம். அந்த ஊரிலிருந்த சிலருக்கு அன்னதானம் கொடுத்தோம். மூன்று கால்களோடு வீமன் பதுங்குகுழிக்குள் உறங்கிக் கிடந்தான். "பங்கர் வைரவர்" என்றனர்.

அம்மாவும் நானும் அங்கிருந்து புறப்பட்ட போது பதுங்கு குழிக்குள் படுத்திருந்த வீமனிடம் "நாங்கள் போய்ட்டு வாறம் தவேந்திரன் மாமா" என்றேன்.

மூன்று கால்களும் திரிசூல இலைகளாய் எழுந்து ஒளிர விடைகொடுத்தான் எங்கள் வீமன்.

04

வீரையாவின் இடத்தைக் கண்டுபிடிக்கவே வாரங்களாயின. அவருக்கு முன்னால் இரத்த அழுத்தம் அதிகரித்து பதற்றத்துடன் அழுதபடி நின்றாள் அத்தை. எதையும் பொருட் படுத்தாமல் அத்தையளித்த சரைகளைப் பிரித்து பொருட்களைச் சரிபார்த்தார். சடங்குக்கு தேவையான பொருட்களின் பட்டியலை அத்தைக்கு தெரிவித்தது யாரென்று வீரையாவுக்குத் தெரியவில்லை. ஆனால் எல்லாப் பொருட்களும் உபரியாக வந்திருந்தன. ரெண்டு சரை சாம்பிராணித் தூளுக்குப் பதிலாக ஐந்து வந்திருந்த போதுதான் இது செவிடன் ரத்தினத்தோட ஆளென்று அடையாளம் கண்டார். வீரையாவுக்கு வன்னி முழுதும் பக்தர்கள் பெருகியிருந்தமையால் ஏற்படும் குழப்பம் தானன்றி வேறில்லை. "அழாதே" என்று சைகை செய்து, அமர்ந்து கொள்ளெனக் கட்டளையிட்டார். நிலத்தைக் கால்களால் விலக்கித் துப்பரவு செய்து கைகூப்பி அமர்ந்தாள் அத்தை.

வீரையாவின் கண்களில் சிவப்பு தரித்திருந்தது. தனது இருப்பிலிருந்து மாடப்புறா ஒன்றை

எடுத்தார். கால்களில் இடப்பட்டிருந்த கட்டினை அவிழ்த்தார். அதனது கண்களில் காய்கள் வளர்ந்திருந்தன. புறாவை அத்தையின் கையில் கொடுத்து குங்குமத்தை தடவினார். சாம்பலில் குருதி இறங்குவதைப் போல புறாவின் இறகுகளுக்குள் குங்குமம் புகுந்தது. அத்தை அருவருத்தபடி புறாவை இறுக்கிப் பிடித்திருந்தாள். வெறிகொண்ட கொடுங்கரமேந்தி சிறிய வெள்ளிக்கத்தியால் புறாவின் கழுத்தை அறுத்தார் வீரையா. அத்தையின் மூக்கின் கீழ்ப் பகுதியில் புறாவின் குருதிச் சாரல். சிந்தும் குருதியை குப்பியொன்றில் பிடித்து, ஏதேதோ மந்திரங்கள் சொல்லி அடைத்துக் கொண்டார். அத்தை கண்களை மூடிக்கொண்டு "என்ர தெய்வமே" என்று உடல் நடுங்கினாள். வீரையா ஒருபிடி திருநீற்றையள்ளி குப்பியிலிட்டார். புறாக்குருதியும் நீறும் குப்பியில் கலந்தன. காட்டின் திக்குகள் அறிந்து திருநீற்றை ஊதி "தெய்வம் உன்னோட இருக்கும், தெய்வம் உன்னோட இருக்கும்" என்று சொன்னார். கூப்பிய தனது கரங்களை இன்னும் இறுக்கியபடி "நீயொரு சக்தியுள்ள தெய்வமெண்டால் என்ர மகள காப்பாத்திப் போடு" என்ற அத்தைக்கு மேலே குருவியுண்டு கனிந்த காட்டுப்பழமொன்று உதிர்ந்தது.

அந்தக் குப்பியை ஒரு சிறிய துணிப் பொட்டலமாக கட்டிக் கொடுத்து "அவளின்ர கழுத்தில இது எப்பவும் இருக்கவேணும். அவளுக்கு இதைவிடவும் ஒரு காவலில்லை. துணையில்லை. விளங்குதோ" என்றார். அத்தை பயபக்தியோடு அதை வாங்கி, அவரது காலைத் தொட்டு வணங்கி எழும் போதுதான் காட்டுக்குள் சிலர் கதைக்கும் சத்தம் கேட்டது. வீரையா விழிப்புற்று தடயங்களை அழித்தார். பொருட்களை அள்ளிக் கொண்டார். புறாக்கூடையை எடுத்துக் கொண்டார். அத்தையை தன்னோடு அழைத்துச் சிறிது தூரம் ஓடிச் சென்றார். மறைவிடத்தில் பதுங்கினார்கள். அத்தைக்கு மூச்சுத் திணறியது. அகப்பட்டால் மரணமன்றி வேறேது என்றுரைத்தபடி சத்தம் கரையும் திசை வரை காதை வளர்த்தார் வீரையா. அது புதிய போராளிகளின் அணி. பயிற்சி முடித்து காடு வழியாக நடத்திச் செல்லப்படுகிறார்கள் என்பதை வீரையா விளங்கிக் கொண்டார்.

“சரி நீங்கள் தாறத தந்திட்டு கெதியா வெளிக்கிடுங்கோ”

அத்தை தன்னுடைய பணப்பையிலிருந்து ஆயிரம் ரூபாயை எடுத்து நீட்டினாள். வீரையாவுக்கு அதில் திருப்தியில்லை.

“எனக்கு நீங்கள் பிச்சை போடவேண்டாம். என்ர வேலைக்கு தகுந்த காசு குடுங்கோ” என்றார் வீரையா.

“இந்த மாசம்தான் நான் சீட்டு எடுக்கப்போறன். காசு வந்ததும் உங்களிட்ட செவிடன் ரத்தினம் மூலமாய் சேர்ப்பிக்கிறன். அதுவரைக்கும் பொறுத்துக் கொள்ளுங்கோ” அத்தை சொன்னாள்.

வீரையா சரியென்று சொல்லி தலையசைத்து “ஊருக்குள்ள போகேக்க கவனமாய்ப் போ, எந்தக் கஷ்டம் வந்தாலும் என்ர பேரைச் சொல்லிப்போடாத, தெய்வத்தைக் காட்டிக் குடுத்த பாவம் உன்ர குலத்தையே அழிக்கும்” என்றார்.

“வீரையாவைச் சந்திக்க காட்டில் ஒரு பாதையிருக்கு. அது இயக்கத்திற்கும் தெரியாது, ஆர்மிக்கும் தெரியாது. அமெரிக்காவுக்கும் தெரியாது, அன்ரன் பாலசிங்கத்துக்கும் தெரியாது” என்று கள்வெறியில் புலம்பிய வியட்நாம் பெரியப்பாவை இயக்கத்தின் புலனாய்வுப் பிரிவினர் பிடித்துச் சென்றனர்.

இந்தச் செய்தியோடு ஊருக்குள் நுழைந்ததும் அத்தைக்கு திகில் பெருகிவிட்டது. குளித்து முடித்து சமையல் செய்தாள். உள்ளேயொரு ஆடை அணிந்து அதற்குள் உணவைப் பத்திரமாக பதுக்கிக் கொண்டாள். மீண்டும் மேலேயொரு ஆடை. மலங்கழிக்க செல்லும் பாவனையோடு போத்தில் தண்ணீரோடு காட்டிற்குள் புகுந்தாள்.

காடெங்கும் அசையும் மரத்தின் இலைகள், தன்னைக் கண்காணிக்கும் காலத்தின் கண்களென அத்தை பதறினாள். பதினைந்து நாட்களாக காட்டுக்குள்ளேயே அமர்ந்திருக்கும் பூதவதியின் நிலையெண்ணி அத்தையால் எதுவும் செய்ய இயலாமாலிருந்தது. பூதவதி காத்திருக்கும் கருங்காலி

மரத்தடியில் வேறு ஒருவர் நின்று கொண்டிருந்தார். அவருடைய கையில் சிறிய கோடாரியும், தலையில் பெரிய கடகமொன்றுமிருந்தது. அத்தை புதரொன்றுக்குள் படுத்துக் கொண்டாள். கருங்காலி மரத்தின் கீழே நின்றவர் பூமியின் கீழே புதையுண்டு போவதைப் பார்த்து கூக்குரலிட்டாள். சத்தம் எழவில்லை. சில நிமிடங்கள் கழித்து அவள் சுயத்திற்கு திரும்பிய போது பூதவதியின் மடியில் கிடந்தாள்.

"என்னம்மா, சின்னப்பிள்ளையள் மாதிரி காட்டுக்குள்ள எதையோ பார்த்திட்டு கத்தி மயங்கிப் போறியள்"

"எடியே, அது எதோ இல்ல. எங்கட கருங்காலி முனி"

"நீ முனியைப் பார்த்துக் கத்தி, புலி என்னப் பிடிச்சுக் கொண்டு போகப்போகுது" என்றாள் பூதவதி.

"அது இனிமேல் நடக்காது. நான் வீரையாவ போய் பார்த்து காவலுக்கு எல்லாமும் செய்து எடுத்துக் கொண்டு வந்திட்டன்" சொல்லியபடி அந்தப் பொட்டலத்தைக் கொடுத்தாள். பொட்டலம், குருதிக் கறையோடு திருநீற்று வாசமெழும் வெள்ளை நிறச் சுண்டுவிரல் போலவிருந்தது.

"இதை உன்ர கழுத்தில கட்ட வேணும். புலியில்லை. எலி கூட உன்னை நெருங்காது. வீரையா சும்மா ஆளில்லை. விளங்குதா" என்றாள் அத்தை.

பூதவதி சாப்பிட்டு முடித்தாள். கழுத்தில் பொட்டலத்தை கட்டிவிட்டு அத்தை காட்டை விட்டுப் புறப்பட்டாள். பூதவதி காட்டின் நடுவே சீற்றம் கொண்டு உலரும் பேய் மகளாய் தேசம் பார்த்து வெறித்திருந்தாள்.

வீட்டுக்கு ஒருவர் கட்டாயமாக இயக்கத்தில் சேர்ப்பிக்கப் பட்டார்கள். பிள்ளைகளைக் காப்பாற்ற வழியற்று சனங்கள் காடுகளுக்குள் பாய்ந்தனர். இரவும் பகலும் துரத்தப்பட்டனர். படையில் பலாத்கார ஆட்சேர்ப்புக்கு எதிராகக் கொதித்தனர். தெய்வங்கள் உறைந்த வெளியில் பிள்ளைகள் பலி கேட்கப்பட்டனர். வீடுகளுக்கு நடுவே சின்னச் சுரங்கங்கள் வளர்ந்தன. மூச்சுப்பிடித்து மண்ணுக்குள்

கிடந்தனர். புறாக்கூடுகளுக்குள், சுடுகாடுகளுக்குள், வைக்கோல் போருக்குள், பாழ் கிணற்றுக்குள், குளத்துக்குள் என காலத்தின் வேட்டைப்பற்களுக்குள் சிக்க விரும்பாத மாம்சங்களாய் தப்பிக்க எண்ணினர்.

“பூமியிலுள்ள எல்லாவற்றுக்கும் எங்கட சனங்களின் ரத்தம் தேவைப்படுகிறது” விசாரணை முடிந்து விடுவிக்கப்பட்டிருந்த வியட்நாம் பெரியப்பா சொல்லிக்கொண்டிருந்தார். வீரையா காட்டின் எந்தப் பகுதியில் இருக்கிறாரென அறியவே விசாரணை நடந்திருக்கிறது.“அது இயக்கத்திற்கும் தெரியாது. ஆர்மிக்கும் தெரியாது. அமெரிக்காவுக்கும் தெரியாது, அன்ரன் பாலசிங்கத்துக்கும் தெரியாது” என்று நான் சொல்லும்போதே எனக்கும் தெரியாது என்று சொல்லியிருக்கவேணும். அது என்ர பிழைதான். அதுக்காக என்னை நீங்கள் துரோகி எண்டு நினைக்க வேண்டாம். கிட்டண்ணா யாழ்ப்பாணத்தில இருக்கும் போது, அவருக்கு நிறைய மாம்பழங்கள் குடுத்திருக்கிறன்” என்றிருக்கிறார்.

கடுமையான மழை பெய்து கொண்டிருந்த அதிகாலையில் காட்டிற்குள் போராளிகளின் நடமாட்டத்தைப் பார்த்த வீரையா வேறொரு திக்கில் ஓட்டம் பிடித்தார். ஆனால் பச்சை நிறப்பட்டுத் துணியையும், கால்கள் கட்டப்பட்டிருந்த மாடப்புறாவையும் அவசரத்தில் விட்டுச் சென்றிருந்தார். அணியின் தலைமை அதிகாரி அந்த இடத்தை ஆய்வு செய்ய கட்டளையிட்டார். ஆழ ஊடுருவி அப்பாவிச் சனங்களைக் கொன்று குவிக்கும் வன்கவர் வெறிப்படையைத் தேடிய அணியினரின் கண்களில் வீரையாவின் தளம் சிக்கியது. மறைத்து வைக்கப்பட்ட திருநீற்று மூட்டையும், பெருந்தொகைப் பணமும், நகைகளும், அறுக்கப்பட்ட புறாத்தலைகளும் கைப்பற்றப்பட்டது. பல்வேறு புலனாய்வு விசாரணைகளுக்குப் பிறகு வீரையாவின் இடமென உறுதியாயிற்று. காடெங்கும் விரவி தேடத் தொடங்கினர் போராளிகள்.

பூதவதியைப் போல பலருக்கு வீரையா பொட்டலம் கட்டிக் காவல் செய்திருக்கிறார். சிலரைத் தான் இயக்கத்தாலும்

நெருங்க முடிந்தது. ஆனால் வீரையாவை அவர்கள் அன்று மதியமே நெருங்கிப் பிடித்தனர். வீரையா தன்னிடமிருந்த புறாக்களை அவர்களை நோக்கி வீசி தற்காத்திருக்கிறார். காட்டிற்குள் மண்டியிட்டு கைகளை உயர்த்தி "தனது எஜமானர்களின் குருத்தையுண்டு வாழும் பிராணிகள் அழிந்துபோம்" என்று மட்டும் வீரையா அறம்பாடியிருக்கிறார். அவர் கைது செய்யப்பட்ட செய்தி, வன்னி நிலம் முழுக்க பாய்ந்தோடியது. அவரிடம் காவல் வாங்கியவர்கள் எச்சிலை விழுங்க முடியாமல் தொண்டையைப் பிடித்துக் கொண்டு மிரண்டனர். செவிடன் ரத்தினம் உட்பட வீரையாவிற்கும் சனங்களுக்கும் இடைத்தரகராக இருந்தவர்கள் பலரையும் இயக்கம் சடுதியாக கைது செய்தது. அவர்களுக்கு வழங்கப்பட்ட தொகை கணக்கிடப்பட்டது. ஆனால் அவரிடம் சென்று வந்த சனங்களை விசாரணைக்கு அழைக்க வில்லை. அந்தக் குழப்பமே பலருக்கு உறக்கத்தை தரவில்லை. வீரையாவை இயக்கம் சுட்டுக் கொல்லுமென அத்தை நம்பினாள்.

பூதவதி காட்டை விட்டு வெளியேறும் எண்ணத்தில் இருந்தாள். அத்தை வேண்டாமென தலைப்பாடாய் அடித்துக் கொண்டாள்.

"எத்தன நாளைக்குத் தான் இப்பிடி காட்டுக்குள்ள இருந்து ஆந்தை மாதிரி முழிக்க ஏலும். நான் போறன். அங்க போய்ச் சாகிறன்"

"எடியே, நான் கும்பிடுகிற தெய்வம் உன்னைக் காப்பாத்தும். நீ கொஞ்சம் குழம்பாம இரு"

"இல்ல, இஞ்ச காப்பாத்திற உன்ர தெய்வம், எல்லா இடத்திலையும் காப்பாத்தும் தானே, என்னால இனியொரு நிமிஷமும் இஞ்ச இருக்கேலாது"

பூதவதியை கன்னத்தில் ஓங்கி அறைந்தாள் அத்தை. கழுத்தில் கிடந்த பொட்டலத்தை அறுத்து எறிந்தாள் பூதவதி. கழுத்துப் புடைத்து கண்கள் சிறுத்து புறாவாக எழுந்து பறக்க முனைந்தாள். அடுத்த கணத்தில் அவளது தலை அறுபட்டு

நிலத்தில் துடிக்க, காடு ஒரு குப்பியாக அவளது குருதியை நிரப்பிக்கொண்டது.

அய்யோ என்ர பிள்ளை என்று அத்தை எழுப்பிய சத்தம் கேட்டு நள்ளிராப் போழ்தின் நாய்கள் மிரண்டன. தலைமாட்டில் கிடந்த லாம்பைத் தீண்டி ஊரெழும்பியது. அத்தை வெளிச்சம் எதுவுமின்றி காட்டுக்குள் நுழைந்தாள். பூதவதியின் இருப்பிடம் நோக்கி அலறித் துடித்தது தாய்மை. ஒவ்வொரு திரளிலும் காடு இருளால் அசைந்தது. அத்தை நெடுமூச்சு விட்டு பூதவதி... பூதவதி... என்று அழைத்துக் கொண்டே கருங்காலி மரத்தைக் கடக்கும் போது, அதில் நின்ற உருவம் அவளை மறித்தது. அத்தைக்கு திடுக்கிடல் எதுவுமில்லை.

"என்ர முனியப்பா, வழிவிடு. துர்க்கனவு. பிள்ளையைப் பார்க்கவேணும்"

முனி எதுவும் கதைக்கவில்லை. அவளைப் போ என்பதைப் போல கையசைத்தது. அத்தை பூதவதியின் இருப்பிடத்திற்குப் போன போது அங்கு அவளில்லை. இருளின் தோல் கிழித்து தன் பிள்ளையைத் தேடினாள் அத்தை. இல்லை, இல்லை. பூதவதி இல்லை. கையில் அகப்பட்ட கற்றையான தலைமுடியைப் பற்றிக் கொண்டு கதறியழுதாள். அவளுடைய காலணிகள் அறுபட்டிருந்தன. பொட்டலத்தின் முடிச்சு அவிழாமல் கழன்று விழுந்திருந்தது. காடுறைத் தெய்வங்கள் கண் மலர்த்தி கசிந்த கண்ணீர் இரவை எரியூட்டின. கருங்காலி மரத்தின் கீழே நின்றிருந்த முனிக்கு தகவல் வந்தது. அது தனது ஆயுதத்தை எடுத்துக் கொண்டு வாகனம் நிற்கும் திசையை நோக்கிப் போனது. அந்தக் காட்டிற்குள் மறைந்திருந்த எட்டுக்கு மேற்பட்டவர்களை அழைத்துக் கொண்டு முனியின் வாகனம் புறப்பட்டது அத்தைக்கு தெரியவில்லை.

ஐந்து நாட்கள் கழித்து பூதவதி இயக்கத்தின் பயிற்சி முகாமிலிருந்தாள். அவளுக்கு ஆயுதத்தை தொடப் பிடிக்கவில்லை. தன்னால் முடியாதென மறுத்தாள். சில நாட்களுக்குப் பின் பயிற்சிக்கு ஒத்துக் கொண்டாள். மூன்று மாதங்களில் பயிற்சி

முடிந்திருந்தது. வீரையாவின் பொட்டலம் கட்டப்பட்டிருந்த கழுத்தில் இப்போது நஞ்சு மாலை அணிந்தாள்.

பயிற்சி நிறைவு பெற்று தர்மபுரத்தில் நிகழ்ந்த போராளிகள் சந்திப்பில் பூதவதியைச் சென்று அத்தை பார்த்தாள். அவளுக்குப் பிடித்த பயித்தம் பணியாரமும், முறுக்கும் கொண்டு போயிருந்தாள்.

“நீ ஓடி வந்திடு. உன்ன நான் எப்பிடியாவது காப்பாத்தி வைச்சிருப்பன்”

“அம்மா, எங்களை மன்னார் சண்டைக்கு அனுப்பப் போயினம். அங்க இருந்து வட்டக்கச்சிக்கு ஓடி வர ஏலுமே”

“உனக்கு உந்த நக்கல் புண்டரியம் மட்டும் உதிர்ந்து தீராது என்ன”

“அம்மா, உன்னோட இருந்தால் சாகாமல் இருக்க முடியுமோ சொல்லு. இஞ்ச எப்பிடியாய் இருந்தாலும் மண்ணுக்குள்ள தான். இந்தச் சாவில ஒரு ஆறுதல்”

“என்னடி பிரச்சாரம் பண்ணுறியே”

“பின்ன, கருங்காலி முனி மட்டும் என்ன, பயந்து செத்துப்போன தெய்வமே, துணிஞ்சு நிண்டவர் தானே, அதுமாதிரி நானும் நிண்டு சாகிறன். விடன்”

“கருங்காலி முனியும் நீயும் ஒண்டோடி, என்னடி கதைக்கிறாய். துவக்கை கையில தூக்கினால் உங்களுக்கு தெய்வமும் தெரியுதுல்ல. கருங்காலி முனி, அண்டைக்கிரவு நான் ஓடி வரேக்க வழி மறிச்சு நிண்டது. பிறகு கை காட்டி போ எண்டு உத்தரவு சொன்னதெல்லாம் உனக்குத் தெரியாது”

“அண்டைக்கு அங்க நிண்டது முனியில்லை. புலி. மேஜர் பகீரதன். பத்து நாளுக்கு முன்னாலதான் கிபிர் அடியில வீரச்சாவு அடைஞ்சிட்டார். “நீ முனியெண்டு நினைச்சு அவரிட்ட கதைச்சதை என்னட்ட சொல்லிச் சிரிச்சவர்” என்றாள்.

“இவங்கள் முனியாவும் உருமறைப்பு செய்யத் தொடங்கிட்டாங்களே”

“இப்ப அவரும் முனி தான். நீ போய்ப்பார். கருங்காலி மரத் தடியில நிற்பார்” பூதவதி சிரித்துக் கொண்டு விடைபெற்றாள். “என்ர தெய்வமே” என்று அத்தை தன்னுடைய பிராணத்தை இழுத்து வெளியேற்றினாள். வீட்டிற்கு வந்து அழுதழுது நொந்தாள். சனங்களை ஏமாற்றி காசு, நகை போன்றவற்றை வாங்கியமைக்காக வீரையாவுக்கு மரணதண்டனை வழங்கப்பட்டதாக செய்திகள் உலவின.

மன்னார் களமுனையில் பூதவதி சமராடினாள். பகைவர் அஞ்சும் போர்க்குணத்தோடு எல்லையில் நின்றாள். விடுமுறை அளித்தும் வீடு செல்ல மாட்டேனென அடம் பிடித்தாள். மன்னாரில் இருந்து முள்ளிவாய்க்கால் வரையிலான களமெங்கும் அனலாடினாள். அத்தை வீட்டுக்கு வருமாறு கடிதத்துக்கு மேல் கடிதம் கொடுத்தனுப்பினாள். பூதவதி வருவதாயில்லை. முள்ளிவாய்க்காலில் அத்தையை கூடாரத்தில் வந்து பார்த்தாள். அத்தை இப்படியே இங்கேயே தங்கிவிடு என்று கைகூப்பினாள். பூதவதி கூடாரத்தை விட்டு தனது அணியினரோடு புறப்பட்டாள். சில நாட்களில் சனங்கள் நிலத்தைக் கைகூப்பி தொழுதனர். நிலம் அவர்களை மட்டுமல்ல தன்னையும் பறிகொடுத்தது.

இறுதிப்போரில் காணாமல்போனவர்கள் பட்டியலில் பூதவதியுமொருத்தியானாள். அத்தை சோதிடர்கள் சொல்வதைக் கேட்டு பூதவதி வருவாள் என்று நம்பிக் காத்திருந்தாள். ஊருக்குள் எல்லோரும் மீளக்குடியமர்த்தப்பட்டனர். நீண்ட வருடங்களின் பின்னர் பன்றி வேட்டைக்குச் சென்று திரும்பியவர்கள் கருங்காலி மரத்தின் கீழே பெண்ணொருத்தி நின்று மறைவதைக் கண்டிருக்கிறார்கள். அவளுடைய கழுத்தில் சுண்டு விரலளவில் பொட்டலம் தொங்கிக் கொண்டிருந்ததாகவும், தோளில் புறாவொன்று கால்கள் கட்டப்பட்டு பறக்க முடியாமல் சிறகடித்ததாகவும் சொன்னார்கள்.

அத்தை மறுகணமே கருங்காலி மரம் நோக்கி ஓடிச் சென்று பூதவதி... பூதவதி... என்று நிலம் தோய அழுதாள். மரம் அசைய மேலிருந்து நறுமணம் கமழ பொட்டலங்கள் உதிர்ந்தன. அத்தை ஒன்றைப் பிரித்துப் பார்த்தாள். ரத்தம் கண்டி நாள்பட்டிருந்த பூதவதியின் கால் பெருவிரல். "என்ர தெய்வமே"யென அதைக் கண்களில் ஒத்திக்கொண்ட அத்தையை நடுநடுங்கிப் பார்த்துக் கொண்டிருந்தது காடு.

அத்தையின் முன்னே தோன்றி நின்றனர் பல்லாயிரம் முனிகள்.

05

புலித்தேவன் பிறந்து பத்து நாட்களில் அவனது தாயும் தந்தையரும் முள்ளிவாய்க்காலில் கொல்லப் பட்டார்கள். துரதிஸ்டவசமாய் உயிர் தப்பினான். நச்சுப்புகை மூடிய பாழ்வெளியில் பச்சிளம் குழந்தையாக அலறினான். இறந்துபட்ட தாயின் வலதுமுலையில் பாலுண்டு தவித்தான். குருதியும் பாலும் கலந்து ஊட்டிய தாய்நிலத்தில் தனியனாய் துடித்தான். தீச்சூளையில் பொசுங்கிடும் பட்டுப்பூச்சியைப் போல அலைகுமுறும் கடலுக்கு முன்பாக தாய்ப்பிணத்தின் மீது நெளிந்த புலித்தேவனை தூக்கி ஏந்தினாள் அம்மா. அக்கணம் எறிகணைகள் வீழவில்லை. போர்விமானங்கள் வானத்தில் இல்லை. கடற்பறவைகள் கரை வந்து திரும்பின. கூடாரங் களுக்குள் கிடந்த போர்க்காயங்களில் எரிவு அடங்கியிருந்தது. அம்மா புலித்தேவனை அரவணைத்து மிகவேகமாக பதுங்குகுழிக்குள் நுழைந்தாள். புலித்தேவனின் முகத்தை ஈரச் சீலையால் துடைத்து, சரையில் வைத்திருந்த புளியன் பொக்கணை நாகதம்பிரான் கோவில் திருநீற்றைத் தரித்தாள்.

பாலுக்குப் பாலகன் வேண்டியழுதிட பாற்கடல் ஈந்தபிரான் புலித்தேவனுக்கு இரங்கவில்லை. பால்வற்றிய தன்முலையை ஈய்ந்து போக்கு காட்டினாள் அம்மா. குடிதண்ணீரும் கிட்டாத கடல் வெளியில் சனங்களின் கண்ணீர் உப்பளமாயிற்று. ஓயாது அழுது சோர்ந்தான் பாலகன். மகப்பேறு கொண்ட பெண்ணொருத்தியை கூடாரங்களுக்குள் தேடி, புலித் தேவனுக்கு பாலூட்டினாள்.

"ஒருவேளை இஞ்ச நான் செத்துப்போனாலும், உங்களில ஆர் மிஞ்சியிருக்கிறியளோ புலித்தேவன கைவிடாமல் வளர்க்க வேணும்" என்றாள் அம்மா.

நாங்களிருந்த இடத்திலிருந்து வேறொரு இடத்திற்கு நள்ளிரா வேளையில் ஓடிச்சென்றோம். கடுமையான தாக்குதல்கள் தொடர்ந்த வண்ணமிருந்தன. புலித்தேவனை அணைத்துப் பிடித்தோடி வந்த அம்மாவின் வலது காலை துப்பாக்கி ரவைகள் தாக்கின. அம்மா முகங்குப்புற மண்ணில் விழுந்தாள். புலித்தேவன் பிடிதளர்ந்து மண்ணின் மீது தொப்பென விழுந்தும் அழாமலிருந்தான். அவனுக்கருகில் அசையாமலிருந்தது வடலி. அடுத்த இரண்டு நாட்களிலேயே எங்கள் பனைகளை நாங்கள் பறிகொடுத்தோம். எங்கள் கம்பீரங்கள் முற்றுகையிடப்பட்டன. எரிந்தெரிந்து சாம்பலான நிலத்தின் மீது எஞ்சிய விறகுகளாய் தோற்கடிக்கப்பட்டோம். அம்மாவின் காயத்திலிருந்து குருதியின் பெருக்கு நிற்கவில்லை. அன்று தாயும் தாய்நிலமும் குருதியின் அனாதைகளாக முழங்காலில் நிறுத்தப்பட்டார்கள். ஆயுதங்கள் அவர்களை நிர்வாணப்படுத்திச் சோதனை செய்தன.

யுத்தம் தீர்ந்த பின்னைய வருடங்களில் வெளிநாட்டிலிருந்த வந்தவர்கள் சிலர் புலித்தேவனை சந்தித்து உதவிகளைச் செய்ய விரும்புவதாகக் கூறினார்கள். அம்மா வேண்டாமென்று மறுத்தாள். புலித்தேவனோ அவர்களைச் சந்திக்கவே விரும்பாதிருந்தான். ஒருமுறை ஐரோப்பாவிலிருந்து தாயகம் திரும்பிய புலம்பெயர் தமிழர் மூன்று கிலோ சீனியும், இரண்டு ஷேர்ட்டும் அளித்து புகைப்படமாக்கினார். புலம்பெயர்ந்த தமிழர் நீட்டிய உதவிக்கரமென இணையத்தளங்களில்

செய்தி வெளியானது. இதனைக் கேள்விப்பட்ட அம்மா கொதித்தாள்.

"கள்ள வேசமொக்கள், வெளிநாட்டில இருந்து வந்து எங்களை வைச்சு ஷோ காட்டுறாங்கள். மூண்டு கிலோ சீனிக்கும், ரெண்டு ஷேர்ட்டுக்கும் வழியில்லாமலா இஞ்ச நாங்கள் இருக்கிறம்" என்று பேருந்தில் ஏறினாள். அந்த நபர் தங்கியிருந்த வீட்டுக்குச் சென்று அவர் கொடுத்த பொருட்களை தூக்கி வீசிவிட்டு "இவ்வளவு பெரிய யுத்தத்துக்குள்ளையும் சாகாமல் தப்பி மீண்ட சனங்களை, இப்பிடி நீங்கள் குடுக்கிற சீனியையும், உடுப்பையும் போட்டோ எடுத்துச் செய்தி போட்டு அவமானப்படுத்தி கொல்லாதேங்கோ" என்றாள். புலித்தேவனின் கண்களை சந்திக்க முடியாமல் தலைதாழ்த்தி நின்றார் அந்த நபர்.

இப்போது அவனுக்கு பதின் மூன்று வயது. பள்ளிக்கூடத்தில் பெயர் பெற்ற மாணாக்கன். மாலையில் குளக்கரைப் பட்டியைப் பார்த்து வருவான். விடுப்பு நாட்களில் நாற்பது ஆடுகளையும் அழைத்துச் சென்று, சடைத்து வளர்ந்திருக்கும் புல் காணிகளுக்குள் மேய்ப்பான். வாய்க்காலில் நீரருந்தவிட்டு மரத்தின் கீழே இளைப்பாறுவான். வன்கவர் படையினரின் முகாம்கள் நிலந்தோறும் முளைத்து வளர்ந்திருந்தன. சஞ்சீவி தோட்டத்தின் வழியாக ஆடுகளைச் சாய்த்துப் பட்டிக்குத் திரும்புவான் புலித்தேவன்.

ஒருநாள் ஆடுகளைப் பட்டியில் கிடத்திவிட்டு வீட்டிற்கு வந்து குளித்துமுடித்து நீறள்ளிப் பூசியவன் "அம்மா, இண்டைக்கு ஒற்றன் தோப்பு பக்கமாய் ஆடு மேய்க்கப்போனான். வாய்க்கால தாண்டி அங்கால போனால் ஒரு குடிசை மண்ணோடு மண்ணாய் இத்துக் கிடக்குது. அதுக்கு மேல சிவப்புக் குமிழி உலையாய் பொங்கி வெடிக்குது" என்றான்.

"அலட்டாம சாப்பிடு. உலை பொங்கிறதுக்கு அங்க என்ன அடுப்பா இருக்கு. அது எதாவது பூச்சி புழுவாய் இருக்கப் போகுது" என்றாள்.

“இல்லை அம்மா. நான் நல்லாய்ப் பாத்தனான். அடுப்பில கொதிக்கிற மாதிரி உலை பொங்கின சிவப்புக் குமிழ்கள்”

அம்மா எதுவும் பதிலுக்கு கதைக்கவில்லை. புலித்தேவன் சாப்பிட்டு முடித்ததும் படிக்க அமர்ந்தான். அவனுக்கு குமிழ் குமிழாக உலையெழுந்தது குழப்பமாகவே இருந்தது. நாளைக்கும் விடுமுறை என்பதால் ஒற்றன் தோப்புக்கே பட்டியை அழைத்துச் செல்வதென தீர்மானித்தான். அவன் சொன்ன சித்திரமே அம்மாவின் மூளையில் தையலாய் ஏறியும் இறங்கியும் பின்னியது.

வன்னி முழுதும் காட்டாறாய் பெருகி மண்ணுக்குள் இறங்கிய ரத்தம் கனன்று பூமிக்கு திரும்புகிறதோ என எண்ணினாள். ஒருகணம் சிவந்து கொப்பளிக்கும் குருதியாக நிலம் அகத்துள் விரிந்தது. “என்ர நாகதம்பிரானே” என்று உடல் சிலிர்த்து விதிர்விதிர்த்து அம்மா திடுக்குற்றாள். புலித்தேவன் பயந்தடித்து “அம்மா, என்னனே, என்ன நடந்தது” என்றுலுக்கினான். ஒவ்வொருவருக்குள்ளும் சொல்லவியலாத துயரங்களும் அச்சங்களும் சுருண்டிருந்தன. உள்ளம் காய்ந்திருந்தது. அம்மா எழுந்து படுக்கைக்குச் சென்றாள். இரவு முழுதும் குருதி உலையெனக் கொதித்துப் பொங்கி காய்ச்சலில் தவித்தாள் அம்மா.

அதிகாலையிலேயே இடியுடன் கூடிய மழை நீடித்துப் பெய்தது. புலித்தேவன் உறக்கம் கலைந்து சீதளக்காற்றால் நடுங்கினான். எரிந்துபட்ட எரிமலையின் மீதமாய் உறங்கிக் கொண்டிருந்த அம்மாவை அப்போதுதான் பார்த்தான். அவளுடைய உடலிலும் குமிழ்கள் தோன்றி மறைந்தன. அதனைக் கற்பனையென எண்ணித் தன்னைத் தானே நொந்தான். கண்களை அங்கிருந்து நகர்த்தி மீண்டும் அம்மாவிடம் கொண்டு வந்தான். உலைக் குமிழ்கள் தோன்றி உடையும் நிலமென அம்மாவின் மேனியிருந்தது. மழையை உமிழும் இடியும் மின்னலும் தொடர்ந்தன. புலித்தேவன் பதறியடித்துக் கொண்டு தட்டியெழுப்பினான். ஆழ்ந்த கனவிலிருந்து அறுபட்டு எழுந்தவளைப் போல பிரமையற்று எழுந்த அம்மா, புலித்தேவனை அடையாளம் காணவே

நொடிகள் ஆனது. நடப்பது எதையும் புலித்தேவனால் நம்பமுடியவில்லை. அவன் கட்டியணைத்தபடி “அம்மா உங்கட உடம்பிலயும் அந்தக் குமிழ்கள் தோன்றி மறைவதைப் பார்த்தேன்” என்றான். “சும்மா விசரன் மாதிரி அலட்டாத. உனக்கு தேத்தண்ணி வைச்சுத்தாறன்” என்று சொன்ன அம்மாவை கட்டியணைத்து விம்மி விம்மி அழுதான். அம்மா அவனுக்கு நீறள்ளிப் பூசினாள்.

மாலையில் ஒற்றன் தோப்புக்குள் ஆடுகளை சாய்த்து விட்டவன், அந்த இடத்துக்குப் போனான். அங்கே மட்டும் மழை பெய்தமைக்கான அறிகுறிகள் எதுவுமில்லை. நிலமுலர்ந்து வெப்பம் தகித்தது. கொஞ்சச் சருகுகளை எடுத்து வந்து போட்டால் தீ மூளுமளவுக்கு அனல் வந்தது. புலித்தேவன் அங்கேயே நின்று கொண்டான். குமிழ்கள் தோன்றத்தொடங்கின. குருதிக் குமிழ்கள். சூறைக்காற்றின் பேரொலி. காதை விண்ணென்று அதிர்விக்கும் கூர்மையான சப்தம். ஊன்றியிருக்கும் கால்களுக்கு கீழேயும் குமிழ்கள் கொப்பளித்தன. புலித்தேவன் சலனமுற்றான். நிகழ்வது மாயமல்ல. எங்கிருந்தோ தனக்கு கிடைக்கும் செய்தியென எண்ணினான். வானத்திலிருந்து பூமிக்கு இறங்கிய கட்டளைகளைப் போலவல்ல இது. பாதாளத்திலிருந்து பூமியை வந்தடையும் சமிக்ஞையென நம்பினான். அவன் மண்ணைத் தொழுது மண்டியிட்டு அமர்ந்தான்.

குருதிக் குமிழ்கள் தோன்றத் தோன்ற நிலம் பிளந்து நாகங்கள் மேலேறின. புலித்தேவனுக்குள் அச்சத்தின் தலை விரிந்தது. ஒவ்வொரு குருதிக் குமிழிலிருந்தும் நாகக் குட்டிகள் ஜனித்தன. புலித்தேவன் “என்ர நாகதம்பிரானே” என்று சிலிர்த்துச் சிலிர்த்து அழுதான். நிலம் பரவசமாய் பூர்வபிள்ளைகளை ஏந்தியது. நாகங்கள் நெளிந்தோடின.

வாய்க்காலைக் கடந்து வீட்டிற்கு ஓடினான். நடந்தவற்றை அம்மாவிடம் சொல்லி அழைத்தான். இருவரும் ஒற்றன் தோப்பையடைந்து வாய்க்காலைக் கடந்து போயினர். அந்தவிடத்தில் நின்று கொண்டவன் “அம்மா, இந்த இடத்தில் லட்சக்கணக்கான நாக குட்டிகள் நெளிந்தன.

என் கண்ணுக்கெட்டிய தூரம் வரை புற்களைப் போல நாகங்கள் விளைந்திருந்தன" என்றான். அவ்விடத்தில் பெருகிய வெப்பத்தை அம்மாவும் உணர்ந்தாள். புலித்தேவன் சொல்வதைக் கேட்டதும் அவளுக்கு பயமாகவிருந்தது.

"நாகதம்பிரான் சித்து விளையாட்டெதோ காட்டுறார்" என்றாள் அம்மா.

"ஆயிரம் தலை கொண்டு பூமியைத் தாங்கும் ஆதிசேஷன் பாதாளத்திலிருந்து ஏதேனும் செய்திகள் அனுப்புகிறாரோ"

"எங்கட நாட்டுப் பிரச்சனையை தீர்க்க எத்தனை பேர் செய்தியனுப்பி முடியாமல் போனதெண்டு உனக்குத் தெரியாது. ஆதிசேஷனுக்கு நல்லாய்த் தெரியும். அதனால அவர் இப்ப மினக்கெட மாட்டார்"

"அம்மா, நாகங்கள் மேல வந்தது ஏதோவொரு நல்ல சகுனம். எங்கட மூதாதையர் பாதாளத்திலயிருந்து பூமிக்கு வருகினம். அதுதான் நடக்குது" என்றான் புலித்தேவன்.

"எடே, இத்தனை பிள்ளையளைச் சாக குடுத்தும் விடிவு வராமல் போயிற்று. இனி ஆர் வந்தென்ன, வராமல் போனாலென்ன"

"அம்மா அங்க பாருங்கோ. குமிழி தோன்றி உடையுது" என்று புலித்தேவன் காட்டினான். அவர்கள் நின்றதிலிருந்து ஏழடிகள் தள்ளி குமிழ்கள் உடைய நாகங்கள் அசைந்தன. அம்மா கையெடுத்துக் கும்பிட்டு, என்ர நாகதம்பிரானே, எல்லாமும் உன்ர அற்புதம் என்று நெக்குருகி அழுது கசிந்தாள். உடல் வியர்த்து விழுந்து மண்ணில் புரண்டாள்.

அன்றிரவு ஊருக்குள்ளிருந்த வன்கவர் வெறிப்படையினரின் முகாம்களுக்குள் பாம்புகள் புகுந்தன. ஆயுதங்களோடு வீதியில் குவிந்து நாகங்களை சுடத் தொடங்கினர். இரவே ஒரு மாபெரும் குமிழாகத் தோன்றி நாகங்கள் வந்தவண்ணமிருந்தன. சனங்கள் வீடுகளுக்குள் பதுங்கிக் கொண்டனர். நாகங்கள் தம்மைத் தீண்டத் துரத்துவதாக

வன்கவர் வெறியர்கள் மக்களின் வீடுகளுக்குள் அத்துமீறி நுழைந்து அடைக்கலம் கேட்டனர். அம்மா வீட்டினுள்ளே அமர்ந்திருந்தாள். புலித்தேவன் படலையில் நின்றபடி வீதியில் நடப்பவற்றை வேடிக்கை பார்த்தான்.

வன்கவர் சிப்பாயொருவன் புலித்தேவனிடம் ஓடிவந்து "எங்களை விஷப்பாம்பு துரத்துகிறது. காப்பாற்றுங்கள்" என்றான். அவனிடம் ஆயுதமிருந்தது. கண்களில் போர் வெறியிருந்தது. பகைமையிருந்தது. ஆனால் புலித்தேவன் எதையும் பொருட்படுத்தவில்லை. நாகம் கொத்திய சிப்பாய் விஷமேறிச் சாகும் வரை புலித்தேவன் பார்த்துக் கொண்டேயிருந்தான். ஊர்ந்து சென்ற அந்த நாகத்தை வாசுகி என்று அழைக்க, சிவனின் கழுத்திலிருந்து கீழே இறங்கி புலித்தேவனின் கால்களுக்குள் ஊர்ந்து வந்தது. அச்சத்தில் அம்மாவென்று கதறியெழுந்தவனை கட்டியணைத்து மூன்றுமுறை எச்சிலால் துப்பி "ஒன்றுமில்லை ஒன்றுமில்லை கனவு" என்று உறங்க வைத்தாள் அம்மா.

காலையில் பள்ளிக்கூடம் போகாமல் ஒற்றன் தோப்பின் வழியாக அந்த இடத்தை அடைந்தான். அப்போதும் குருதிக் குமிழ்கள் உடைத்து நாகங்கள் ஜனித்தன. புலித்தேவன் அந்தக் குடிசைக் கஞ்சல்களை அள்ளியெறிந்தான். நிலத்தில் புலிவரிக் கோடுகளோடு உறங்கிக் கிடந்த ராஜ நாகம் அசையத் தொடங்கியது. தனது செட்டையைக் கழற்றி அவனுக்கு தருவித்தது. இன்னும் பக்கமாய் புலித்தேவனை அழைத்தது. ஒரு கொடிபோல அவனில் பற்றியேறி கழுத்தில் படம்விரித்து நின்றது. பாரந்தாளது மண்ணில் அமர்ந்த புலித்தேவன் "அம்மா"வென அழைத்தான். நிலம் நீண்டு கடல் பிளந்து தொனித்தது அவன் குரல். உடலழிந்து, முகமழிந்த பெண்ணொருத்தி முலைகட்டிய வலியால் துடிதுடித்து அங்கே தோன்றினாள். அவள் அள்ளியெடுத்து அமுதூட்ட புலித்தேவன் உறங்கிப் போனான்.

ஒற்றன் தோப்புத்தாண்டி அம்மா அவனைத் தேடிப் போனாள். ராஜ நாகத்தின் பாம்புச் செட்டையால் போர்த்தப் பட்டிருந்தான். அவனது கடவாயில் குருதியும் பாலும்

ஒட்டிக்கிடந்ததைப் பார்த்து "என்ர நாகதம்பிரானே" எனச் சதுரம் நடுங்கி அவனை அள்ளியெடுத்தாள்.

இப்போதும் பத்து நாள் குழந்தையாகவே அம்மாவின் கரங்களில் குளிர்ந்தான் புலித்தேவன்.

06

இருபத்தைந்து வருடங்கள் வன்கவர் படை ஆக்கிரமித்திருந்த கேணியடி கிராமத்திற்குள் சனங்கள் அனுமதிக்கப்பட்டனர். ஐந்து ஏக்கர் பரப்பளவில் அமைந்திருந்த படைமுகாம் மட்டும் நாலுசுற்று முட்கம்பி வேலிகளால் அரணாகியிருந்தது. சூனியம் சடைத்த கிராமம் பெருவயிறெனத் திறந்து கிடந்தது. சனங்கள் கருப்பையின் தட்பத்தை உணர்ந்த உயிரென குதூகலத்தில் கால் பதித்தனர். “இந்த நிலம் இராணுவத்துக்குச் சொந்தமானது. அனுமதியின்றி உட்பிரவேசியாதீர்கள்” என்றெழுதப்பட்டிருந்த அறிவிப்பு பலகையை கழற்றி வீசினர். ஆயுதமற்ற சிப்பாயொருவன் குதிரையிலிருந்தபடி எல்லா வற்றையும் கண்காணித்தான்.

சின்னாச்சி மண்ணை அள்ளி மேலெங்கும் பூசினாள். உயிர்மீட்சி கொண்ட ஆனந்தத்தில் அருள் கொண்டாடினாள். குண்டுமணி அத்தை வேப்பிலைகளைப் பிடுங்கி வந்து சின்னாச்சி கையில் கொடுத்தாள். பேரன் புண்ணியன் வேதத்துக்கு மாறியிருந்தான். அதனால் பக்கத்தில் வரவில்லை. சின்னாச்சி சன்னதம்

கொண்டாடினாள். மண்ணுக்குத் திரும்பியது சனங்கள் மட்டுமல்ல, கண்ணகித் தெய்வமும் தான் என்றார் ஊத்தை மாமா. சின்னாச்சி கண்கள் சிவந்து அந்தரத்தில் எழுந்து நிலத்தில் இறங்கி ஆவேசம் கொண்டாள். ஆங்காரம் பொங்க கைகள் விரித்து ஆலமரம் நோக்கி சின்னாச்சி ஓடினாள். "இந்த நிலம் இராணுவத்துக்குச் சொந்தமானது" என்ற அறிவிப்பு பலகையை மிதித்தேறி ஆலமரத்தை அண்மிக்கையில் நிலம் பிளந்து ஒலித்தது வெடியோசை.

சின்னாச்சி கீழிருந்து மேலேறி ஒரு விழுதென நிலம் பதிந்தாள். ஆலமரத்தின் கீழே மேடெனக் கிடந்த பறவை எச்சங்களோடு அவளது கால்விரல்கள் எஞ்சியிருந்தன. சனங்கள் சின்னாச்சி என்று கதறினார்கள். சூனியமெரிந்த வெளியில் மனுஷ அழுகுரல் கேட்ட பறவைகள் எழுந்து பறந்தன. சிப்பாய் குதிரையை உசுப்பிவிட்டு சனங்களைச் சிதறியோடச் செய்தான். சனங்கள் உறைந்தனர். ஆலமரத்தின் கீழே குருதிக் குத்தியாய் சின்னாச்சி மீந்திருந்தாள். அவளுடைய உடலத்தை மீட்பது சிரமம். கண்ணிவெடிகள் புதைக்கப்பட்டிருக்கும் வலயத்திலிருந்து சின்னாச்சியை குப்பைவாரியால் இழுத்து எடுத்தோம். சின்னாச்சியின் கால் துண்டொன்று ஆலமரத்தின் வேர் இடுக்கில் இறுகிக்கிடந்தது.

சின்னாச்சியை கேணியடிக் கிராமத்தின் சுடலையிலேயே தகனமாக்க முடிவெடுத்தனர். அந்தப் பகுதிக்குச் செல்ல அனுமதியில்லையென வன்கவர் படை மறுத்தது.

"மொத்தக் கிராமத்தையும் சனங்களிட்ட குடுத்தாச்செண்டு சொல்லிப்போட்டு, இப்ப செத்துப்போன ஆள எரிக்க அனுமதியில்லை எண்டால் எப்பிடி?" புண்ணியன் கேட்டான்.

"உங்களுடைய எல்லா இடங்களையும் நீங்கள் துப்பரவு செய்யத்தானே போகிறீர்கள். அதற்கு தீ வைக்க வேண்டு மல்லவா. ஆகவே இங்குள்ள எந்த இடத்திலாவது போட்டு எரியுங்கள்" என்றான் வன்கவர் படை அதிகாரி.

"இந்தப் பாழ்படுவார் இத்தனை சனங்களை முள்ளிவாய்க்கால்ல கொண்டு குவிச்சும் கொலைவெறி

அடங்காமல் நிக்கிறாங்களே" என்று குண்டுமணி அத்தை கொதித்தாள்.

சின்னாச்சியின் உடலத்தை தூக்கி வந்து வன்கவர் படை முகாமுக்கு முன்னால் கிடத்தினார்கள். ஈமச் சடங்கை செய்து முடித்தனர். பட்டினத்தார் பாடலைச் சுந்தரம் பாடினார். நெற்றியிலும் வயிற்றிலும் கற்பூரம் குவித்து சிதை மூட்டினான் புண்ணியன். எரிந்துருகும் சின்னாச்சியின் உடலத்தைச் சூழ்ந்த பெண்கள், தங்களுடைய முலைதிருகி வான் பார்த்து எறிவதைப் போல பாவித்தனர். "தீ மூளும், தீ மூளுமெனப் பாடுகையில் சின்னாச்சியின் உடல் விறகென மிளாசி எரிந்தது.

அடுத்து சில மாதங்களில் இருபது குடும்பங்கள் கிராமத்தில் குடியேறி அங்கிருந்த தேவாலயத்தைச் சுத்தப்படுத்தினர். சின்னாச்சி கண்ணிவெடியில் செத்துப்போன ஆலமரத்தைச் சுற்றியுள்ள பகுதிகளில் ஆட்கள் நடமாட அஞ்சினர். "கண்ணிவெடியை நெருக்கிப் புதைச்சிருக்கிறாங்கள். அங்கால் பக்கம் போகாதேங்கோ" பெரியவர்கள் சொல்லினர். சுத்திகரிக்கப்பட்ட தேவாலய கிணற்றிலிருந்து பெரிய ரங்குப் பெட்டியொன்று மீட்கப்பட்டது. அது தண்ணீர் புகமுடியாத தடித்த பொலித்தீன் உறைகளாலும், விலையுயர்ந்த மெழு சீலையாலும் பொதி செய்யப்பட்டிருந்தது. தேவாலயத்தின் உள்ளே எடுத்துவந்து ரங்குப்பெட்டியைத் திறந்தனர். உள்ளே பாதிரியார் அணியும் வெள்ளைநிற அங்கியும், பவளத்தால் செய்யப்பட்ட செபமாலை இரண்டும் இருந்தன. இன்னொரு அடுக்கில் சிறிய தங்கச் சிலுவையொன்றில் அறையப்பட்டிருந்த இயேசுவும் தங்கமாயிருந்தார்.

புண்ணியன் அந்தச் சிலுவையைத் தூக்கிச் சென்று பீடத்தில் வைத்தான். சனங்கள் முழந்தாளிட்டு அமர "அவர் பூமி முழுவதும் போர்களுக்கு முடிவுகட்டுகிறார். வில்லை உடைத்து, ஈட்டிகளை முறிக்கிறார். போர் ரதங்களை நெருப்பில் சுட்டெரிக்கிறார்" என்றாள் ஒற்றைக்கண் சரசு.

"கடவுளே, உங்களுடைய பெயரைப் போலவே உங்களுடைய புகழும் பூமியெங்கும் எட்டுகிறது. உங்களுடைய வலது கை

நீதியால் நிறைந்திருக்கிறது. உங்களுடைய நீதித்தீர்ப்புகளால் எங்கள் நிலம் சந்தோஷிக்கட்டும்." என்ற புண்ணியனின் கண்களை முட்டிப் பெருகிய கண்ணீர் செபமாலையின் மீது சொரிந்தது.

இந்தச் சம்பவத்திற்கு பிறகு "தங்க இயேசு கோயில்" என்று புதுநாமம் பொறிக்கப்பட்ட தேவாலயத்தில் கேணியடிச் சனங்கள் வாரமொருமுறை ஒன்று கூடுவர். கிராமத்தில் இன்னும் செய்யவேண்டிய பொதுவேலைகளைப் பற்றி கதைத்து முடிவு செய்வார்கள். முதலில் சுடலைக்குச் செல்லும் பகுதியை இராணுவத்திடமிருந்து பெற்றுத் தரவேண்டுமென தமிழ் பாராளுமன்ற உறுப்பினருக்கு அழுத்தமாக கடிதம் எழுதினர். கேணியடி கிராமம், மக்களிடம் கையளிக்கப்பட்டது தன்னாலென தம்பட்டம் அடித்த அரசியல்வாதியைச் சந்திக்க இயலாமல் சனங்கள் சோர்ந்தனர்.

குதிரையில் சென்றுவரும் சிப்பாய்கள், பெண்கள் நீரள்ளும் சந்திக்கிணற்றடியில் குவிந்து நின்றனர். பெண்பிள்ளைகளை வெளியே அனுப்ப பயந்தொடுங்கினர் சனங்கள். சிப்பாய்களிடமிருந்து இனிப்பும் பழங்களும் வாங்கியுண்ட எதுவுமறியாத குழந்தைகளை பூவரசம் கம்பு தும்பாக அடித்தனர் தாய்மார்கள். சுடலை மீட்பை கேணியடி தீவிரமாக்கியது. கையளிக்கப்பட்ட பகுதியிலிருந்து இடது பக்கமாக ஆறுகிலோ மீட்டர் பகுதிகளை இன்னும் இராணுவமே வைத்திருப்பதாக சனங்கள் வீதிக்கு வந்தனர். புண்ணியன் அந்தப் போராட்டத்தை முன்னெடுத்தான். சின்னாச்சி எரியூட்டப்பட்ட அதே இடத்தில் சனங்கள் அமர கொட்டகை அமைக்கப்பட்டது. கைக்குழந்தைகளை ஏந்தி வந்தவர்களும் அங்கேயே இருந்தனர். நெடுத்துக் கிளைவிரித்து நிழலூட்டும் வேப்பமரத்தில் குழந்தைகள் உறங்க ஏணைகள் கட்டப்பட்டன.

இரவு பகலாக சனங்கள் வீதியில் படுத்துறங்கினர். போராட்டத்தை தலைமையேற்று நடத்தும் புண்ணியனை அவனது அணியினரையும் அழைத்து வன்கவர் வெறியர்கள் மிரட்டினர். "கடத்திச் சென்று உயிரோடு புதைப்போம்"

என்றார்கள். புண்ணியன் சாந்தமூறும் புன்னகையோடு "அரசனுடையதை அரசனுக்கும் கடவுளுடையதைக் கடவுளுக்கும் கொடுக்கும் நீங்கள் எங்களுடையதை எங்களிடம்தான் தரவேண்டும்" என்றான்.

இராணுவம் சனங்களைச் சுடலைக்குள் அனுமதிக்கவில்லை. சனம் போராட்டத்தில் அரசியல்வாதிகளை அனுமதிக்க வில்லை. மூன்று நாட்களுக்கு மேலாக தொடரும் போராட்டம் ஊடகங்களில் செய்தியானது. மனித உரிமை ஆர்வலர்கள் துணை நின்றார்கள். "பேச்சுவார்த்தைக்கு தயாரில்லை. எழுந்து செல்லுங்கள். நீங்கள் எரிய வேண்டுமென்று அவசிய மில்லை. உங்கள் உடலங்களை நான் வளர்க்கும் நாய்களுக்கு அளிப்பேன்" என்ற வன்கவர் படை அதிகாரி, மேலும் ஒருமணி நேரம் கெடு வழங்கினான். அதற்குள் போராட்டம் கைவிடப்பாடாது போனால் உயிரிழப்பு நிகழுமென்றான்.

நிலவெறியும் இரவு. வேப்பமரத்தில் கட்டப்பட்டிருந்த ஏணைகளில் குழந்தைகள் உறங்கினர். குதிரைகளின் குளம்பொலிகள் நிலத்தை அதிர்வித்தன. வன்கவர் வெறிப்படை முகாமின் பெருத்த கதவுகள் வாய் பிளந்தன. குதிரைகளின் மூச்சில் நடுங்கிய இரவு, புழுதியால் போர்த்தப்பட்டது. ஏணையில் கிடந்த குழந்தையின் அழுகுரல் கேட்ட தாய் ஓடோடி விரைந்தாள். குதிரைகள் கொட்டைகையை நோக்கி பாய்ந்து வந்தன. சிப்பாய்கள் தங்களது துவக்குகளை நீட்டி "பத்து நிமிசத்திற்குள் எழுந்து செல்ல வேண்டும், இல்லையேல் வெடிதான் கதைக்கும்" என்றனர். சனங்கள் பின்வாங்கினர். குதிரைகள் கொட்டகைக்குள் புகுந்து வெறிகொண்டு அலைந்தன. மண்ணில் சரிந்தது கொட்டகை. புண்ணியன் எல்லாவற்றையும் பார்த்தபடி நின்றான். அவனை நோக்கி வந்த சிப்பாயொருவன் துவக்கின் பின்பகுதியால் தோள்மூட்டில் ஓங்கி அடித்தான். புண்ணியன் ஷணத்தில் சுதாகரித்து தப்பி தங்க இயேசு கோயிலுக்குச் சென்றான். ஏற்கனவே அங்கு சனங்கள் கூடியிருந்தனர். புண்ணியன் யாரோடும் எதுவும் கதையாமல் தங்கச்சிலுவையின் முன்பாக முழந்தாளிட்டான்.

“கர்த்தாவே! நீரோ, வியக்கத்தக்க காரியங்களைச் செய்தீர்! விண்ணுலகம் இதற்காக உம்மைத் துதித்தது. ஜனங்கள் உம்மைச் சார்ந்திருக்கமுடிந்தது. பரிசுத்தரின் கூட்டம் இதைப் பற்றிப் பாடியது. ஆனால் என்றைக்கும் இருளை மட்டுமே எங்களிடம் நிலைகொள்ளச் செய்திருக்கிறீர். துயரங்களுக்காக அழுது எங்கள் கண்கள் புண்ணாகிவிட்டன. ஏற்கெனவே கொல்லப்பட்ட சனங்களை புதைக்காமலும் எரிக்காமலும் கைவிட்டோம். வாழப் பெலனற்று மரித்தவர்கள் இங்கு குறைவு. கர்த்தாவே! இது எத்தனை காலம் தொடரும், எதுவரைக்கும் நீர் எங்களை உதாசீனப்படுத்துவீர்? என்றென்றும் உமது கோபம் நெருப்பைப் போல் எரியுமென்றார்கள். எமக்காக ஒரு தீக்குச்சி அளவு கூட எரிய மாட்டேன் என்கிறீர்கள். எங்கள் ஆயுள் எத்தனை குறுகியது என்பதை நினைவுகூரும். குறைந்த காலங்கள் வாழ்ந்து, மடியும்படியா நீர் எங்களைப் படைத்தீர்.

நீர் எங்கள் அரசனின் பகைவர்கள் அனைவரையும் மகிழ்ச்சியடையச் செய்தீர். போர்ப் பகைவர்கள், அவனை வெற்றிக்கொள்ள அனுமதித்தீர். எம் அரசன் யுத்தத்தில் வெல்ல நீர் உதவவில்லை. நீர் அவனை வெல்ல விடவில்லை. நீர் அவனைத் தரையில் வீசினீர். நீர் அவனது ஆயுளைக் குறைத்தீர். நீர் அவனை அவமானப்படுத்தினீர். கர்த்தாவே, உமது அன்பு என்றைக்கேனும் எங்களுக்காய் நிலைக்குமென உண்மையாகவே நான் நம்புகிறேன்.

கர்த்தருக்கே என்றென்றும் ஸ்தோத்திரம்! ஆமென், ஆமென்” என்றான்.

அப்போது புண்ணியனைச் சூழ்ந்து நின்ற சனங்கள் ஒரு முடிவை அறிவித்தனர். சுடலை எப்போது தங்களுக்கு கையளிக்கப்படுகிறதோ அன்றைக்கு இந்தவூருக்கு திரும்பலாம் என்றார்கள். புண்ணியன் இந்த முடிவை ஏற்றுக்கொள்ளவில்லை. இனியும் இடப்பெயர முடியாது, எல்லாத்துக்கும் ஒரு முடிவு கிடைக்கும் தானே என்றான். அவர்கள் ஒப்புக்கொண்டனர்.

அடுத்தநாள் பகல் முழுதும் தேவாலயத்திலேயே தனித்திருந்தான் புண்ணியன். சூரியன் வீட்டுக்கூரையில்

தொங்கிநிற்பதைப் போல வெயில் உலர்த்தியது. வன்கவர் வெறிப்படையினர் குதிரைகளோடு ஊர் புகுந்தனர். வாசலில் உறங்கிக் கிடந்த செட்டித்தாத்தாவை குதிரைகள் மிதித்தன. அவர் சீவன் சிலிர்த்து அடங்கியது. செட்டித்தாத்தா கண்கள் மலர்த்தி வானத்தைப் பார்த்திருந்தார். சனங்கள் ஓலமெழுப்பி குதிரைகளை எதிர்த்தனர். சிப்பாய்கள் புண்ணியனைத் தேடினர். அவன் தேவாலயத்தில் இருப்பதை அறிந்து கொண்டு பாய்ந்து விரைந்தனர். தேவாலயத்தினுள்ளே அமர்ந்திருந்த அவனுக்கு குளம்படிகள் கேட்டன. சிப்பாய்கள் வருவது நன்றாகத் தெரிந்தது. ஆனாலும் அவன் அஞ்ச வில்லை. நடப்பதை எதிர்கொள்ள காத்திருந்தான். உள்ளே நுழைந்தவர்கள் ஆயுதமுனையில் அவனை மண்டியிடப் பணித்தனர்.

சிலுவையைப் பார்த்தபடி முழந்தாளிட்டு அமர்ந்தவனின் பிடரியில் துவக்கின் குழல் அமைந்தது. கபாலத்தில் உலோகக் குளிர். சனங்கள் ஆர்ப்பரிப்போடு உள்ளே நுழைந்தனர். புண்ணியனை நோக்கி அன்னை மரியாக்கள் ஓடிவந்தனர். சிப்பாய்கள் அங்கிருந்து வெளியேறினர். முழந்தாளிட்டு அமர்ந்திருந்தவன் எழுந்திராமல் நெடுநேரமாக கண்களை நிலைகுத்தியிருந்தான். குண்டுமணி அத்தை அவனைத் தொட்டு "புண்ணியா, எழும்புடா செல்லம், நாங்கள் இந்த ஊர விட்டே போகலாம்" என்றாள். தலையை மேல் நோக்கிய அவன் கருவிழிக்குள் நெருப்புச் சுவாலை.

அன்றிரவு புண்ணியனின் தலைமையில் ஊர், சுடலை நோக்கிச் சென்றது. செட்டித்தாத்தாவின் உடலத்தை சாக்குப் பையில் போட்டு மூட்டையாக்கினார்கள். குழந்தைகள் அழாமல் முலைகள் அவர்களது வாயிலேயே கிடந்தது. பாதையில் அரவமில்லை. புண்ணியன் எதிரே உருவமொன்று அசைந்தது. பின்னால் வருபவர்களுக்கு தொடுதல் மூலம் தகவல் சொன்னான். உருவம் எங்கே பதுங்கிற்று? புண்ணியன் மெல்லக் காலடி எடுத்து வைத்து யாருமில்லையென உறுதி செய்தான். பிறகு மீண்டும் நடக்கத் தொடங்கினார்கள். சுடலை எங்கே இருக்கிறதென அடையாளம் சொல்ல வந்த ஊத்தை மாமா இன்னும் கொஞ்சத் தூரம் போகவேண்டுமெனச்

சொன்னார். அவருக்கு பூதவராயர் கோயில் கடந்து மூன்றாவது வளைவு என்பது ஞாபகம். அவர் வளைவை எட்டிய போது அடையாளம் காணமுடியவில்லை. திடீரென ஒரு வளவில் சிதையெரிந்து ஒளி ஊண்டியது. எல்லோரும் தெய்வச் செயல் என்றார்கள். அவ்விடம் நோக்கி எல்லோரும் ஓடினார்கள்.

சிதைக்கருகில் புண்ணியன் சென்றான். ஒற்றைக்காலுடன் சின்னாச்சி எரிந்து கொண்டிருந்தாள். இழந்துபட்ட கால்விரல்களை பொறுக்கி பொறுக்கித் தீயிலிடும் இன்னொரு சின்னாச்சி நிலத்தில் அமர்ந்திருந்தாள். புண்ணியன் அவள் சிதையை விழுந்து வணங்கி, செட்டித்தாத்தாவின் உடலத்தில் தீ எழுப்பினான்.

சனங்கள் ஊருக்குள் நுழைந்த போது குதிரைகளின் ஓலவொலி எழுந்தது. பெருந்தீ எழுந்தாடும் வெளிச்சம் ஊர் முழுதும் நிலைத்தது. சிப்பாய்கள் உறங்கிய ஆடைகளோடு வெளியேறி ஓடினர். முகாம் வாசலுக்கு சனங்கள் போயினர். தீ மூண்டு ஆயுதங்கள் வெடித்தன. சிப்பாய்கள் எரிந்துருகிச் சாம்பலாய் ஆனார்கள். போர்க்குதிரைகளின் மயிர் பொசுங்கும் வாடை கேணியடிக் கிராமத்தை அடைத்தது.

வன்கவர் படையின் முகாமுக்கு முன்பாக, சின்னாச்சியை எரித்த ஸ்தலத்தில் ஒரு முலை தீக்குண்டாய் தகித்துக் கிடப்பதைப் பார்த்த குண்டுமணி அத்தை “அது எங்கட கண்ணகியின்ர இடது முலை. காலங்காலமாய் கவிந்த இருள் எரிக்கும் அமுதம், அதுக்குள்ள சுரக்குது” என்றாள்.

அப்போது “என் பிள்ளைகளே! குந்த ஒருபிடி நிலமும், எரிய ஒரு பிடிநிலமும் சொந்தமாய் வேணும். இல்லாட்டி அலைவு தான்” என்றொரு குரல் கேணியடியெங்கும் ஒலித்தது.

07

ஆயிரத்து தொள்ளாயிரத்து தொண்ணூற்றி இரண்டாம் ஆண்டு மே மாதம் முதலாம் திகதி வெள்ளிக்கிழமை மாலையில் சங்கிலி பெரியப்பாவை புலிகள் இயக்கம் சுட்டுக் கொன்றது. மூன்று பிள்ளைகளையும் அழைத்துச் சென்று வீதியில் கிடந்த கணவனின் உடலத்தின் முன்பாக விழுந்தரற்றினாள் கிடுகு பெரியம்மா. ஊர்ச்சனங்கள் கூடி அவளையும் பிள்ளைகளையும் ஆற்றுப்படுத்தி, சங்கிலியின் இறுதிச் சடங்கை செய்து முடித்தனர். சங்கிலி பெரியப்பா ஆயுதமேந்திய வேறொரு அமைப்பைச் சேர்ந்தவர். அவர்களுக்கும் புலிகளுக்கும் இடையே மோதல்கள் நடந்தன. அந்த நடவடிக்கைகளில் சங்கிலிக்கு பெரிய பங்கிருந்தது.

பிறகான நாட்களில் தான் சார்ந்திருந்த ஆயுத அமைப்போடு முரண்பட்டு புலிகளிடம் சரணடைந்து விசாரணைகளைச் சந்தித்தார். உயிருக்கு அச்சமற்று உலகியலோடு மட்டும் அமைந்திருந்தார். கிணறு வெட்டுவது, வேலி அடைப்பது, வீடு வேய்வதென கூலியானார். ஆனாலும் மீண்டும் மீண்டும்

விசாரணைகளுக்கு அழைக்கப்பட்டார். “பெடியள் உங்களில எதோ ஐமிச்சப்படுறாங்கள். அதுதான் இப்பிடி அடிக்கடி விசாரிக்கிறாங்கள். எனக்கு பயமாயிருக்கு” என்றிருக்கிறாள் பெரியம்மா. பதிலுக்கு “நான் பயப்பிடேல்ல, அதிகபட்சம் சுடுவாங்கள். அதுதானே நடக்கும்” என்றிருக்கிறார். பெரியம்மா மூன்று பிள்ளைகளுக்கு நடுவில் அவரை உறங்குமாறு கூறினாள். அவளுக்கு ஆறுதல் தருகிற ஒன்றைச் செய்வதில் பெரியப்பா பின் நின்றதில்லை. அப்படித்தான் உறங்கவும் செய்தார். குளித்து முடித்து குளத்திலிருந்து வீடு நோக்கி நடந்து சென்றவரை போராளிகள் அழைத்துச் சென்றனர். பெரிய புளியமரத்தின் கீழே நிற்கவைத்து அவருடைய தலைக்கு மேல் துரோகியென எழுதப்பட்ட சிறிய இரண்டடியிலான கரும்பலகையை அறைந்தார்கள். துரோகம் ஒழியட்டும் எனத்தொடங்கும் மரண தண்டனை அறிக்கையை வாசித்து முடித்த குரல் ஓய்வதற்குள் தோட்டாக்கள் பாய்ந்தன. வெளியேறிக் கொதித்த குருதியை வெடியோசைகள் அறைந்தன.

சங்கிலி பெரியப்பாவின் உடலுக்கு கொள்ளிவைக்கும் போது சந்தனனுக்கு ஏழு வயது. மிச்ச இருவரும் அவனிலும் இளையவர்கள். தியாகம் துரோகம் எதுவுமறியாத மழலைகள். எச்சில் சிந்தும் அமுத உயிரிகள். சந்தனன் தோளில் கொள்ளிக்குடத்தை வைத்து சங்கிலி பெரியப்பாவின் உடலத்தை மூன்றுமுறை சுந்திவந்தான். ஒவ்வொரு சுற்று முடிந்ததும் தன்னிடமிருந்த கத்தி முனையால் கொள்ளிக்குடத்தைக் கொத்தினார் மார்க்கண்டு மாமா. சந்தனன் கொள்ளி வைத்து திரும்பிப் பார்க்காமல் அழைத்துச் செல்லப்பட்டான். ஆனாலும் அவன் எரியும் சிதையை ஒருகணம் திரும்பி நின்று பார்த்தான். தீயென எரியும் குருதி. நிணமுருக்கும் சுவாலை. மஞ்சள் சிவப்பென எழுந்தாடும் ஒரு போழ்தெனப் பிணையும் வெளிச்சம். அப்பாவென்று அழைத்தான்.

மார்க்கண்டு மாமா அவனை அணைத்தபடி கண்ணீர் உகுத்தார். காடாற்றும் சடங்குக்காக போயிருக்கையில் சாம்பலை அள்ளி சிறு மண்முட்டியில் போட்டனர். சந்தனன்

கையில் வைத்திருந்து அந்த முட்டியைப் பார்த்தான். குருதி தளும்பிக் கிடந்தது. ரத்தமென பயந்தடித்து முட்டியைத் கை தவறிக் கீழே போட்டான். சாம்பல் மண்ணில் கலந்தது. மண்ணெனக் கிடந்த சாம்பலை அள்ளி வேறொரு முட்டியில் அடைத்து கடலில் கரைத்தனர். ஒரு பேரலையின் சீற்றம் சாம்பலை உள்வாங்கிக் கொண்டது. சந்தனன் ஆர்ப்பரிக்கும் கடலைப் பார்த்தான். குருதியலைகள். ஓலங்கள் நிரம்பிய உடலங்கள் அதில் சுருள்கின்றன. திடுமென கடலின் இரைச்சல் கூடி “துரோகி சங்கிலி” என்று ஒலித்தது. கரையொதுங்கிக் கிடந்த மண்டையோடொன்றையெடுத்து வெறிகொண்டு வீசினான். “அப்பாவை ஏனம்மா சுட்டவே” சந்தனன் கேட்டான். காற்று மோதும் குப்பி விளக்கு அணையாது தப்ப “துரோகம் செய்திட்டாராம். துரோகியாம்” பெரியம்மா சொன்னாள். “துரோகமென்றால் என்னம்மா” இதனைக் கேட்ட சந்தனனை அணைத்துச் சொன்னாள் “நாங்கள் மனுஷராய் பிறந்தது. அதுவும் இந்த மண்ணில பிறந்தது. இதுதான் துரோகம்” என்றாள். நிலவேறி அலை மடித்து வெறித்திருந்த கடலில் சாம்பல் முட்டி மிதந்தது.

இரண்டாயிரத்து ஆறாம் ஆண்டு நவம்பர் மாதம் இருபத்தேழாம் திகதி. இருபத்தோராவது வயதில் சந்தனன் தமிழீழ விடுதலைப் புலிகள் இயக்கத்தில் இணைந்தான். அவன் எழுதிய கடிதம் செத்தையில் செருகியிருந்தது. பெரியம்மா அதனை வாசித்ததும் அச்சத்தில் துண்டு துண்டாய் கிழித்து அடுப்பை மூட்டி ஒவ்வொன்றாக சாம்பலாக்கினாள். பிள்ளைக்கு எதுவும் நேரக்கூடாதென தெய்வத்திடம் இறைஞ்சி அழுதாள். ஏனைய இரண்டு பிள்ளைகளையும் வெளியே செல்ல வேண்டாமென கட்டளையிட்டாள். தன் பிள்ளையிடம் துளிர்த்த வன்மத்தை எண்ணி கசந்து அழுதாள். ஏற்கமுடியாதவொரு சூளுரையை சந்தனன் அளித்திருக்கிறான். அவனுள் தலைவிரித்து நிற்கும் அனலரவத்தின் விஷம் முறிக்க ஏது வழி? இதற்கெல்லாம் காரணம் தானன்றி வேறு யார்? சொல்லிச் சொல்லி வளர்த்தேனா? என்று நெஞ்சிலடித்து அழுதாள். ரத்தத்தால் பழியழிக்கும் வெறியூட்டிய மார்போ தன்னுடையதென தாய்மை கருக பேதலித்தாள்.

அன்றிரவு அடிப்படை ஆயுதப் பயிற்சிக்கான முகாமில் சேர்க்கப்பட்டான் சந்தனன். அங்கே பேண வேண்டிய ஒழுங்குகளையும், மீறல்களையும் பயிற்சி ஆசிரியர்களில் ஒருவர் அறிவுறுத்தினார். தனக்கு ஒதுக்கப்பட்ட இடத்தில் சந்தனன் அமர்ந்தான். அதிகாலையில் விசில் சத்தம் கேட்டதும், எழுந்திட வேண்டுமென கூறப்பட்டிருந்தது. மெல்லக் கண்களை மூடி உறங்கிப் போனான். ஆனால் பெரியம்மா இயல்பு குலைந்திருந்தாள். ஒருதடவையேனும் அவனை நேரில் சந்தித்து அறிவுரை சொல்லவேண்டுமென பதகளித்தாள். அம்மாவைச் சந்திக்க வீட்டிற்கு வந்தாள். அம்மாவைத் தனியாக அழைத்துச் சென்று நடந்தவற்றை சொன்னாள். “உடனடியாக சந்திக்க வாய்ப்பிருக்குமோ தெரியாது. எண்டாலும் கேட்டுப் பார்க்கிறேன்” என்றாள் அம்மா. வெளியே துப்ப இயலாத ஒரு நஞ்சைத் தன்னுள்ளே விழுங்க இயலாமலும் துடித்து நின்றாள் பெரியம்மா.

சந்தனனுக்கு இயக்கத்தைப் பிடியாது. எப்போதும் குற்றம் சொல்லுவான். தந்தையைக் கொன்றவர்கள் என்பதைத் தாண்டியும் இயக்கத்திடம் குறைப்பட அவனுக்கு காரணங் களிருந்தன. அந்தப் புளியமரத்தை தாண்டும் போதெல்லாம் “அப்பா கடைசியா இதில தான் படுத்திருந்தவர். ரத்தம் வேரடி முழுவதும் பரவியிருந்தது. குப்புறக்கிடந்த வாயில் ரத்தமும் மண்ணும் ஒட்டிக்கிடந்தது. ரத்தம் குடித்து செழித்து நிற்கும் புளியம் மரம்” என்பான். ஆனால் இன்று இயக்கத்தில் இணைந்திருக்கிறான். அவனுள் நிகழ்ந்திருப்பது திரிபென நம்ப இயலவில்லை. அம்மாவும் பெரியம்மாவும் இரவோடு இரவாக ஓட்டோவில் புறப்பட்டனர். “நான் வரப் பிந்துமடா, நீ படு” என்ற அம்மாவின் கண்களில் ஒருவிதமான அவசரத்தைப் பார்த்தேன். “எங்க போறியள்” கேட்டேன். “கிளிநொச்சிக்கு, ஏன் நீயும் வரப்போறியோ” என்று அம்மா கேட்டாள். அது அழைப்பல்ல. இதற்கு மேல் கேளாதே என்கிற சமிக்ஞை. ஓட்டோ புறப்பட்டது. பெரியம்மாவின் கண்ணீர் வெளியெங்கும் பறந்தது. இரண்டு கைகளையும் கூப்பி ஐந்தெழுத்து மந்திரத்தை சொல்லத் தொடங்கினாள். “இப்ப நடக்கிறதுக்கெல்லாம் நீ தான் காரணம் அக்கா” என்றாள் அம்மா. பெரியம்மா எதுவும் பதில் கதைக்கவில்லை.

மூன்று மாத ஆயுதப் பயிற்சி முடித்த சந்தனனை சந்திக்க நாங்கள் போயிருந்தோம். உடல் பெருத்திருந்தான். புலிச் சீருடை அணிந்து மிடுக்கேறி நின்றான். பெரியம்மா அவனது கைகளைப் பிடித்து “சந்தனா, கடிதத்தில நீ எழுதியிருந்த எல்லாத்தையும் மறந்திடு. உன்னைத் தெய்வமாய் பார்த்தனான். ஆனா ரத்தம் கேக்கிற தெய்வமில்லை நீ” என்றாள். அந்தச் சொற்களில் எவற்றையும் பொருட்படுத்தவில்லையென அவன் உடல்மொழி கூறியது. தன்னுடைய கழுத்தில் கிடக்கும் குப்பியை தாயிடம் காட்டி “இது கழுத்தில மட்டுமில்ல, எனக்குள்ளேயும் கிடக்கு” என்றான். பெரியம்மா அவனை கன்னத்தில் அறைந்து “நீ செத்தொழிஞ்சாலும் கவலையில்லை” என்று கத்தியபடி வெளியேறினாள். பெரியம்மாவுக்கு பின்னால் ஓடினேன். அம்மா சந்தனனிடம் “நீ அவனைச் சுட்டுப் பழி தீர்க்க நினைக்கிறாய் எண்டு தெரிஞ்சாலே, அவ்வளவு தான்” என்றாள். “என்ன நடந்தாலுமென்ன சாகத்தானே போகிறேன். அதிகபட்சம் என்ன செய்வார்கள். சுடத்தானே செய்வார்கள்” என்றான்.

சங்கிலிப் பெரியப்பாவை சுட்டுக்கொன்றவர் சரித்திரன். இன்றைக்கு முக்கிய பொறுப்பொன்றில் உள்ளவர். அன்று துரோகிகளை அழித்தொழிக்கும் பணியில் துடிப்புடன் இருந்தவர். இத்தனை வருடங்களில் பெரியம்மா சந்தனனுக்கு அடிக்கடி சொன்ன பெயர் சரித்திரன். எங்கு சரித்திரனைக் கண்டாலும் “அங்க பார், அவன் தான்” என்பாள். அப்படித்தான் சந்தனன் குருதியில் தீ மூண்டது. மெல்ல மெல்ல கங்குகள் பிணைந்து, காற்றில் தப்பிப் புகைந்து எரியத்தொடங்கியது. “அப்பாவைச் சுட்டவனை சுடுவேன்” என்று சந்தனன் முதன்முதலில் சத்தியம் செய்தது அந்தப் புளியமரத்தில் தான். அதற்கு ஒரே வழியாக இயக்கத்தில் சேர்ந்தான். ஆதிப்பலிக்கு ரத்தம் கேட்கும் உக்கிரம் அவனுள் உயர்ந்தது. சந்தனன் சொன்னதும் அம்மா அதிர்ச்சியடையவில்லை. அவனிடம் தெளிவாகவும் உறுதியாகவும் சொன்னாள். “இஞ்ச பார் சந்தனன், நீ சின்னப்பெடியனில்லை. உனக்கு நான் சொல்றது விளங்குமெண்டு நினைக்கிறன். பழிவாங்கத் துடிக்கிறது உனக்குத் தான் ஆபத்து.” என்றாள். சந்தனன் எதுவும்

கதையாமலிருந்தான். புதிய போராளிகளின் பெற்றோர்கள் அனைவருக்கும் சந்திக்கும் நேரம் முடிவடைந்து விட்டதாக அறிவிக்கப்பட்டது.

படையணி முகாமிற்கு கொண்டு செல்லப்பட்டான். அங்கிருந்து களமுனைக்கு கொண்டு செல்லப்படும் அணியோடு சேர்க்கப்பட்டான். சந்தனனிடமிருந்த ஆயுதத்தின் ஒயில் வாசனை அவனுக்குப் பிடிக்கவில்லை. மீண்டும் மீண்டும் துணியால் துடைத்தான். இரண்டு நாட்கள் பயணம் செய்து, களமுனைக்கு வந்தடைந்தான். முன்னரங்கு. எப்போதும் விழிப்பு. பதுங்குகுழிகள் நீண்டிருந்தன. காப்பரண்கள் கொதித்தன. நாளுக்கு பத்து மணிநேரம் மோதல் நிகழும் படுகளம். சந்தனனுக்கு காவலரண் ஒதுக்கப்பட்டது.

ஏற்கனவே அங்கிருந்தவர்களோடு அறிமுகமானான். துவக்கைத் தன்னுடைய நெஞ்சோடு அணைத்தபடி பதுங்கு குழிக்குள் அமர்ந்தான். அன்றிரவு எந்த மோதலும் நிகழவில்லை. உறக்கம் வாய்த்தது. சந்தனன் மட்டும் விழித்திருந்தான். அவனுடைய காவல் நேரம் தாண்டியும் கடமை செய்தான். டிகரில் வலது கையின் ஆட்காட்டி விரலை வைத்தபடி புளியமரத்தை நினைத்துக்கொண்டான். தேசத்துரோகியென எழுதப்பட்டு முதல் ஆணியில் அறையப்பட்டிருந்த தந்தை பெயரைச் சொன்னான். உள்ளம் எரிந்து கண்ணீர் புகைந்தது. “அப்பா... அப்பா...” என்றான். இயலாமை ஊறி இருள் திரண்டு நின்றது. அவனிருந்த திசை நோக்கி குண்டுகள் பொழிந்தன. போழ்தின் இருள் அழிந்து ஊழி பொழிந்தது.

சந்தனன் சண்டையில் காயமுற்றான். அவனிருந்த மருத்துவ விடுதியின் தலைமைப் பொறுப்பதிகாரியாய் சரித்திரன் இருந்தார். மேனியெங்கும் நஞ்சின் சூறை தீப்பிடிக்க சந்தனன் யாரோடும் கதையாமலிருந்தான். வீட்டில் செய்த உணவுகளை சரித்திரன் மூலமாய் அம்மா கொடுத்தனுப்பினாள். சந்தனன் அந்த உணவுகளைத் தீண்டக் கூடவில்லை. சரித்திரனுக்கு அது கவலையாகவிருந்தது. சில நாட்கள் கழித்து சரித்திரன்

தனது வாகனத்தில் சந்தனனை ஏற்றிக்கொண்டு சென்றான். அவன் எதுவும் கதையாமல் வீதியை வெறித்திருந்தான். மழை பெய்யத் தொடங்கியது.

"நீ என்னைச் சுடத்தான் இயக்கத்துக்கு வந்தனியெண்டு கேள்விப்பட்டனான்" என்ற சரித்திரனை அதிர்ச்சியோடு பார்த்தான் சந்தனன். உன்ர தந்தையைச் சுட்டது நானெண்டு தெரிஞ்ச உனக்கு ஏன் சுட்டனான் எண்டு தெரிஞ்சிருக்க வாய்ப்பில்லை" என்று தொடர்ந்தார்.

"அதுதான் நல்லாய்த் தெரியுமே, தேசத்துரோகி, ஒருத்தனைக் கொல்ல நீங்கள் துவக்கெடுக்க முதல், இப்பிடியொரு பட்டம் வைச்சே கொலை செய்திடுவியள்" என்றான் சந்தனன்.

சரித்திரன் கொஞ்சம் இறுக்கமாக "அது பட்டமில்லை. தண்டனையோட முதலடி." என்று சொன்னார்.

வாகனம் புளியமரத்தடியில் நின்றது. அங்கு நிறைய ஆணிகள் அறையப்பட்டிருந்தன. சரித்திரன் வாகனத்தை விட்டு கீழே இறங்கி, தன்னுடைய பிஸ்டலை அவனிடம் கொடுத்து என்னைச் சுடு என்றார். சந்தனன் வாகனத்தை விட்டு கீழே இறங்கினான். பிஸ்டலை சரித்திரனின் நெற்றி நோக்கி நீட்டினான். மூன்று வெடிகள் முழங்கின.

துரோகத்தின் துருவேறிய ஆணிகள் சிதறுண்டு பறந்தன. கிளையில் துளிர்த்திருந்த இலைகள் மெல்லக் காற்றில் அசைந்தன. இராணுவ மிடுக்கோடு, பிஸ்டலை சரித்திரனிடம் கையளிக்க முன்னே நடக்கலானான். துரோகத்தின் ஆணிகள் சிதறிக்கிடந்த நிலத்தில் சந்தனன் அவதானமும் விழிப்பும் கூட்டியிருந்தான்.

புளியமரத்தின் கீழே இரண்டு பேரும் நின்று கதைக்கத் தொடங்கினார்கள். இத்தனை நாட்களும் ஆறாத தன்னுடைய காயத்தைப் பார்த்தான் சந்தனன். அது கொதியடங்கி ஆறியிருந்தது.

08

அபாயம் நெருங்கியதென அச்சப்பட்டு அசையாது நின்றான் சங்கன். கலவரத்தோடு உடல் வியர்த்து மூச்செறிந்தவன் சட்டென கருவறைக்குள் பதுங்கினான். அவனை விழிப்புற வைத்த சத்தம் சில நிமிடங்களிலேயே வெட்டுண்டது. அரிய விலங்கென மடிந்திருந்த தன்னுடலைத் தளர்த்தி விரித்தான். ஆறடி உயரமான ஆகிருதி. தலையுயர்த்தி எழுந்தான். வைரவர் விக்கிரகத்தை அடியோடு தகர்த்து அதனடியிலிருந்த தகடுகளை எடுத்தான். பழமையான ஐம்பொன் சிலைகளை ஈரச்சாக்கில் போட்டான். உண்டியலைப் பிளந்து நாணயங்களை மணல் நிரப்பப்பட்ட சிறிய பைக்குள் போட்டான். தாள் காசுகளை ஈரமான உள்ளாடைக்குள் சுருட்டி வைத்தான். தன்னுடைய தடயங்கள் ஏதேனும் விடுபட்டு இருக்கிறதாவென மீளாய்வு செய்தான். எதுவுமில்லை. காலடித்தடங்களையும் அழித்து கோவிலை விட்டு வெளியேறினான்.

எத்தனையோ களமுனைகளில் வேவு பார்த்து வென்ற கண்கள். எதிரியின் காலடி வரை ஊர்ந்து சென்று நோட்டமிட்ட தீர உடல்.

எத்தனையோ பகலிரவுகள் சடமென உருமாறி பகைவர் வழியில் அமைந்திருந்த வல்லபம் சங்கனுடையது. மனுஷ வாடையறியும் கூர் நாசி. பாம்பின் லாவகமாய் நிலம் நீந்தி மறைபவன். தேரைகள் மறைந்து கொள்ளும் இடுக்குகளில் கூட இருந்தான் என்பார்கள். எதிரியின் தோல்வியைத் தீர்மானிக்கும் வேவுக்காரன். இயக்கத்தின் தலைவரால் பலமுறை கௌரவிக்கப்பட்டவன். தளபதிகளின் நேசன். சங்கன் பணியாற்றிய களமுனையில் எதிரிகளின் முன்னேற்ற நடவடிக்கைகள் அதிரடியாக முறியடிக்கப்பட்டன. மண்ணை அபகரிக்கும் வன்கவர் வெறியர்களுக்கு எதிரான போராட்ட வரலாற்றில் சங்கன் ஒரு சுருட்டை பாம்பு. அவனிருந்த இடத்தை யாரும் அறியார். எதிரிகளின் காலடிக்குள் மிதிபட்டும் மனுஷ பாவனை காட்டாமல் மரக்குத்தியென கிடந்தது தப்பியவன். அத்தனையும் தடயமற்று அழிந்து போயிற்றே என்று கலங்கிய கண்களையும் துடைக்காமல் சாக்குப்பையை சுருக்கிட்டு கட்டினான். பசி எரிந்து உளம் புகையும் ஏழ்மையின் வயிற்றில் துடிதுடிக்கும் புழுவான வாழ்வு சங்கனுக்கு நேர்ந்திருந்தது. கோவிலை விட்டு வெளியேறி கோபுரத்தை வணங்கினான். கற்பூரச் சட்டியில் இரண்டு பெட்டி காவடி கற்பூரத்தை வைத்துவிட்டு மெல்ல நடக்கத்தொடங்கினான். கொஞ்சத் தூரத்திலேயே அவனைத் தன்னுள் புகுத்தியது இருள்.

அதிகாலையிலேயே வைரவர் கோவில் பூசாரியின் ஓலம் சனங்களை அழைத்தது. ஐம்பொன் சிலைகள், தகடுகள், உண்டியலென ஒன்றும் மிச்சமில்லாமல் துடைத்து வழிக்கப் பட்டிருந்தது. கூறையில் வேர் பிளந்து தரைவிழுந்த மரமென கருவறை விக்கிரகம் தூக்கி வீசப்பட்டிருந்தது. சனங்கள் மண்ணைவாரி தம்மிலடித்துக் கொண்டனர். "எங்கட ஊர்க்காரன் வைரவரில கை வைச்சிருக்க மாட்டான். கேணியடிக்காரர்கள் தான் வேலையைக் காட்டியிருக்கினம்" முதல் அனுமானத்தைச் சொன்னார் செல்லையா. "அண்ணா என்னவாய் இருந்தாலும் பொலிஸ்ல போ கேஷ் குடுப்பம். அதுதான் முறையாய் இருக்கும்" என்றவர் கொக்குவில் மாமா. "இவ்வளவு சண்டைக்குள்ள தப்பி, கஷ்டப்பட்டு திரும்பவும்

ஊருக்கு வந்தோமெண்டு நினைச்சு கோயிலை புனரமைப்புச் செய்தால், களவெடுத்துக் கொண்டு போறாங்களே” என்றனர் ஊர்ப்பெண்கள். “இப்ப நீங்கள் என்ன செய்யப்போறியள். கேணியடி ஊருக்குள்ள புகுந்து ஒவ்வொருத்தனையும் பழி சொல்லி அடிக்கப் போறியளோ” என்று குரல் உயர்த்தினார் விநாயகம். “முதலில கேஷ் குடுக்கலாம். வெளிக்கிடுங்கோ” அழுத்தமாகச் சொன்னார் கொக்குவில் மாமா.

“எல்லாத் துன்பத்துக்கும் இவங்கள் தான் காரணம். இவங்களிட்ட போய் நிண்டு எங்கட தெய்வத்தோட சிலை களவு போட்டுதெண்டு முறைப்பாடு கொடுக்க எனக்கு விருப்பமில்லை” என்றார் செல்லையா.

“நீங்கள் சொல்றதெல்லாம் நூறுவிதம் சரிதான், ஆனால் வேற என்னதான் வழி. தொடர்ந்து களவு கொடுத்திட்டு இருக்கேலுமோ” கொக்குவில் மாமா கேட்டார். “நாட்டைப் பறிச்சு வைச்சிருக்கிறவனிட்ட போய், கோயிலில களவு போச்செண்டு சொல்லுறதோ” செல்லையாவின் பதில் கேள்வியில் கோபம் அதிகரித்திருந்தது.

ஒரு வெள்ளைத்துணியில் சில்லறையை முடிந்து கோவில் வாசலில் கட்டிய செல்லையா “இந்த அநியாயத்த செய்தவன் எவனாயிருந்தாலும், இன்னும் ரெண்டு நாளில இங்க வந்து நிப்பான். வைரவர் பொல்லாதவர். அவற்ற கோபத்துக்கு ஆளானால் அவன்ர குலம் தழைக்காது” என்றார். சில நாட்களிலேயே யாழ்ப்பாணத்திலிருந்து கேதீஸ்வர குருக்கள் வரவழைக்கப்பட்டார். விக்கிரகம் பிரதிஷ்டை செய்யப்பட்டது. களவாடியவனே விரைவில் எல்லாப் பொருட்களையும் கொண்டு வந்து ஒப்படைப்பான் என அருள் வாக்கு சொன்னார் பூசாரி. சனங்களும் அப்படி நிகழ வேண்டுமென விரும்பினர்.

சங்கன் திருடிய பொருட்களை முந்திரித் தோப்பொன்றில் புதைத்து வைப்பது வழக்கம். ஏற்கனவே தாமரைக்குள முருகன் கோவிலில் திருடிய தங்க வேல் ஒன்றும் அங்குதான் புதைக்கப்பட்டிருக்கிறது. இன்னும் வியாபாரப் பேரம்

சரியாகப் படியவில்லை. பத்தர் காந்தியோடு மல்லுக்கு நின்றான். "இந்த வேல உருக்கி தங்கக்கட்டியா மாத்திறத்துக்கு எனக்கு கூலி வேண்டாமடாப்பா, ஆனால் நான் சொல்ற விலைக்கு தா"

"பத்தரே, நான் சொல்றது தான் காசு. உங்களால வாங்க முடியுமா, முடியாதாவெண்டு சொல்லுங்கோ. எனக்கு உங்கட கூலி இனாமெல்லாம் வேண்டாம்"

"உனக்கு உதவி செய்ய இஞ்ச வேற ஆருமில்லை. என்னைத் தவிர எந்தப் பத்தனும் இந்த வேலைக்கு துணிய மாட்டான். விளங்கி நட"

"பத்தரே, கரட்டி ஓணான் வெருட்டி ஒக்குமாம். நீங்கள் அதுக்குத் தான் முயற்சிக்கிறியள். அது என்னட்ட சரிவராது" என்று சொல்லிவிட்டு அங்கிருந்து போனான்.

ஐம்பொன் சிலைகளையும் தகடுகளையும் புதைத்துவிட்டு, சில்லறைகளை எண்ணி முடித்தான். இரண்டாயிரத்து நான்கு ரூபாய் இருந்தது. முந்திரித் தோப்பிலிருந்து வீட்டுக்கு போகிற வழியிலிருந்த முருகன் கோவில் உண்டியலில் ஒரு ரூபாய் குற்றியை இட்டு கும்பிட்டான்.

"முருகனே, நான் செய்யிறது பிழை தான். ஆனால் வேற என்ன செய்ய ஏலும் சொல்லு. இத்தனை துன்பங்களைத் தந்த அரசாங்கத்தையே தண்டிக்காத நீ, உன்னட்ட களவெடுத்த என்னையும் தண்டிக்க மாட்டாய் என்றொரு நம்பிக்கை. என்றனை யாளும் ஏரகச் செல்வ மைந்தன் வேண்டும் வரமகிழ்ந்து தவும் லாலா லாலா லாலா வேசமும் லீலா லீலா லீலா விநோதனென்று உன்திரு வடியை உறுதியென்றெண்ணும் என்தலை வைத்துன் இணையடி காக்க" என்று பாடிக்கொண்டான். எதிர்ப்பட்ட எல்லோரும் சங்கனைப் பார்த்து அகமகிழ்ந்து புன்னகைத்தனர்.

"சங்கன் நாளைக்கு ஒரு கிணறு வெட்டிருக்கு வாறியோ" வழிமறித்த கிளியனிடம் வருகிறேன் என்றான்.

கொக்குவில் மாமா பொலிஸ் ஸ்டேசனில் முறைப்பாடு கொடுத்தார். கோவிலில் களவாடியவனை பிடித்து தரவேண்டுமென ஆங்கிலத்திலும் சிங்களத்திலும் கடிதம் எழுதி அளித்தார். இவ்வளவு தாமதமாக வந்து முறைப்பாடு தந்தால் எப்படி கண்டுபிடிக்க முடியுமென பொலிஸ் ஆவேசம் கொண்டது. “தெய்வம் பிடிச்சுத் தருமெண்டு வெயிட் பண்ணினாங்கள். அது நடக்கேல்ல, அதுதான் உங்களிட்ட வந்திருக்கிறம்” என்றார். பொலிஸ்காரர்கள் புல்லரித்துப் போனார்கள். கண்டிப்பாக அவனை கைது செய்துவிடுவோமென சிலர் நம்பிக்கையளித்தனர். இந்தச் செய்தியை ஊர்முழுவதும் தேநீரோடு பருகியது. சங்கன் எல்லாவற்றையும் அவதானிக்கத் தவறுவதில்லை. வீட்டு முற்றத்தில் மண்ணள்ளித் தின்னும் நந்திக்கடலின் கையில் லேசாக அடித்து நெஞ்சோடு தூக்கி அணைத்தான். சமையலிலிருந்த மலரினி வெளியே வந்து உங்கட மோளுக்கு ஒரு லோட் மண் வாங்கினால், இருபது வயசு மட்டும் சாப்பிடக் காணும்” என்றாள். வீட்டுக்குப் பின்னாலிருந்த சிறிய கொட்டிலில் இரண்டு போதல்களில் கள்ளு இருந்தது. பொரித்த சூடை மீனோடு கள்ளைக் குடித்து முடித்து அங்கேயே உறக்கம் கொண்டான்.

மலரினியும் சங்கனும் போராளிகளாக இருந்தவர்கள். ஒரே களமுனையில் சந்தித்துக் கொண்டவர்கள். வேவு அணிக்கு தலைமை தாங்கிய சங்கன் களமுனையிலுள்ள ஏனைய படையணிகளுக்கு வழங்கிய தகவல்கள் மாபெரும் வெற்றிகளை அளித்தது. மலரினி மகளிர் படையணியொன்றின் முக்கியமான தாக்குதல் அணித்தலைவியாக இருந்தாள். நிலமும் பனையும், களமும் சேனையும் சொந்தமாகவிருந்த நாட்களில் இருவரும் காதல் உறவெய்தினர். பின்னர் எல்லாமும் கானலெனக் கலைந்தவொரு காலத்தில் வதைமுகாம்களில் அடைக்கப்பட்டனர். போராளிகளாகவிருந்து புனர் வாழ்வளிக்கப்பட்டு விடுதலை செய்யப்பட்ட பின்பு திருமணம் செய்தனர். முதற்குழந்தை இறந்து பிறந்தது. பின்னர் வந்துதித்த பெண் குழந்தைக்கு நந்திக்கடல் என்று பெயர் சூட்டினான் சங்கன்.

பல்வேறு களவுச் சம்பவங்களை ஆராய்ந்து பொலிஸ் தேடுதலை நடத்தியது. கோவிலில் நிகழ்த்தப்படும் களவுகளில் மட்டுமே எந்தத் தடயங்களும் கிடைக்கவில்லையென ஒரு சிறந்த புள்ளியை இனங்கண்டார்கள். திறமையாக திட்டமிடப்பட்டு ஒரு குழுவால் செய்யப்படுவதாக உத்தேசித்தார்கள். தடயமில்லாத ஒன்றின் பின்னால் பயணிக்க இயலாது. அது ஒன்றாகவோ நூறாகவோ கூட இருக்கலாம். பொலிஸ் கைவிரித்தது. எங்கும் பிடி கிடைக்காமல் துருவித் துருவி விசாரித்தனர். சங்கன் கூலி வேலைக்குச் சென்றான். கிணறு வெட்டுவது உடல் வருத்தும் பணி. தசை தசையாக நோவெழும். வயிறு முட்ட கள்ளுக் குடித்தாலும் அலுப்புத் தீராது. இன்று வேலை முடிந்ததும், நேராக பத்தர் ஒருவரைப் பார்க்கச் செல்ல வேண்டும். இவனோடு இயக்கத்தில் இருந்த தோழமை. இப்போது வட்டக்கச்சியில் இருக்கிறான். பொன்னுருக்கும் கூடம் வைத்து சின்னச் சின்ன வேலைகள் செய்வதாக அறிந்திருந்தான். ஒருதடவை சென்று அவனிடம் கதைத்துப் பார்க்கலாமென சங்கனுக்குத் தோன்றியது. வட்டக்கச்சியிலுள்ள வெத்திலை பத்தரின் வீடு தேடிக் கண்டுபிடித்தான். உள்ளே இரண்டு நாய்கள் கட்டப்பட்டிருந்தன. வெளியே நின்று பட்டாம்பூச்சி என்று அழைத்தான் சங்கன்.

இரண்டு கைகளுமில்லாது வீட்டு வாசலில் வந்து நின்றவொரு உருவம் “நீங்கள் ஆர்” என்று கேட்டது. சங்கனால் அந்தக் குரலை உணர முடிந்தது. “பட்டாம்பூச்சி நான் வியட்நாம். உந்த நாயளைப் பிடி மச்சான்” என்றான். அந்த உருவம் அற்புத மொன்றைக் கண்டதைப் போல திகைப்படைந்து சங்கனை நோக்கி ஓடிவந்தது. அப்போதுதான் பட்டாம்பூச்சியின் முகத்தைப் பார்த்தான் சங்கன். தீக்காயத்தின் தழும்பு மெழுகெனவிருந்தது. கண்கள் எரியும் திரியென சிவந்திருந்தன. வெறிகொண்ட சூனியம் தங்கிய மேனி. “பட்டாம்பூச்சி நாயளைப் பிடி, நான் வியட்நாம்” என்றான். பட்டாம்பூச்சி நாய்களை விரட்டினான். உள்ளே வாங்கோ என்பதைப் போல ஒரு தலையசைப்பு. சங்கன் அவனைக் கட்டித்தழுவினான். பட்டாம்பூச்சி பெருங்குரலெடுத்து விம்மி அழுதான். “ஏன்

மச்சான் இப்பிடி குழந்தையள் மாதிரி அழுகிறாய், அழாதே" என்றான்.

"நீ வீரச்சாவு எண்டு கேள்விப்பட்டனான். அதுவும் ஆனந்த புரம் பொக்சில. அங்க நிண்டனியோ" பட்டாம்பூச்சி கேட்டான்.

"நீ கேள்விப்பட்ட மாதிரியே வீரச்சாவு அடைஞ்சிருக்கலாம். ஆனால் இப்ப கிடந்தது உத்தரிக்க வேண்டியிருக்கு"

"இயக்கத்திலையும் சரி, சாவிலையும் சரி முடிவு நாங்கள் எடுக்க ஏலாது. ஏற்கனவே எழுதின தாளில கோடுபோட முடியாதெல்லே"

"டேய், பட்டாம்பூச்சி தத்துவம் கதைக்கிறது இன்னும் குறையேல்ல. நீ எங்க காயப்பட்டனி. இப்படி எரிஞ்சு போய் இருக்கு"

தன்னுடைய இல்லாத கைகளின் மீதத்தைக் காட்டி "இது ரெண்டும் மாத்தளனில போனது. அதுக்குப் பிறகு மெடிஸ்ல இருந்தனான். அங்க பொஸ்பரஸ் குண்டு முகத்தை எரிச்சுப் போட்டுது"

"இப்ப முந்திய விட நல்ல வடிவாய் இருக்கிறாய் மச்சான்"

"ஓமடா, வெளிநாட்டில தான் கலியாணம் பார்க்கினம். போட்டோவ பார்த்த ஒரு பிள்ளையும் நீ சொன்ன மாதிரி சொல்லுதில்லை."

"ஏன் இஞ்ச இருக்கிற பிள்ளையை நீ கலியாணம் செய்ய மாட்டியோ. உனக்குத் தானே தொழிலிருக்கு"

"இப்ப என்ர முடிவுகளை நான் எடுக்கிறதில்லை. நான் எடுத்த முடிவுகள் முள்ளிவாய்க்காலோட முடிஞ்சுது. இனிமேல் அக்காமார் சொல்றத கேட்டு நடப்பம்"

"அதுசரி, உன்னட்ட ஒரு விஷயம் சொல்லவேணும். அது எங்கட இயக்க ரகசியத்துக்கு ஒப்பானது. நீ ஆரிட்டையும் சொல்லமாட்டேன் என்றால் சொல்லுகிறேன்"

"வியட்நாம் எனக்கு எந்த ரகசியமும் நீ சொல்ல வேண்டாம். நான் அதை வைச்சு என்ன செய்யேலும் சொல்லு"

"இல்ல, நீ எனக்கொரு உதவி செய்ய வேணும். அது உன்னால மட்டும் தான் முடியும்"

"எனக்கு ஒண்டுமாய் விளங்கேல்ல. சரி என்ன விஷயம் சொல்லு"

சங்கன் எல்லாவற்றையும் சொல்லி இறுதியில் "அந்த வேல் இப்பவும் என்னட்டத் தான் இருக்கு. நீ உருக்கித் தரவேணும். எங்களை மாதிரியிருந்து இண்டைக்கு கஷ்டப்படுகிற ஆக்கள் நிறையப் பேர் இருக்கினம். அவையளுக்கு பிரிச்சு குடுக்கலாம்" என்றான்.

பட்டாம்பூச்சி சரியென்று தலையசைத்தான். மூன்று நாட்கள் கழித்து அதனை எடுத்துவரும்படி சொன்னான். சங்கன் சந்தோசத்தோடு விடைபெற்றுச் சென்றான்.

மழையும் மின்னலும் இரவில் விழுந்தன. சங்கன் நனைந்து நடுங்கியபடி நெருப்புக்குச்சியைத் தட்ட முயற்சித்தான். சிறுஞ்சுடர் அணிந்த அவளது கண்கள் சங்கனைப் பார்த்தது. அவளது கழுத்தில் அணியப்பட்டிருந்த அலங்கார நகையைக் கழற்றி பையில் போட்டான். கைகளைத் துடைத்து மீண்டுமொருமுறை நெருப்புக்குச்சியைத் தட்டினான். அம்மன் முகத்தில் மழைநீர் சொட்டிக்கொண்டிருந்தது. சங்கன் அவளது நெற்றியில் குங்குமமிட்டு வணங்கினான். கையில் கிடைத்த ஐம்பொன் சிலைகளையும் கைப்பற்றி அங்கிருந்து வெளியேறினான்.

கோவிலின் வெளிப்புற கதவடியில் கறுப்பு நிறச்சேலை அணிந்த குமரியொருத்தி ஆங்காரமாய் சங்கனை இடை மறித்தாள். அவனால் எதுவும் செய்ய இயலவில்லை. எடுத்த வற்றையெல்லாம் என் கழுத்தில் அணிவித்து உன் உயிரைக் காப்பாற்று என்றாள்.

"நீ ஆர், உனக்கேன் அணியவேண்டும்"

“நான் தெய்வம். உன்னைக் காத்து நிற்கும் தெய்வம்”

“சமாதானத்துக்கான யுத்தம், நல்லிணக்கத்திற்கான அரசு, போர்க்குற்ற உள்ளக விசாரணை போல காத்து நிற்கும் தெய்வம், எவ்வளவு பெரிய பம்மாத்து. சனியனே தள்ளி நில்” என்று சுட்டியலை எடுத்து ஓங்கிய சங்கனைக் கண்டு தெய்வம் மறைந்தது.

மின்னல் விழுந்தது. இடி முழங்கிற்று. எப்போதும் போல் காற்றின் அரவம் அன்றில்லை. சங்கன் முந்திரித் தோப்புக்குள் நுழைந்து மண்ணைத் தோண்டி நகையையும் சிலைகளையும் புதைக்க ஆயத்தமானான். அப்போது மின்னல் வெளிச்சமொன்று பூமியில் விழுந்தது. அவனின் முன்னே ஓருருவம் நிற்பதைப் போல எண்ணினான். வெளிச்சத்தில் அந்த உருவத்தின் முகத்தைக் கண்டான். ஒளிதுலங்கிய கண்கள். விடுதலையின் கனல் சுமந்த நிமிர்வின் மேய்ப்பன். கம்பீரத்தின் ஞானம் தரித்தவன். திகைப்புக்கும் மிரட்சிக்கும் உள்ளாகிய சங்கன் “தெய்வமே எங்களை ஏன் கைவிட்டாய்” என்று எழுந்தோடிப் போனான். அவனை இறுக அணைத்தபடி அந்த உருவம் சொல்லிற்று.

“ஒரு மகத்தான தோல்வியைக் கூடத் தராது யுத்தம் தான் எங்களை கைவிட்டது. இதன்பொருட்டு என்னோடு பொருதாதே இளையவனே”

மீண்டும் ஒரு இடி மின்னல். சங்கனை அணைத்த உருவம் அப்போதில்லை. முந்திரித்தோட்டம் முழுதும் சுழன்று பார்த்தான் எவருமில்லை. எடுத்து வந்த பொருட்களை புதைத்தான். அங்கிருந்து வீட்டுக்கு நடக்கலானான்.

அந்தப் பேரிருளிலும் வீட்டின் முற்றத்தில் அமர்ந்திருந்து மண்ணள்ளித் தின்னும் நந்திக்கடலைத் தூக்கி நெஞ்சோடு அணைத்துக் கொண்டு “தெய்வம் எங்களைக் கைவிடாது” என்றான். நந்திக்கடல் தனது கைகளில் கிடந்த மண்ணை சீற்றம் கொண்டு குருதியால் துருப்பிடித்த இரவின் முகத்தில் எத்தினாள்.

09

அண்ணாவின் வித்துடலை குருதியூறும் நிலத்தினுள் விதைத்து மூன்றாம் நாள் அதி காலையில் பெருங்குரலெடுத்து அழுதாள் அம்மா. திகைப்படைந்து எழுந்தவர்கள், மங்கலான உறக்கக் கலக்கத்தோடு பார்த்தார்கள். நீராடி விரிந்திருந்த ஈரக் கூந்தலோடு அண்ணாவின் புகைப்படத்துக்கு முன் அமர்ந்திருந்தாள். சிறிய குத்து விளக்கில் அணையாச் சுடர் ஈகித்திருந்தது. நேற்றிரவு படைக்கப்பட்ட சாப்பாட்டில் ஈரம் விலகியிருந்தது. அம்மா தண்ணீர் செம்பைத் தூக்கி கவிழ்த்துக் காட்டினாள். ஒரு சொட்டு நீரில்லை. மீண்டும் அழத்தொடங்கினாள். வாதையின் செதில்கள் அகலமறுத்துப் பெருகிய பொழுதாயிற்று.

“என் நிழலில் மரணத்தின் நித்தியம் முழுமரமாய் வளர்ந்து நிற்கிறது. ஆனாலும் உதிரும் ஓரிலையின் நடுக்கம் கூட என் இதயத்தில் இல்லை. மீளவும் சொல்கிறேன். பீரங்கிகளினதும் போர்விமானங்களினதும் தாக்குதல்களால் பீதியாகமாட்டேன். விடுதலைக்காக போரிட்டு மடியுமிந்த வாழ்வு மகத்தானது.

தெளிந்த வானத்தை விடவும் ஆகிருதியில் வலுத்தது என் பெருங்கனவு. இதோ இக்கணத்தில் தியாகத்தின் பலிபீடத்தில் கிடத்தப்பட்டுள்ளேன். என் விழுப்புண் மீது அழுந்தப் பதிந்திருக்கும் ரத்த வரிகளை மேற்கு வானில் தாழும் சூரியன் பார்க்கிறது. நெருப்பேந்தி நாளையது கிழக்கில் தோன்றுகையில் என் முகத்தைச் சூடி வரும். ஆகுதியின் இனிமையை அருளும் நிலத்தை எதனாலும் விழுங்கிவிட முடியாது." வீரச்சாவு எய்துவதற்கு முன்பாக அண்ணா திரும்பத் திரும்ப சொன்ன வார்த்தைகள் இவையென களமுனையிலிருந்து வந்த படையணிக்காரர்கள் சொன்னார்கள்.

அண்ணா நன்றாக உரையாற்றுவான். கவிதைகள் எழுதவும் செய்வான். விடுப்பில் வந்திருந்த நாட்களில் எழுதிய சில கவிதைகளை அம்மாவிடம் கையளித்திருந்தான். ஒருநாள் நானும் அவனும் குளத்தில் குளித்துவிட்டு வீடு திரும்பிய போது கொந்தளிப்பாக சிலவற்றைக் கதைத்தோம். "போரால் எதையும் பெறமுடியாது போனால், இத்தனை இழப்புகளும் வீண் அல்லவா" என்றேன்.

"இத்தனை தியாகங்களும் வெறும் இழப்பாகவே எஞ்சுமென உன்னால் நினைத்துப் பார்க்க முடிகிறதா! போரை நம்பியதல்ல இந்தப் போராட்டம். எங்கள் வாழ்வுரிமையை போரின் வழியாக மட்டுமே வலியுறுத்த வேண்டிய நிர்ப்பந்தத்தை நம்பமுடியாதபடி காலம் தருவித்துவிட்டது. நீ சொல்வதைப் போல இழப்புக்கள் வீண் போனாலும் மிஞ்சி யிருப்பவர்கள் நினைவு கூருவர். மாண்டவர்கள் இங்கேயே தான் இருப்பார்கள். ஏனென்றால் இந்த மண் அவர்களின் மேனி. எஞ்சியவர்களை அவர்கள்தான் சுமப்பார்கள். இறுதியில் இழப்பைத் தான் பெறுவோமென்றால் ஞாலத்தின் அறம் புழுத்துப்போகும். குமட்டல் வாடை மனுஷகுலத்தின் மீது ஈயெனப் பெருகும். அற்பமான நோய்களில் உலகு நொடியும். எம் இனத்தின் புராதனக் கண்ணீரும் குருதியும் அறத்தை விடவும் மேன்மையான ஆற்றலோடு தீவிரமாகும். இழப்பின் ஞாபகங்கள் பரம்பரை பரம்பரையாக எங்கள் மாதர்களின் ஆதிக்குகையுள் அனற்குழம்பெனக் கனன்று கருவாகி வெளியுமிழும். பூர்வீகச் சந்ததி பெருகும்" என்றான்.

உடலீரம் காய்ந்திருந்தது. அண்ணாவின் சொற்கள் சுதந்திரத்தின் பிரசங்கமென என்னுள்ளே வலுவாக உருகி இறங்கியது. "தியாகங்கள் எல்லாமும் ஞாபகங்களாய் எஞ்சினால், பாழான போரை பூமி நினைவில் வைத்துக் கொள்ளும். அது நன்மைக்கே" என்றேன். "போரை விடவும் பூமி பாழானது. ஏனெனில் போர் கண்டுபிடிக்கப்பட்ட ஒரு வழி மட்டுமே" என்ற அண்ணா நாயுண்ணிப் பழங்களைப் பிடுங்கி வாயில் போட்டான். இனிப்புச் சுரந்து இதமாய் உடல் மொழிந்தான்.

அன்றிரவு நேரமாகியும் நான் விழித்திருந்தேன். குப்பி விளக்கு வெளிச்சத்தில் ஓவியமொன்றை வரைந்து கொண்டிருந்தேன். வீட்டின் வெளியே அமர்ந்திருந்து அம்மாவும் அண்ணாவும் கதைத்துக் கொண்டிருந்தார்கள். களமுனையாகவிருக்கும் சொந்தவூரின் கோவில்களுக்கு விளக்கு வைக்குமாறு சொன்னாள். அண்ணாவுக்கு இறை பக்தி அதிகம். சிறிய வயது முதலே சைவ மடத்தில் தீட்சை பெற்று நடராஜருக்கு பூசை செய்தவன். அவனுடைய ஆச்சார நெறிகள் தீவிரமானவையாக இருந்தன. இயக்க வாழ்க்கையில் எல்லாமும் நொறுங்குண்டு தலைகீழானது. மாட்டிறைச்சியை விடவும் ருசியானது எதுவுமில்லை என்பது அண்ணாவின் உச்சாடனமாய் ஆகியிருந்தது.

அண்ணாவுக்கு எட்டாம் நாள் படையல் வைக்கும் போது அம்மா மாட்டிறைச்சியையும் சேர்த்துக் கொண்டாள். சொந்தக்காரர்கள் சிலர் முகம் சுழித்து வேண்டாமென்றனர். "பிள்ளைக்கு பிடிச்சததான் வைக்கோணும், உங்களுக்கு பிடிச்சத வைக்க வேணுமெண்டால் நீங்கள் மோசம் போன பிறகு செய்து வைக்கிறன்" என்ற அம்மாவின் கூற்று பலரையும் சங்கடத்தில் ஆழ்த்தியது. செம்பு தளும்ப தண்ணீர் வைக்கப்பட்டு தலை வாழை இலையில் மாமிசக் குழம்புகள் எல்லாமும் படைக்கப்பட்டன. முச்சந்தியில் கழிப்புக் கழித்து பூசணியை இரண்டாகப் பிளந்து குங்குமம் தடவி, எல்லாவற்றையும் சுளகொன்றில் பரப்பி வைத்துவிட்டு வந்தோம். வீட்டில் அனைவரும் நிறைவாகச் சாப்பிட்டனர். அம்மா உபசரித்து கவனித்தாள். தண்ணீர் என்று சபையில்

யாரும் கேட்காத வண்ணம் எல்லோருக்கும் வழங்கப்பட்டுக் கொண்டே இருந்தது. வீட்டைச் சுற்றியும் புதுக்குடங்களில் குடிதண்ணீர் நிறைத்து வைத்திருந்தாள். அம்மாவுக்கு சித்தம் குலைந்திற்றோவென நொந்த சிலர் சிறிய தலையசைப்போடு எழுந்து சென்றனர். பிள்ளையின் வருகையை எதிர்பார்த்து காத்திருந்தாள் அம்மா.

“நான் சாகத் தயாரானவன், வீரச்சாவு அடைந்தால் அழாதேங்கோ. நீங்கள் என்னைப் பிரசவித்த தருணத்தை விடவும் பூமிக்குள் விதைக்கும் போது மங்கலம் கொள்வீர்கள்” என்றுரைத்த அண்ணாவின் குரல் அம்மாவின் ஞாபகத்தில் பொங்கி நுரைத்தது.”வந்து கொண்டிருக்கிறான், தேவ லோகத்திலிருந்து என் மகன் வருகிறான்” அம்மா ஆனந்தித்து உறுதியாகச் சொன்னாள். பரவசமாகி தன்னுடைய முலைகளை எடுத்து வெளி நோக்கி விரல்களால் பிசுக்கி “பிள்ளைக்கு சரியான தண்ணி விடாய்” என்றாள்.

இரவு முழுதும் நிலவும் பனியும் விழித்திருந்தது. அம்மா அடிக்கடி குடங்களையும், படையலில் வைக்கப்பட்டிருந்த செம்பையும் சென்று பார்த்தாள். அளவு குறையவில்லை. வீட்டின் வாசலை விட்டு ஒதுங்கியிருந்தாள். அண்ணா உள்ளே செல்ல ஏதும் தடையாக இருக்கவே கூடாது என ஒழுங்குகள் செய்திருந்தாள். ஆவியாய் அலைக்கழியும் அண்ணாவுக்காக சொந்தக்காரர்கள் சிலரும் காத்திருந்தனர். அற்புதங்களுக்காக காத்திருந்த சனங்களின் கதைகள் இரவைத் தீண்டியது. வீட்டினுள்ளே ஒரு பல்லி சொன்னது. அதன் நீளவொலி எல்லோரையும் தன்பக்கம் திருப்பியது. செய்வினைகள் அறுப்பதில் வல்லவளாக இருந்த புறாக்குட்டி அத்தை “காயப்பட்டு துடிதுடித்து பங்கருக்குள்ள தாகமெடுக்க, தண்ணியில்லாமல் தன்ர ரத்தத்தையே அள்ளி நக்கியிருக்கிறான். அந்தச் சீவன்ர தாகம் பூலோகத்திலதான் இருக்கு. அவன் வருவான்” என்றாள்.

நான் பொறுமையிழந்து “எங்களுடைய ஊகத்திற்கும் ஆசைக்கும் எதுவும் நடக்காது. விசர்த்தனமாய் கதைக்கிறத விட்டிட்டு எல்லாரும் போய் படுங்கோ” என்றேன்.

“இந்தப் பூமியில இரவு வாறதே ஆவிகளுக்காகத்தான். அதுகள் நடமாடுகிற ஒரு பொழுது இது. நீ நம்பாட்டி உள்ள போய் படன்ரா” என்ற கனகு பெரியப்பா சுருட்டை புகைக்கத் தொடங்கினார்.

“அவன் வந்து தண்ணி குடிப்பான். அதுவரைக்கு நான் முழிச்சிருப்பன்” அடைகாத்திருக்கும் தாய்மையின் தழல் குழம்பு வெடித்தது.

“எடியே விசரி. இப்பிடி செத்த இயக்கப் பிள்ளையள் வந்து தண்ணி குடிக்க வெளிக்கிட்டால் எங்கட கடல் தண்ணி வத்தியிருக்குமெல்லே. உள்ளே போய் படு” என்று முஸ்பாத்தியாகச் சொன்ன காங்கேசந்துறை மாமாவை திரும்பிக்கூடப் பார்க்காமல் அம்மா தவிர்த்தாள்.

“உன்னுடைய முஸ்பாத்திக்கு அந்த செவிட்டுப் பரத்தை சிரிக்கலாம். இஞ்ச ஆரும் சிரிக்க மாட்டினம். எழும்பிப் போடா புண்டையாண்டி” கனகுப் பெரியப்பாவின் பேச்சில் எச்சரிக்கை தொனி தெரிந்தது. காங்கேசந்துறை மாமா பேச்சிழந்து வெட்கி நின்றார்.

அம்மாவுக்கு விழித்திருப்பது ஆறுதலாகவிருந்தது. ஆமை போலூர்ந்த இரவு தீர்ந்து போனது. ஆனாலும் செம்பிலோ, குடங்களிலோ தண்ணீர் அப்படியே இருந்தது. அம்மா செம்பு நீரை எடுத்து பூக்கன்றின் அடியில் ஊற்றிவிட்டு புதிய நீர் நிறைத்து வைத்தாள். அவளுக்குள் பிரார்த்தனையின் அழுகுரல் பூகம்பமாய் ஒட்டிக்கிடந்தது. தன்னையிழந்த ஞாபகமாய் அம்மா வீட்டுக்குள் நடமாடினாள்.

கல்லறைகளும் நடுகற்களும் நிறையும் விதியின் வசியத்தை வாழ்வென எண்ணும் வருத்தம் எனக்குமிருந்தது. சாவளிக்கும் அடைக்கலம் அரணாகவிருந்தது.

“அண்ணா வந்து தண்ணி குடிக்கவில்லையெண்டு, கவலைப் படாதேயம்மா. அவன் உன்ர விருப்பத்தை விளங்கிக் கொள்வான்” என்றேன்.

“அவனுக்கு தண்ணி விடாய், பிள்ளையைத் தெய்வம் அப்பிடி கூட்டிக் கொண்டு போயிருக்க கூடாது. சீவனுக்கு தாகமிருக்கிறது சிவனுக்கு தெரியாமல் போச்சே”

“அதுக்காக அவர் ஆவியா வந்து தண்ணி குடிப்பாரே”

“அடேய், அண்டைக்கு வந்து தண்ணி குடிச்சது அவன் தான். அவன் ஆவியில்லை. என்ர பிள்ளை தேவர். முப்பத்து முக்கோடி தேவர்களுக்கு நிகர்த்த முதலாமவன்”

மறக்கவியலாத தழும்பென பதில் உரைத்தாள் அம்மா. முகம் வெளிறி இயல்புக்கு வர முயன்றேன். தீ பெருகும் காலத்தின் முற்றுகையில் உதிர்காலத்து இலையென கணங்கள் பொசுங்கின. அலைகளின் ஓயாத முறையீடு போல அம்மா பெரும் பொழுதுக்காய் காத்திருந்தாள்.

பெருங்கூவலோடு மழையின் பெருவிழிகள் திறந்தன. உப்புதிர்க்கும் கடல் காற்று கூரையூடே புகுந்தது. கொடுஞ் சாபமென உறைந்திருந்த நிலப்புழுதி மணமெழுந்தது. இடியதிர மிகுந்து பரவிய மின்னல் ஒளியிழந்து உலர்ந்தது. அண்ணாவின் புகைப்படத்து குத்துவிளக்குத் திரியில் குருதியின் சுளிப்பு நிறம் கொண்டெரிந்தது.

“அற்புதங்களின் வருகையை நிரூபிக்க அதிகம் சிரமப்பட வேண்டியதில்லை” என்றாள் அம்மா. ஒழுகும் தாழ்வாரத்தின் கீழ் நின்று சிறுநீர் பொழியும் நாயின் கண்கள் சலன மடைந்திருந்தன. நிழல் மரவள்ளி மரத்தில் அடைந்திருந்த கோழிகள் நனைந்து நடுங்கின. அம்மா மழையில் நனைந்தபடி வீட்டுப் படலையைத் திறந்து வைத்தாள். “அவன் வருகிறான், தண்ணி விடாய்ல வருகிறான். இந்தத் தண்ணி போதாது.” என்றாள். துயர் ததும்பும் ஒரு முதுமுரம் மண்ணில் வேரூன்றி மழையில் நனைந்து கிளையசைப்பதைப் போல கையசைத்து சொல்லிக்கொண்டே இருந்தாள்.

“அவன் வருகிறான் அவனுக்கு சரியான தண்ணி விடாய்”

அடுத்தநாள் காலையில் குடங்களில் தண்ணீர் இல்லை. செம்பு காய்ந்திருந்தது. வரலாற்றை தேடுபவளைப் போல

வீட்டின் வாசல்வரை அண்ணாவின் காலடித்தடம் தேடி கண்ணீர் கசிந்தாள். கரைக்க இயலாது திணறும் சாம்பல் சேற்றில் அவள் கால்கள் புதைந்து விடுபட மறுத்தன. "அவன் வந்திருக்கிறான். ஆனால் நடந்து வரேல்ல. பறந்து வந்திருக்கிறான். பூமியில் தேவர்கள் நடக்க மாட்டார்கள் அல்லவா" என்றாள். இது நீண்டால் அம்மாவுக்கு சித்தம் பிசகிவிடுமென எண்ணிப் பயந்தேன். எங்கள் சொந்தக்கார பரியாரியிடம் விஷயத்தைச் சொல்லி மருந்து கேட்டேன்.

"அவளுக்கு சித்தம் நன்றாகவே இருக்கிறது. எங்களுக்குத்தான் பிசகிவிட்டது மோனே. நீ எழும்பிப் போ" என்றார்.

அம்மா வீட்டுக்குளேயே இருந்தாள். ஊரிலுள்ள குளங்களில் இருந்து கிணறுகள்வரை தண்ணீர் சுத்தமாக இருக்கிறதாவென கூலிக்கு ஆள் வைத்துப் பார்த்தாள். ஒவ்வொரு இரவும் அவள் அண்ணாவுக்காக காத்திருந்தாள். குடங்களையும், செம்பையும் வற்றிய நீரோடு கனவில் கண்டாள். அன்றைக்கு ஊரில் இன்னொரு வீட்டில் வீரச்சாவு. இரவு முழுவதும் அங்கிருக்கலாமெனத் தோன்றியது. ஆனாலும் அம்மாவை தனியாக விடுவது பயமாகவுமிருந்தது. நள்ளிரவு வீட்டுக்கு புறப்பட்டு வந்தேன். இரண்டு நாய்கள் தெருவின் முடக்கில் படுத்திருந்தன. ஒரு நாயின் குழைவொலி கொஞ்சம் துணையாகவிருந்தது. வீட்டின் படலையைத் திறந்து உள்ளே நுழைந்தேன். தாழ்வாரத்தின் கீழே அமர்ந்திருந்த அண்ணா சிதைந்து அறுந்து தொங்கும் காலைப்பிடித்தபடி குடத்திலிருந்து தண்ணீரைக் குடிக்கிறான். இரண்டு கால்களும் சிதைந்து ரத்தம் விலகித் தேங்கியிருந்தது. விடாய் அடங்காது நிலமெனக் கிடக்கும் குருதியை அள்ளி பருகுகிறான். அண்ணா... என்று பெருங்குரலெடுத்து அழுதபடி ஓடிப்போனேன்.

வீட்டினுள்ளிருந்து அம்மா சொன்னாள் "எடேய், விசரா கொண்ணா வீட்டுக்குள்ள என்னோட இருக்கிறான். உள்ள வா"

வாசலில் நின்று உள்ளே பார்த்தேன். சிதைந்து தொங்கிய கால்களோடு குருதி தேங்கிய சாணத்தரையில் அண்ணாவுக்கு

பாலூட்டிக் கொண்டிருந்தாள் அம்மா. என்னைக் கண்டதும் “இவனுக்கு சரியான தண்ணி விடாய், பாச்சியை விட்டு வாய எடுக்க மாட்டேன் என்கிறான்” எனச் சொல்லி மகிழ்ந்தாள்.

அம்மா, என்றபடி அவளருகே ஓடினேன். அவள் என்னை அணைத்துச் சொன்னாள்.

“சந்ததி சந்தியாய் இவனுக்கு நாங்கள் தண்ணி வைக்கவேணும். அவன் எங்கட வாசலுக்கு பறந்து வருவான்”

அண்ணாவின் கால்களைத் தொட்டுப் பார்த்தேன். குருதியின் நீளக் கனியென தணல் பழுத்திருந்தது. கைகளை விசுக்கென எடுத்துக்கொண்டேன்.

“சரியான வெக்கை என்ன! இதுதான் எங்கட ஞாபகமடா மோனே” என்றாள் அம்மா.

10

“பூமியை பாவங்களால் நிறைத்தவர்களுக்கு தண்டனையுண்டு. எங்கும் தப்பியோட முடியாதபடி நீதியின் பொறியில் அகப்படுவார்கள். கடந்த காலங்களுக்கான தீர்ப்பு வழங்கப்படும்” அதிவணக்கத்திற்குரிய பிதா இராயப்பு ஜோசப் அவர்கள் குழுமியிருந்த சனங்களுக்கு மத்தியில் உரையாற்றினார். அரச வன்கவர் படையினரால் கடுமையான நெருக்கடிகளையும் சவால்களையும் எதிர்கொண்ட பிதா இராயப்பு ஜோசப் பின்வாங்கவில்லை. பயந்தொடுங்கி வெளிறவில்லை. நிகழ்ந்த மானுடப்படுகொலைக்கு சர்வதேச விசாரணை வேண்டுமென குரல் கொடுத்தார். நீதிமான்களுடைய கூடாரங்களில் இரட்சிப்பின் கெம்பீர சத்தம் உண்டு என்று சொல்லி உரையை நிறைவு செய்தார். அக்கா எதையும் கவனிக்காமல் இரண்டு கைகளையும் தூக்கி முட்டுக்காலில் நின்றாள். சாட்சியமற்ற வெளியில் உதிர மறுக்கும் உதிரச் சிறகுகள் குரூரமாய் வளர்ந்திருந்த நினைவது. மூர்க்கமாய் கொந்தளித்து பற்களை நெருமினாள். அக்காவைப் பிடித்துக் கொண்டேன். அவள் கேட்டாள் “எங்கட பாதர் சொல்ற தீர்ப்பு வழங்கப்படும் நாள்

எப்ப வரும் தம்பி?" அவலத்தின் புன்சிரிப்புக்கு பதில்களற்று இரையானேன்.

சில நாட்களில் அக்காவின் உடல் வலுவிழந்திருந்தது. யாழ்ப்பாண பெரியாஸ்பத்திரிக்கு அழைத்துச் சென்றேன். உளநல மருத்துவ நிபுணரிடம் காண்பித்தேன். ஏற்கனவே அக்காவுக்கு வழங்கப்பட்ட மருந்துகளோடு சிலவற்றை அதிகரித்தார். வாய்ப்பிருந்தால் களவாவோடை அம்மன் கோவிலுக்கு கூட்டிச் செல்லுங்கள் என்றார். துக்க நிவாரண மற்ற வாழ்வு, சிதலங்களின் நீள் சுருள் குறுக்கு மறுக்காக ஓடிக்கிழித்த பாதையில் தனித்துவிடப்பட்டது. நரகத்தில் வெறித்து வருந்தும் பாவிகளாய் எஞ்சிய ஒவ்வொருவருமே சித்தமழிகிறோம் என்றாள் அக்கா. அவளை இறுக அணைத்து தலைதடவினேன். நாங்கள் ஆஸ்பத்திரியை விட்டு வெளியேறி பேருந்துக்காக நின்றோம். பீதி நிரம்பிய கண்களோடு சனங்கள் வாழப்பழகினர். எது நேர்ந்தாலும் தாங்கிக் கொள்ளுமளவு மரத்துப் போனார்கள். இராணுவத்தினர் வீதிகளின் இருமருங்கிலும் நின்று யாழ் நகரத்தை கண்காணித்தனர். "இயக்கத்தை அழிச்சிட்டினம் தானே, இப்ப ஆருக்கு பயப்பிடினம்" மாங்காய் விற்கும் சிறுவன் கேட்டான். "எடேய், தம்பியா மொக்குத்தனமாய் கதைச்சு செத்துப்போய்டாத. உன்னட்ட மாங்காய் வாங்கினது பிழையா போயிற்று" நடுநடுங்கி அங்கிருந்து விலகியோடினார் படித்த யாழ்ப்பாணன்.

மீளக்குடியமர்ந்து சில நாட்களிலேயே அக்காவைப் பீடித்த உளத்துயரினால் வன்னியில் வாழ முடியவில்லை. அவளை அமைதிப்படுத்தவோ சுகப்படுத்தவோ தெய்வங்களிடம் வல்லமை இல்லாதிருந்தது. சொந்தக் கிராமத்தை விட்டு வெளியேறி யாழ்ப்பாணத்தில் வாடகைக்கு குடியிருந்தோம். செப்பனிடப்பட்டு இரண்டு அறைகள் கொண்ட கல்வீட்டில் உறங்கி விழித்தோம். ஏழாலையிலுள்ள பரியாரியார் ஒருவரிடம் அக்காவை அழைத்துச் சென்றோம். அவர் லேகியங்களையும், சூரணங்களையும் வழங்கி சுகமாகும் என்றார். ஆனால் அதற்கான எந்தச் சமிக்ஞைகளும் தோன்றவில்லை. நாளுக்கு நாள் அவளது பிரச்சனை அதிகமாயிற்று. அக்காவுக்கு

விசர் என்று யாழ்ப்பாணத்திலும் சொல்லத் தொடங்கினர். வீட்டின் முன்னே நிற்கும் வாதாம் மரத்திலேறி ஊர் விழிக்க கத்தினாள். கோவிலில் தீபாராதனை நடந்து கொண்டிருந்த போது, தன்னுடைய பாவாடையைக் கழற்றி கருவறைக்குள் வீசிவிட்டாள். கட்டுப்படுத்த இயலாமல் அவளுக்கிருந்த ஒரே காலில் உருகுதடமிட்டு கயிற்றால் இறுக்கினோம். வீட்டிற்கு வந்தவர்கள் அக்காவுக்காக பரிதாபம் கொண்டனர். எங்களைப் போன்ற கல்மனம் கொண்டவர்கள் யாருமில்லை யென சொல்லினர். “தெய்வத்தை விடவுமா?” என்றேன்.

“தம்பி, டாங்க் வருகிற சத்தம் கேக்குது, பங்கருக்குள்ள வா” அக்கா சொன்னாள். அவளுடைய கணுக்காலில் கயிற்றுத் தடம் நிரந்தரமாய் பதியத் தொடங்கியது.

“சண்டை முடிஞ்சுது, இனி டாங்க்ம் வராது, கிபிரும் வராது. அமைதியாய் இரு” என்றேன்.

“போடா விசரா. சண்டை முடிஞ்சுதோ. நீயென்ன தளபதியே. சண்டை நடக்குது. எனக்குச் சத்தம் கேக்குது.”

“எடியே வேஷை! கொஞ்சம் சும்மா இரடி. உதால போற ஆர்மிக்காரங்கள் கேட்டால் எங்கட கெதியென்ன” வீட்டிற்கு வந்திருந்த அத்தை நடுங்கிச் சொன்னாள்.

அக்கா பல ஆண்டுகளாய் உறங்காதவள். எத்தனையோ மருந்துகள் கொடுத்தும் பயனில்லை. அவள் யாருடனோ கதைத்துக் கொண்டே இருக்கிறாள். தன்னுடைய பெயரை ஒவ்வொரு நாளும் ஒன்றாகச் சொல்லுகிறாள். திடீரென அழத்தொடங்கி நிலத்தில் விழுந்து துடிக்கிறாள். அவளுக்குள் நிகழ்வது என்ன? ஒரு யுகத்தின் வீழ்ச்சியைப் பொடித்து அவளுக்குள் புதைத்தவர்கள் யார்? எப்போதாவது ஜன்னல் வழியாக நட்சத்திரங்களைப் பார்த்து உறைந்திருப்பாள். ஒருநாள் என்னையழைத்துக் கேட்டாள்.

“இண்டைக்கு வந்திருக்கிற நட்சத்திரங்கள் எல்லாமும் ஆர் தெரியுமா?”

வானத்தைப் பார்த்தபடி கேட்டேன், “ஆர்?”

“ஆரோ! எல்லாம் எங்கட குழந்தையள் தான். நாங்கள் இதுவரைக்கும் மண்ணுக்குள்ள புதைச்ச குழந்தையள். ஷெல்லடியிலையும், கிபிர் அடியிலையும் காயப்பட்ட அதுகளின்ர கடைசி நொடித் துடிப்ப மேல உத்துப் பார்” என்றாள். நம்பவியலாதபடி எல்லா நட்சத்திரங்களும் துடியாய்த் துடித்தன. தானியங்கள் சொரிவதைப் போல அவை மண்ணில் விழுந்தன. வானில் யாவும் அழிந்திருந்தன. திடுமென மழை கொட்டத் தொடங்கிற்று. அக்கா வானத்தையே பார்த்துக் கொண்டிருந்தாள். அவளை படுக்கைக்கு அழைத்துச் சென்று நித்திரைகொள் என்றேன்.

“எனக்கு நித்திரை வரவில்லை. நீ போய் படு”

சலிப்புடன் தலையாட்டிவிட்டு விலகினேன். அக்கா கட்டிலிலேயே அமர்ந்திருந்தாள். இல்லாது போன காலின் எஞ்சிய துண்டத்தை பார்த்துக்கொண்டேயிருந்தாள். எக்காளச் சிரிப்போடு எழுந்து நின்றாள். மூதாதையர்களின் காலடியென மழை சீற்றம் கொண்டாடியது. தலையைத் தாழ்த்தி உச்சாடனமாய் அக்கா எதையோ சொல்லத் தொடங்கினாள். படுக்கையை விட்டு எழுந்து வந்து அவளைப் பார்த்தேன்.

முகம் முழுதும் ஆக்ரோஷத்தின் தீ பழுத்து அவளுடல் காயங்களால் துடிதுடித்தது. பக்கத்தில் செல்லப் பயந்தேன். யாரோடோ அவ்வளவு வேகமாக கதைக்கத் தொடங்கினாள் அக்கா. தெய்வத்தின் லட்சணத்தோடு அகோரம் பூண்டிருந்தாள். குருதியின் வரலாற்றுப் படலம் மிதக்கும் துயரத்திவலையாக அசையாதிருந்தாள். “அக்கா” என்றழைத்தேன். அவளால் முடிந்ததெல்லாம் இதுதான் என்பதைப் போல தன்னுடைய கையிலிருந்த சிறிய தீப்பெட்டியைத் தந்து “அதனைத் திறந்து பார்...” என்றாள். யாரோ கடித்து மிச்சம் வைத்த பிஸ்கட் கடல் மணலும் குருதியும் ஒட்டி உலர்ந்திருந்தது. மீண்டும் மீண்டும் எதுவும் புரியாமல் பார்த்தேன்.

“இதென்னக்காக, ஆரோ சாப்பிட்ட மிச்ச பிஸ்கட்ட எடுத்து வைச்சிருக்கிறாய். அதில ரத்தம் வேற காய்ஞ்சிருக்கு” என்றேன்.

“இந்த பிஸ்கட்டும் அதில ஒட்டியிருக்கிற கடல் மணலும் ரத்தமும் தான் எங்கட மிச்சம்”

“ஆர் சாப்பிட்ட மிச்சமிது”

“எங்கட சந்ததியோட மிச்சம். அந்த மிச்சம் சாப்பிட்ட மிச்சம்” என்று சொல்லிக்கொண்டிருந்த அக்காவின் மீது இறங்கியதொரு நிழல் கண்டேன். கண்களை மூடித் திறந்தேன். அக்கா படுக்கையில் அமர்ந்திருந்து “என்னடா” என்று கேட்டாள். என்னால் எதுவும் சொல்ல இயலவில்லை. மழை பாதாளம் வரை இறங்குகிறேன் என்பதைப் போல அடித்துப் பெய்தது.

அன்றைக்கு மதியம் கோவிலில் கும்பாபிஷேகம் நடந்தது. வீட்டுக்கு பக்கமிருப்பதால் நானும் அம்மாவும் சென்றோம். அக்கா வீட்டிலிருந்தாள். அவளது கையில் கோவில் நூலைக் கட்டிவிட்டேன். அம்மா காலில் கயிற்றைக் கட்டி இரும்போடு இணைத்தாள். அன்னதானம் முடித்து திரும்பிவருகிற போது அக்கா யாரோடோ கதைப்பது கேட்டது. வாசலை எட்டிப் பார்த்தால் எவரின் செருப்பும் இல்லை. நாங்கள் உள்ளே சென்றோம். அக்கா, தனக்கருகே இருந்த கதிரையை நகர்த்தி வைத்து விட்டு, “இதில இருந்து கதையுங்கோ” என்றாள். அம்மா “ஆரடி மோளே வந்திருக்கிறது” என்று கேட்டாள்.

“உங்களுக்குத் தெரியாதம்மா. இயக்கத்தில பெரிய ஆள். பெயர் சொல்ல வேண்டாமாம்” அக்கா சொன்னாள்.

“எனக்கு பெயர் மறைக்கிற இயக்க ஆளை இண்டைக்குத் தான் கேள்விப்படுகிறன். சரி சாப்பிடுகிறாரோ. சமைக்கவா.கேள்”

“வேண்டாம் அவர் வெளியால போய் மச்சம் சாப்பிடுகிறாராம். இண்டைக்கு நாங்கள் விரதமெண்டு யோசிக்கிறார்”

“எடியே விசரி. வந்திருக்கிறவன் இயக்கமோ, அல்லது கோவில் தர்மகர்த்தாவோ. தெய்வத்துக்கு தானே விரதமிருக்கிறம். அது என்ன கேக்குதோ குடுக்கிறதுதான் விரதம். என்ன வேணுமெண்டு கேள்”

"மீன் பொரியலாம்"

"சரி அரைமணித்தியாலம் கதைச்சுக் கொண்டிரு. சமையல் முடிஞ்சிடும்" என்றாள் அம்மா.

நான் அடுப்படிக்குள் நுழைந்து "என்னம்மா நீயும் அவளோட சேர்ந்து விசராட்டம் போடுகிறாய்" என்று கத்தினேன். அம்மா கண்ணீரை துடைத்து வீசினாள்.

"ஓலமிட்டு குரல் கரைக்குமளவு சாம்பலின் பாரம் நெஞ்சில இருக்கு, ஆனால் அழக் கூடாது. கழிவிரக்கம் காட்டி துயரத்திட்ட மண்டியிடக் கூடாது. இந்தக் குறுகிய வாழ்வில சித்தம் பிறழ்ந்து வாழ்றதெல்லாம் கொடுப்பினை மோனே. கொக்காவுக்கு எதுவும் தெரியேல்ல. அவளுக்குள்ள கொந்தளிப்புமிருக்கு அமைதியுமிருக்கு. ஆனால் நல்லாய் இருக்கிற எங்களிட்ட அமைதி எங்கயிருக்கு சொல்லு. அவள் ஆரோடையாவது கதைக்கிறாளே அது காணும். எனக்கு அது நிம்மதியாய் இருக்கு" என்றாள்.

அம்மா கீரி மீன் பொரியலோடு சோற்றைப் பரிமாறினாள். ஏற்கனவே கால் கட்டை கழற்றியிருந்தேன். அக்கா கூந்தலை அவிழ்த்து ஒற்றைக்காலில் நின்று கொண்டு சாப்பிடத் தொடங்கினாள். கண்கள் நிறம் மாறி ஒளிர்ந்தன. வயிறு திறந்து அலறுவதைப் போல அக்கா காற்றை விட்டாள். சோற்றுக் கவளங்களை எரியும் தீயில் வீசுவதைப் போல தனக்குள் தள்ளினாள். பசியின் காலடியில் அவளுடல் நடுங்குகிறது. அவளது பசியா? யாரின் பசிக்கு அக்கா உணவு உண்கிறாள்? அம்மாவை அந்தத் காட்சி தாளமுடியாது உருக்குலைத்தது. தட்டில் மீண்டும் சோறு பரிமாறினோம். புதிய கனவு மாதிரி அக்காவுக்குள் விழித்தெழுந்தது யார்? ஒற்றைக்காலுடன் நின்றுகொண்டே உணவுண்ட அவளின் ஆங்காரம் மெல்ல மெல்ல அடங்கியது. சோற்றுத் தட்டை வீசி எறிந்தாள். யாராலும் அறியமுடியாத மொழியின் தெய்வச் சடங்காக நிகழ்ந்து முடிந்தது. அக்கா அப்படியே சிறுநீர் கழிந்தாள். வீடெங்கும் வெக்கையும் கடல் வாசனையும் எழுந்தது. அம்மா எதுவும் சொல்லவில்லை. நடப்பவற்றை பார்த்தபடி இருந்தாள்.

சில நாட்களுக்குப் பிறகு ஒரு மழைப் பொழுதில் அக்கா நன்றாக உறங்கினாள். கடைக்குச் சென்று திரும்பிய அம்மாவுக்கு அதுவொரு திருக்காட்சியாக அமைந்தது. சிறிய போர்வையால் அவளது கால்களை மூடினேன். "பரியாரியிடம் போய் அவள் நித்திரை கொண்டதைச் சொல்லு" என்றாள் அம்மா. போகலாமென தலையசைத்தேன். அக்கா விழிக்கும் வரை அருகிலேயே இருந்தேன். ஒருக்களித்துப் படுத்தவள் மல்லாந்து கொண்டாள். அவளுடைய பாயின் விளிம்பில் பிள்ளையார் எறும்புகள் ஓடின. அக்காவின் முகத்தில் இறுமாப்பு சேர்ந்திருந்தது.

எல்லாமும் புதைந்த கடைசித் திகதியில் முள்ளிவாய்க்காலை விட்டு வெளியேற முடிவு செய்தோம். அக்கா வர மறுத்தாள். உந்தக் கெடுவார் ஆர்மிக்காரங்களிட்ட வந்து வாழ ஏலாது. என்னை ஆரேனும் சுட்டுக் கொல்லுங்கோ என்று சத்தமாய் கத்தினாள். அன்றைக்குத் தான் இந்த இறுமாப்பை கடைசியாகக் கண்டது. அக்கா விசுக்கென விழித்தெழுந்து தலையிலடித்தபடி கேட்டாள்.

"நாங்கள் எப்பிடி தப்பினாங்கள்"

"நாங்களும் தப்பேல்ல மோளே" என்றாள் அம்மா.

திசை பிறழாது கடல் நோக்கி ஓடினாள். தன்னுடைய நிர்வாணத்தை வெறிகொண்டு படைத்து, "கடலே! மீதியற்று அழிந்து போ, லட்சோப லட்ச சனங்களின் பிணம் விழுங்கிய உன் அலைகளில் கொடுஞ்சாபம் படிந்திருக்கிறது. அழிந்து போ. பூமியிலிருந்து பாவம் மறைந்து போகட்டும். தீயோர் என்றென்றும் அழிந்து போவார்களாக!" என்றாள்.

அலை ஒடுங்கி இருண்டது கடல். ஊர்ந்து வந்து அக்காவின் தாள் பணிந்து "என் மகளே! மன்னிக்க" என்றது. வானத்தில் சுடர்ந்த நட்சத்திரங்கள் துடிதுடித்தபடி நடப்பவற்றை பார்த்தன. அக்கா மேல்நோக்கிப் பார்த்து "பிள்ளைகளே! உங்களின் பொருட்டு எவரையும் மன்னிக்கேன், நீங்கள் அமைதி கொள்ளுங்கள். உம்முடைய நியாயத்தீர்ப்புகள் நல்லவைகள்"என்றாள்.

மோதித்தெறிக்கும் முழக்கத்தோடு மழை பொழிய கடல் மீது ஒலித்த அவளின் குரல் நூற்றாண்டின் முறையீடு. எம்மை வஞ்சித்த பூமி அஞ்சட்டும் என்றனர் சனங்கள்.

11

இருண்டு கொட்டும் மழையில் வீட்டின் கதவு தட்டிக் கேட்டது. சிறிய கோடாக உடைந்திருந்த ஜன்னலில் கண் புதைத்துப் பார்த்த அம்மா, ரகசியமாய் சுதாகர் என்றாள். மீண்டும் கதவு தட்டும் சத்தம் கொஞ்சம் மூர்க்கமாக ஒலித்தது. என்னை அறைக்குள் போய் இருக்குமாறு கைகாட்டினாள். ஒரு நாடகத்தின் தொடக்கம் போல திரைவிலக வசனம் தொடங்கிற்று. “ஆர் வந்திருக்கிறது?” “நான் தான் சுதாகர் கதவைத் திறவுங்கள்.” அம்மா கதவைத் திறந்தாள். நனைந்திருந்தவரிடம் பெரிய துவாயைக் கொடுத்தாள். சேர்ட்டைக் கழற்றி உடம்பைத் துடைத்தார். அணிந்திருந்த ஜீன்சை கழற்றுவதற்கு முன்பாக பிஸ்டலை வெளியே எடுத்து தண்ணீரை துடைத்தார். ஒரு சாறமும் சேர்ட்டும் கொடுத்து மாற்றிக் கொள்ளச் சொன்னாள். சுடச்சுட இஞ்சி போட்டு ஒரு தேத்தண்ணி கொடுத்தாள். கொஞ்சம் இளைப்பாறிய பின் “இந்த நேரம் எதுக்கடா இஞ்ச வந்தனி” என்றாள். “சின்னதொரு வேலையாய் ஊரெழு வரைக்கும் போய்ட்டு வந்தனான். கொஞ்சம் பிந்தீட்டுது. மழை வேற பேயாய் அடிக்குது. அதுதான் இஞ்ச வந்தனான்.” என்றார்.

“வேற எதுவும் திருகுதாளம் பண்ணிட்டு பாதுகாப்புத் தேடி இஞ்ச வரேல்ல தானே” அம்மா எச்சரிக்கையோடு கேட்டாள். அவர் கண்களைத் தாழ்த்தி தேத்தண்ணியைப் பார்த்தபடி ஆவி நுகர்ந்தார். பிறகு கொஞ்சம் ஆசுவாசப்படுத்தி தைரியத்தை வரவழைத்திருப்பார் என்றே தோன்றுகிறது.

“அண்ணி, அப்பிடி ஒண்ட செய்திட்டு உங்களிட்ட வந்தாலும், நீங்களே என்னைச் சொல்லிக்குடுத்திடுவியள் தானே” சுதாகர் கேட்டார்.

“பின்ன, உங்களைப் பாதுகாத்து சனங்களுக்கு என்ன பயன்” அம்மா கேட்டதும் சுதாகருக்கு ஆத்திரமும் அடக்கமுடியாத அவமானமும் தோன்றியிருக்கலாம். உடனடியாக கதவைத் திறந்து வீட்டின் வெளியே போனார். மழையின் பேரிகை விடாது ஒலித்தது. திறந்திருந்த கதவின் வழியாக சாரல் புகுந்தது.

“எடேய், நீ உள்ள வாறதெண்டால் வா. இல்லாட்டி நான் கதவைச் சாத்தப் போறன்” அம்மா குரல் கொடுத்தாள். “இல்ல நான் வெளியேயே படுக்கிறேன், வெள்ளனவா எழும்பிப் போகிறேன்” என்றார்.

“அடிசக்கை, பெரிய ரோஷக்காரன்ர வீம்பு. இதில கொஞ்சம் ரோஷம் உண்மையா இருந்திருந்தால் ஆர்மிக்காரனோட சேர்ந்து பிள்ளையள சுட்டுத் தின்ன மனம் வராது” என்று சொல்லி கதவை அடித்துச் சாத்தினாள். மழையை மிஞ்சி கதவில் ஒலித்தது இடி.

அதிகாலையிலேயே எழுந்து சென்றுவிட்டார். அவர் படுத்திருந்த இடத்தில் சீவல் பாக்கு கொட்டுண்டு இருந்தது. அம்மா பூக்களை ஆய்ந்து வந்து அப்பாவின் படத்திற்கு வைத்தாள். நான் எழும்பி குளித்துமுடித்து படிக்க அமர்ந்தேன். முட்டைக் கோப்பியை அடித்து பொங்கச் செய்த அம்மாவின் முன்னேயே ஒரே மிடறில் அருந்தினேன்.

“இனிமேல் சுதாகர் வீட்டுக்கு வந்தால் அவனை அண்டக் கூடாது பெடியா” சொன்னாள் அம்மா.

“ஓம் அம்மா, ஆளைப்பார்க்கவே பயமாய் இருக்கிறது. தாடியும் தலைமுடியும். கண்ணெல்லாம் பாழிருட்டு. விடிவற்ற முகம்”

“இவங்களுக்கு எங்க விடியும். மாறி மாறி ஆக்களை காட்டிக் குடுக்கிறதும். கடத்திக் கொண்டே சுடுகிறதும் வேலையா வைச்சிருக்கிறாங்கள். உலகம் அழியிறதுக்கு முதல் இவங்களும் -இவங்களின்ர இயக்கமும் அழியவேணும்.”

“எங்கட இயக்கம் இவங்களை அழிக்காதோ”

“முந்தியொருகாலம் அதெல்லாம் செய்தவங்கள். இப்ப கொஞ்சம் யோசிக்கிறாங்கள் காட்டு யானை மாதிரி ஒருநாள் வெளிக்கிட்டால் எல்லாரையும் முறிச்சு எறிவாங்கள்” என்றாள் அம்மா.

பல வருடங்களுக்குப் பிறகு அதிசயமாக காந்தி மாமா வீட்டிற்கு வந்திருந்தார். அமைதிக்காலமென்றாலும் வன்னி யிலிருந்து யாழ்ப்பாணத்திற்குள் வருவதற்கு இயக்கம் எல்லாப் போராளிகளுக்கும் அனுமதி வழங்கவில்லை. காந்தி மாமா வீட்டிற்கு வந்ததையடுத்து மீனும், கணவாயும் சமைத்தோம்.

“எப்பிடி மேலிடம் உனக்கு பெம்மிஷன் தந்தது. ஆச்சரியமாய் இருக்கு” கேட்டாள் அம்மா. “தட்டுங்கள் திறக்கப்படும் கேளுங்கள் தரப்படும் எண்டு சொல்றது இதைத்தான். பன்னி ரெண்டு தடவை கடிதம் எழுதியிருக்கிறன். இண்டைக்குத் தான் அனுமதி கிடைச்சது” என்றார். “நல்ல விஷயம். நாளைக்கு தெல்லிப்பழை துர்க்கை அம்மன் கோவிலுக்கு போவம். அங்க உனக்காக வைச்சவொரு நேர்த்தி செய்ய வேண்டியிருக்கு” என்றாள் அம்மா.

“எனக்காக என்ன நேர்த்தி வைச்சனியக்கா?”

“உன்ர அலகில ஐஞ்சடிக்கு வேல் குத்தி காவடி எடுக்கிற னென்டு ஒரு சின்ன நேத்தி” சொன்ன அம்மா கொடுப்புக்குள் சிரித்தாள். மாமா “அதெல்லாம் ஒன்று பெரிய பிரச்சனை இல்லையென” கண்ணைக் காட்டினார். காந்தி மாமாவின்

இடது தோள்பட்டையில் விழுப்புண் தழும்பு மெழுகேறிக் கிடந்தது. எப்போதாவது அதனைத் தடவிக் கொள்கிறார். போராளி தனது விழுப்புண்ணின் தழும்பை தடவிப் பார்ப்பது எதனால்? அவர்களுக்கு ஏதோவொரு தியானத்தை அது வழங்குகிறதா? நினைவுகளை அது கொதிக்கச் செய்கிறதா? லட்சியத்தின் தீ வளர்க்க அந்த வருடல் அவசியமோ என்றெல்லாம் கேள்விகள் தோன்றின.

கோயில் செல்ல ஆயத்தமாகி காந்தி மாமாவும் நானும் வீட்டின் வெளியே அமர்ந்திருந்தோம். அம்மா கதவைச் சாத்திவிட்டு "சரி வெளிக்கிடுவம்" என்றாள். வீதிக்கு வந்து பேருந்துக்காக காத்திருந்தோம். கோவில் வரை செல்லும் பேருந்து வருவதற்கு தாமதம் ஆனது. ஓட்டோ பிடிச்சால் போய்ட்டு வந்திடலாமென்றார் மாமா. அதுக்கு குடுக்கிற காசில பத்து நாள் வீட்டுச் சீவியம் போக்கிடலாம் சும்மா இரு காந்தியென்றாள் அம்மா. பேருந்து முடக்கத்தை தாண்டி வருவதைக் கண்டதும் "அம்மன் எங்களைக் கைவிடாது. வாகனம் வந்திட்டு பாத்தியோ" என்று ஆனந்தித்தாள். காந்தி மாமா வேட்டி உடுத்தியிருந்தார். அகலக் கரை அவருக்கு பிடித்தமானது என்று அம்மா சுன்னாகத்தில் வாங்கிவந்தது. எடுப்பாக ஒரு தங்கச் சங்கிலி. அணிய மாட்டேனென்று எவ்வளவு சொல்லியும் அம்மா வேண்டிக் கேட்டதால் அணிந்தார். நெற்றி நிறைந்த திருநீற்று பட்டை.

"மாமா, வடிவான ஆள்தான் நீங்கள், இந்தியாவுக்கு போனால் விஜய்க்கு சகோதரனாய் நடிக்கலாம்"

"சிறுவா, உனக்கு இண்டைக்கு மாட்டு இறைச்சியில கொத்து ரொட்டி வாங்கித்தரலாமெண்டு நினைச்சனான். அதை கட் பண்ணிட்டன்"

"மாமா, இப்ப நான் சொன்னதில என்ன பிழை."

"நீ சொன்னது எல்லாமும் பிழை தான் சிறுவா" என்று எனது காதைத் திருகினார். நான் செல்லமாக பாவனையழுகையை எழுப்பினேன். அம்மா எங்களிருவரையும் பார்த்து புன்னகைத்தாள்.

கோவிலை வந்தடைந்து மாமாவின் பெயரில் அர்ச்சனை செய்தோம். அடுத்த மாதத்தில் ஒருநாளில் அபிஷேகத்திற்கு அம்மா திகதி கேட்டு வந்தாள். "வன்னியில நீங்கள் எந்த இடமென்று" ஐயர் மாமாவிடம் கேட்டார். உடனடியாக "ஜெயபுரம்" என்றார் மாமா. "என்ன வேலை செய்கிறீர் கள்"அடுத்த கேள்வி வந்ததும் "தேங்காய் யாபாரம்" என்று சொன்ன மாமாவைப் பார்த்தேன். எத்தனையோ ஆண்டு காலம் தேங்காய் யாபாரம் செய்யும் சிவத்தான் மாமாவை விடவும் உடல் மொழியைக் கொண்டு வந்திருந்தார்.

"மாமா, உங்கள நான் விஜய்க்கு அண்ணாவாக நடிக்கலா மெண்டு சொன்னது பிழைதான். நீங்கள் சிவாஜிக்கு அண்ணா"

"என்ன தேங்காய் யாபாரியை வைச்சு சொல்லுறியோ"

"ம். அப்பிடியே சிவத்தான் மாமா மாதிரியெல்லெ நிண்டனியள்"

"பின்ன, இப்ப என்ர படையணி, இயக்கப்பெயர், தகட்டிலக்கம், ராங்க் எல்லாத்தையும் சொல்லவே முடியும்"

"அதுவும் சரிதான். ஆனால் ஐயர் உங்களை இயக்கமெண்டு கண்டுபிடிச்சிட்டார்"

"அதனால அற்புதமும் இல்லை. ஊழும் இல்லை. நான் அவரிட்ட அதை மறைக்கேல்ல. ஆனால் சொல்லவுமில்லை. அவ்வளவு தான்"

நாங்கள் வீட்டினை அடைந்தோம். நாளைக்கு நல்லூர் கோவிலுக்கு போகலாமென நானும் மாமாவும் முடிவு செய்திருந்தோம். அம்மா கதவைத் திறந்து உள்ளே போனாள். கொஞ்சம் இருண்டிருந்தது. மின்விளக்குகள் ஒளிர்ந்தன. புட்டும் பழைய மீன்குழம்பும் ருசி குழைத்துண்டோம். மாமாவின் கைக்குழையல். உருசையூறும் கணம். அம்மா சின்ன வெங்காயத்தை உரித்து வைத்தாள். வீட்டின் கதவு தட்டும் சத்தம் கேட்டது. அம்மா உடைந்த ஜன்னல் வழியாக

கண்களை ஒத்திப் பார்த்தாள். சுதாகரும் அவனது கூட்டாளி தாடி ஜெகனும். சாப்பிட்டுக் கொண்டிருந்த எங்களிடம் தகவல் சொன்னாள். மாமாவை மறைந்திருக்குமாறு சொன்னேன். அவர் அடுப்படிக்குள்ளிருந்த புகைக்கூட்டிற்குள் பதுங்கினார். அங்கே அதற்கான நிரந்தர ஏற்பாடுகளை ஏற்கனவே செய்து வைத்திருந்தோம். கதவைத் திறந்ததும் சுதாகர் உள்ளே வந்தார். அப்பாவின் புகைப்படம் முன்னே காய்ந்திருந்த பூக்களை விரல்களால் ஒவ்வொன்றாக தவர்த்திப் பார்த்துவிட்டு "அண்ணி, அண்டைக்கு நீங்கள் அப்பிடி கதைச்சிருக்க கூடாது. ஒரே கவலையாய் போயிற்றுது" என்றார்.

"பின்ன, நீங்கள் செய்யிற அநியாயத்த பார்த்துக் கொண்டு நாங்கள் ஐஸ்பழமே குடிக்கிறது. உங்களுக்கு கொலையெண்டால் கொப்புலுக்கி நாவல் பழம் தின்னுற மாதிரியெல்லே"

"இஞ்ச எல்லாருக்கும் அப்பிடித்தான். முதலில ஆர் கொப்பு உலுக்கிறது எண்டு தான் போட்டி. மிச்சப்படி எல்லாரும் அப்படித்தான் நாவல் பழம் சாப்பிடினம்"

"சுதாகர், உன்னை முந்தியொருக்கால் அவங்கள் சுட வெளிக்கிடேக்க மடிப்பிச்சை கேட்டு தப்ப வைச்சனான். இப்ப அப்பிடியெல்லாம் கருணை காட்ட மாட்டங்கள். நீ உதெல்லாத்தையும் விட்டிட்டு எங்கையாவது வெளிநாட்டுக்கு வெளிக்கிடு."

"அண்ணி, நீங்கள் வெருட்டுறத பார்த்தால் எனக்குச் சிரிப்புத்தான் வருகுது. நாங்களும் போராளிகள் தான். இந்த நாட்டோட விடுதலைக்காக போராடத்தான் ஆயுதமேந்தினாங்கள். சுட்டால் சுடட்டும். அதுக்காக இவையளுக்கு பயந்து ஓடேலுமோ"

"நீங்களும் போராளியள் எண்டு சொல்ல வெக்கமாய் இல்லையோடா, இல்ல கேக்கிறன். அரசாங்கம் தருகிற மாஜரின சனங்களின்ர பிணங்களில பூசி தின்னுறதெல்லாம் விடுதலைப் போராட்டம் இல்ல. விளங்குதா"

“நாங்கள் எந்த இயக்கத்துக்கும் பயப்பிடேல்ல. உண்மையா போராட விரும்பினாங்கள். ஆனால் இண்டைக்கு நானும் தாடி ஜெகனும் எங்கட அமைப்பில இருந்து விலகலாமெண்டு முடிவெடுத்திட்டம். ஆனால் எங்கள ரைகேர்ஸ் மன்னிக்க மாட்டாங்கள். அவங்களிட்ட நாங்கள் சரணடையவும் மாட்டம். எங்கட வாழ்க்கையும் நாங்களூமெண்டு இருப்பம்” என்றார்.

“இயக்கம் மன்னிக்காது எண்டு என்னால உறுதியாய் சொல்ல முடியாது. ஆனால் நீங்கள் உடன விலகிடுங்கோ. அதை எப்பிடியாச்சும் இஞ்ச உள்ள அரசியல்துறை செயலகங்களுக்கு தெரியப்படுத்துங்கோ” என்றாள்

“இல்ல, அதுக்கான நேரமில்லை. நாங்கள் விலகப் போற தகவல் எங்கட அமைப்புக்குள்ள தெரிஞ்சு போச்சு. எங்கட லீடர் தோழருக்கு தெரிஞ்சால் அவ்வளவுதான்” என்றார் சுதாகர்.

“தெரிஞ்சால் என்ன செய்வாங்கள். நீ அந்த பேப்பர்காரனை சுட்டுக்கொண்டது, எம்.பியை சுட்டுக்கொண்டது, மாணவர் பேரவை பெடியனைச் சுட்டுக்கொண்டது மாதிரி உன்னையும் சுடுவாங்கள் அதுதானே. “விதை விதைத்தவன் வினை அறுப்பான்” எண்ட பழமொழி எல்லாத்துக்கும் பொருந்தும். சுதாகர் நான் சொல்றத கேள். இப்பவே ஏதேனும் ஒரு அரசியல்துறை பேஸ்ல போய் சரணடையுங்கோ. அதுதான் உங்களுக்குப் பாதுகாப்பு”

வீட்டின் முகப்பு வாசலில் வெள்ளை வேன் வந்து நின்றது. சுதாகர் அதைப் பார்த்து “அண்ணி, எங்கடை ஆக்கள் தேடி வந்திட்டாங்கள். என்னை காப்பாத்துங்கோ” என்று பயந்தடித்து அழுதார். தாடி ஜெகனுக்கு கால்கள் நடுங்கி கண்ணீரோடு மூத்திரமும் கழன்றது. அம்மா கதவை இறுகச் சாத்திவிட்டு தாழ்ப்பாள் போட்டுக்கொண்டாள். கண்ணாடியில் கண்களைப் பதித்து வெளியே எத்தனை பேரெனப் பார்த்தாள். இருவர் மட்டுமே வந்திருந்தனர். ஒருவனுடைய வலது தோள்பட்டையில் ஏகே 47 ரக துவக்கு தொங்கிக்கொண்டிருந்தது. கதவைத் தட்டத்

தொடங்கினார்கள். அம்மா கொஞ்சம் வேடிக்கை பார்த்தாள். வெளியே நின்றவன் பெரிதாக "ரைகோர்சுக்கு வாலாட்டுற வேஷை கதவைத் திறவடி. உன்ர சாமானில வெடி வைக்கிறன்" என்று கூச்சல் போட்டான்.

"காந்தி இஞ்ச ஒருக்கால் வா" அம்மா மெதுவாக குரல் கொடுத்தாள். புகைக்கூண்டுக்குள் பதுங்கியிருந்த புலி கதவருகே வந்தது. "படத்தட்டுக்குப் பின்னால ஒரு உப்பு பையிருக்கு அதுக்கு கீழே உள்ள பெட்டியை எடுத்துக் கொண்டு வா" என்றாள். மாமாவிடம் கொண்டு வந்து கொடுத்தேன். பளபளக்கும் உலோகம். மாமா பிஸ்டலை ஏந்தி நின்றதும் இன்னும் வடிவு கூடியிருந்தார். சுதாகரும் தாடி ஜெகனும் விழிபிதுங்கி கீழே அமர்ந்திருந்தார்கள்.

ஒரு நாடகத்தின் தொடக்கம் போல திரைவிலக வசனம் தொடங்கிற்று. "ஆர் வந்திருக்கிறது" என்று கேட்டபடியே பதிலுக்கு நேரமளிக்காமல் கதவைத் திறந்தாள். மாமாவின் கையிலிருந்த உலோகத்திலிருந்து சத்தமற்று வெளிச்சம் மட்டுமே பாய்ந்தது. வாசலிலேயே ரத்தம் கொப்பளிக்க கிடந்த இரண்டு பிணங்களையும் அள்ளி ஏற்றிக்கொண்டு அதே வெள்ளை வேன் புறப்பட்டது. சுதாகரும் தாடி ஜெகனும் அதற்குள்ளேயே அமர்ந்திருந்தனர். காந்தி மாமா வாகனத்தை இயக்கினார்.

அம்மா ஓடிச்சென்று "காந்தி இவர்களை நீ எதுவும் செய்யக் கூடாது. அரசியல் துறையினரிடம் ஒப்படைத்து விடு" என்றாள்.

சரியென்று தலையசைத்தபடி மாமா புறப்பட்டார். அடுத்தநாள் காலையில் நான்கு பிணங்களைச் சுமந்த வெள்ளை வேன் ஒன்று வீதியின் நடுவே நின்றது. சடலங்கள் அடையாளம் காணப்பட்டன. சுற்றி நின்று பார்த்த சனங்கள் சுதாகரைப் பார்த்ததும் "ஓ... இவையளே பெடியள் கொஞ்சம் பிந்தினாலும், சரியாய் செய்து போடுவாங்கள்" என்றனர்.

வீட்டிற்கு வந்திருந்த மாமாவிடம் "நீ அவர்களைச் சுட்டிருக்க கூடாது" என்று கோபமாக கத்தினாள். "இருவரும் தம்மைத்

தாமே சுட்டுக்கொன்றார்கள்" என்றார் மாமா. இரவு சாப்பிடும் போது கேட்டேன்.

"மாமா, அவர்களை நீங்கள் சுடேல்லையோ?"

"சிறுவா, மாமாவோட பேர் என்ன"

"காந்தி"

"மாமா, பொய் சொல்லுவேனா"

"இல்லை. ஆனால் சுடுவியள் தானே"

மாமா உறுதியாக ஓமென்று தலையசைத்தார்.

"காந்தி நீயே சுட்டனி" கேட்ட அம்மாவைப் பார்த்து, உறுதியாக இல்லையென்று தலையசைத்தார்.

சூரியனாய் தகிக்கும் ஒருபெரும் கனவின் நெடும்பயணத்தில் அஞ்சாமல் துஞ்சாமல் நிமிர்வின் குரலாக எதிரொலிக்கும் ஒவ்வொரு கணத்திலும் வரலாற்றின் கடைவாயில் துரோகக் குருதி வழிந்தது. கொப்பளித்தடங்கிய எரிமலையின் நாளங்களில் தீயின் உறைதல் திவலையாய்த் தேங்கின. பலிபீடத்தின் விளிம்பில் பதுங்கியமர்ந்த புலியின் கண்களில் "எவ்வளவு வலிமையானது தியாகம்" என்ற திருப்தி. கண்களைத் திறந்தபடி பாயில் படுத்திருந்த மாமாவுக்கு திருநீற்றை பூசிய அம்மா, "வேதத்திலுள்ளது நீறு, வெந்துயர் தீர்ப்பது நீறு, போதந் தருவது நீறு, புன்மை தவிர்ப்பது நீறு" என்ற பதிகவரிகளை பாடிக்கொண்டே அருகில் அமர்ந்தாள். உறக்கத்தின் கிளைகள் மாமாவை அடர்ந்து மூடின. இதுவரை வஞ்சித்த இரவின் ஜன்னல் வழியாக காற்றுப் புகுந்தது. கருணையின் வளைவற்ற பாதையைப் போல நீட்டி நிமிர்ந்து ஆழ்ந்துறங்கிய மாமாவின் கைவிரல்களை முத்தமிட்டேன். எண்ணிறைந்த ஒளித்துளியுள் நினைவின் குளிராக எப்போதும் உள்ளது அன்றிரவு.

12

கிளிநொச்சி சந்தையில் மரக்கறிகளை வாங்கி அவசர அவசரமாக வெளியே வந்த “பச்சை” இரணைமடுவுக்குச் செல்லும் பேருந்தில் ஏறி அமர்ந்தார். உளமழுத்தும் இன்னல் முகம் முழுதும் நின்றது. வியர்வையில் தோய்ந்திருந்தார். இன்னுமிரண்டு நாட்களில் பயணம் சரிப்பட்டால் பிள்ளைகளைக் காப்பாற்றி விடமுடியுமென்ற வேண்டுதல். பச்சைக்கு அருகில் வந்தமர்ந்தார் கருவாட்டி யாபாரி மாசிலா. அவரின் பொய்க் கால் நன்றாகப் பழுதடைந்திருந்தது. வெண்புறா நிறுவனத்தில் புதிய பொய்க்கால் வேண்டிப் பதிவு செய்துள்ளதாக பச்சையிடம் தெரிவித்தார். இரணைமடு பேருந்து நிறுத்தத்தில் இறங்கிய பச்சை, ஜன்னல் வழியாக மாசிலாவைப் பார்த்தார். மாசிலா தனது பொய்க்காலை சரிப்படுத்தி கொஞ்சம் ஆசுவாசமாக அமர்ந்திருந்தான்.

வீட்டில் நின்ற இரண்டு கிடாய்களுக்கும் தவிடு கரைத்து வைத்த “கொண்டோடி” சுகந்தா படலைக்குள் நுழையும் பச்சையை பார்த்தாள். புருஷனின் நடையில் ஏதாவொரு குழப்ப மிருப்பதாக உணர்ந்தாள். “என்னன, ரத்தச்

சோகை வந்த ஆக்கள் மாதிரி தெம்பில்லாம நடக்கிறியள்" என்று கேட்டாள். பச்சையிடம் பதிலில்லை. வாசலிலிருந்த வாளி நீரில் கால்களைக் கழுவி, வீட்டிற்குள் நுழைந்தார். இரண்டு கிடாய்களும் தவிட்டுத் தண்ணியை மூசி மூசி உள்ளிளுக்கும் சத்தம் மத்தியான வெயிலோடு கூடியிருந்தது. கறுத்து மினுமினுத்து நன்றாக உயர்ந்து நிற்கும் முதல் கிடாய் சித்திரனுக்கும், செவி நீண்ட கறுப்பு நிறத்திலான துடியான மற்ற கிடாய் அப்பனுக்குமென பாலத்தடி சிவன் கோவிலுக்கு நேர்த்தியாக வளர்த்தாள்.

ஆனால் பிள்ளைகளை காப்பாற்ற தெய்வத்தால் முடியா தென்றும், அது தெய்வத்தையே படைத்த மனுஷனாலேயே ஆகும் காரியமெனவும் பச்சை நம்பினார். தன்னிடமிருந்த பணத்தையும், சொத்துக்களையும் மனம் நிறுத்தி எண்ணினார். கனகாம்பிகைக் குளத்தடியில் ஏக்கர் கணக்கிலிருந்த தென்னந்தோப்பும், முறிகண்டியில் தரிசாகக் கிடக்கும் எழுபது ஏக்கர் நிலமும் வேண்டாமெனத் தோன்றியது. கையிருப்பிலிருந்த பணம் பல லட்சங்கள். வங்கியில் வைப்பிலுள்ள பணத்தையும் கணக்குப் போட்டார். தமிழீழ வைப்பகத்தில் இருக்கிற பணத்தை எடுப்பதில்லை என முடிவு செய்தார். சொத்துக்களை விற்பது இயக்கத்திற்கு தெரிந்தாலும் ஆபத்து நேரும். எதுவும் வேண்டாம். 'உயிர்.' அந்த பொக்கிஷத்தை மட்டும் மீட்டுவிட்டால் போதுமானது. "எத்தனை காலம் இந்த மயிரெல்லாம் நீடிக்கப்போகிறது. இவர்கள் எல்லாம் அழிந்து போகுமொரு நாள் வராமலா போகும். நிலத்துக்காக சாவதெல்லாம் விஷர்த்தனம். ஆயுத வெறி. இத்தனை வசதிகளோடு இருக்கும் எனது பிள்ளைகள் ஏன் துவக்கெடுத்து சண்டை செய்யவேண்டும்?" என்று கற்பூரத்தைக் கொளுத்தி பாலத்தடி சிவனை வழிபட்டார் பச்சை.

'கொண்டோடி' சுகந்தாவிடம் பச்சைத் தண்ணீர் கேட்டால் கூட கிடைக்காது. கோவில் உண்டியலில் ஒரு ரூபாய் போட்டுக்கூட சனங்கள் பார்த்ததில்லை. இயக்கம் சனங்களிடம் நகையும், பணமும் கேட்ட காலத்தில் தன்னுடைய இரண்டு தோட்டையும் கழற்றிக்

கொடுத்ததாக ஒரு வரலாறு சொல்லுவாள். ஏற்பாடுகள் எதனையும் சுகந்தாவிடம் பச்சை சொல்லவில்லை. அவளை நம்பமுடியாது. யாரிடமாவது வாய்தவறிச் சொல்லவும் செய்வாள். சித்திரன் பன்னிரெண்டாம் வகுப்பு படித்துக் கொண்டிருந்தான். அப்பன் பதினோராவது வகுப்பு. இருவரும் நல்ல கெட்டிக்காரர்கள். இந்தியாவிற்கு அழைத்துச் சென்று தனது பிள்ளைகளை பெரிய படிப்பெல்லாம் படிக்க வைக்கவேண்டுமென பச்சை ஆவலாதிப்பட்டார். முதன்முதலில் சித்திரனுக்கு தனது திட்டத்தைச் சொல்லலா மென பச்சை உறுதி பூண்டார். வீட்டுக்குப் பின்னாலுள்ள மாந்தோப்பில் கட்டிலில் உறங்கியிருந்த சித்திரனை தட்டியெழுப்பினார். எப்போதுமற்ற பழக்கமொன்றை எதிர்கொண்ட திகைப்பில் கொஞ்சம் நேரம் கதையாமல் இருந்தான். ஆனாலும் பச்சை கதைக்கத் தொடங்கினார்.

“சித்து, நாங்கள் இஞ்ச இருந்து வெளிக்கிடலாம், இயக்கம் நல்லா இறுகப்போகுது. பிள்ளையளை பிடிச்சு போருக்கு படைக்கப்போறாங்கள். நான் எல்லா ஏற்பாட்டையும் செய்திட்டன். நாளைக்கு பின்நேரமாய் இஞ்சயிருந்து வெளிக்கிட்டு போய்டலாம். பிறகு கடலால இந்தியாவுக்கு”

“அப்பா, உங்கட திட்டம் சரி வருமே, ஏதேனும் தகவல் கசிஞ்சால் கூட இயக்கம் மன்னிக்காது. எல்லாத்தையும் பறிச்சுப்போட்டு உள்ள தள்ளிடுவாங்கள்”

சித்திரன் ஒத்துக்கொண்டது நல்ல சகுனமென எண்ணினார். பச்சைக்கு கொஞ்சம் தெம்பு வந்தது. “அதைப் பற்றி நீ கவலைப்படாத. கொம்மாவை மட்டும் சம்மதிக்க வைச்சுப் போடு. அதுதான் இப்ப ஒரே தலையிடி.” என்றார். “நாங்கள் எல்லாரும் வெளிக்கிடப் போகிறம் எண்டால் அம்மா இஞ்ச தனிய இருப்பாவே, வரத்தானே வேணும்” காலில் ஒட்டியிருந்த மண்ணைத் தட்டிவிட்டு, நான் அம்மாவிட்ட கதைக்கிறன்” என்றான் சித்திரன்.

அன்றிரவு வீட்டில் கடுமையான வாக்குவாதங்கள் நிகழ்ந்தன. “இத்தனை சொத்துக்களையும், நிலங்களையும்

அம்போவிண்டு விட்டிட்டு ஆள்தெரியாத ஊருக்கு எதுக்கு ஓடோணும். செத்தால் சாவம். எல்லாற்ற பிள்ளையளுக்கும் நடக்கப்போறது தானே எனக்கும் நடக்கப்போகுது. நான் அதைத் தாங்கிக் கொள்வன். ஆனால் இந்த ஊரை விட்டு என்னால வர ஏலாது" சுகந்தா மறுத்தாள். அப்பனுக்கு எந்த விருப்பும் வெறுப்பும் இல்லை. அவன் எல்லாவற்றையும் அமைதியாக கவனித்துக் கொண்டிருந்தான். "சுகந்தா நாட்டில நடக்கப்போறது என்னெண்டு தெரியாமல் கதையாத, இஞ்ச இருக்கிற ஒருத்தரும் மிஞ்சப்போவதில்லை. அந்த நிலைமைக்குத் தான் இவங்கள் ரெடியாகுறாங்கள்"பச்சை சொன்னார்.

"உயிர் சாம்பலாய்ப் போனாலும் இந்த மண்ணில போகட்டும். இவ்வளவு சனமும் இஞ்ச இருக்க நாங்கள் மட்டும் சாகப்பயந்து ஓடித்தப்புறத நினைக்க குமட்டுது. அவமானம்"

"எடியே வேஷை, உனக்கு அப்பிடியென்னடி கரப்பன் வியாதி. இஞ்ச ஆரோடையோ படுக்க நாள் பார்த்து வைச்சிருக் கிறியோ. நான் என்ன சொல்லுறனோ. அதைச் செய்"

அப்பன் வெகுண்டு துடித்தான். அவனது கை நரம்புகளில் கொலைத்துடி எழுந்தது. பச்சையை நோக்கி நடந்து போய் பளார் என்று கன்னத்தில் அறைந்தான். சித்திரன் அதிர்ச்சி அடைந்து அப்பனை இழுத்துப் பிடித்தான். பச்சை கன்னத்தைப் பிடித்தபடி பார்வை மங்க அமர்ந்தார். உடல் சிவந்து தளும்பி அழுதார். சுகந்தா அப்பனை அரவணைத்து நின்றாள்.

மாந்தோப்பிலிருந்த கட்டிலில் அமர்ந்திருந்த பச்சையிடம் "அப்போய், இவையள் வராட்டி என்ன நீங்களும் நானும் வெளிக்கிடுவம்" சித்திரன் சொன்னது அவ்வளவு தீவிரமா யிருந்தது. அது பச்சையின் உடலில் எரிந்தடங்க மறுத்த காயத்தின் எரிச்சலுக்கு குளிர் பரப்பியது. ஆனாலும் வேண்டாமென்று மறுத்தார். "எல்லாரும் மனம் ஒத்து வெளிக் கிடுவம். அது விரைவிலேயே நடக்கும். பொறுத்திருப்பம்" என்றார். "அதுக்குள்ள தமிழீழம் கிடைச்சால் என்ன செய்யிறது" சித்திரன் கேட்டான். பச்சை தன்னுடைய

கன்னத்திலிருந்த கையை எடுத்து “எழும்பிப் போடா மடப்புண்டையாண்டி” என்று ஏசினார்.

ஒரு சில மாதங்களில் வன்னியில் நிறைய மாற்றங்கள் நிகழ்ந்தன. “புலிகள் படையில் சேர்க” என்ற பிரச்சாரங்கள் வீதிகள் தோறும் நிகழ்ந்தன. பள்ளிக்கூடம் சென்று வருகிற இளவட்டங்களை நிறுத்தி வைத்து போராட்டத்தின் அவசியத்தையும் இக்கட்டையும் பிரச்சாரப் பிரிவு போராளிகள் முன்வைத்தனர். கதைத்து விளங்கவைத்து இயக்கத்தில் இணையுங்கள் என்பது மேலிடத்து ஆணையாம். சுகந்தாவுக்கு சில சம்பவங்கள் அச்சத்தை ஏற்படுத்தின. சித்திரன் நாளும் பொழுதும் தாயிடம் ஒப்புக்கொள்ளல் வாங்கவே நேரம் செலவழித்தான். பச்சை முல்லைத்தீவுக்குச் சென்று ஓட்டியைச் சந்தித்து வந்தார். ஏற்கனவே நடந்ததைப் போல ஏமாற்றம் எதுவும் இந்தத் தடவை நிகழாதென ஓட்டிக்கு உறுதியளித்தார்.

சுகந்தா ஆடுகளையும் வீட்டிலுள்ள சில பொருட்களையும் சொந்தக்காரர்களிடம் ஒப்படைக்க விரும்பினாள். “எதுவும் செய்ய வேண்டாம். நாங்கள் இல்லையென அறிந்த பிறகு மாமாவே எல்லாவற்றையும் வந்து எடுத்துவிடுவார்” என்றான் சித்திரன். கிளிநொச்சி பேருந்து நிலையத்தில் பச்சை இறங்கினார். அங்கிருந்து இரணைமடுவுக்கு செல்லும் பேருந்துக்காக காத்திருந்தார்.

சித்திரன் தன்னுடைய நண்பர்களோடு கிரிக்கெட் விளையாடிக் கொண்டிருந்தான். அப்பன் வீரபத்திரர் கோவிலுக்குப் பின்புறமுள்ள பெரிய கல்லொன்றில் அமர்ந்திருந்தான். சுகந்தா தன்னுடைய நகைகளை எடுத்து ஒரு பெரிய தலையணைக்குள் பதுக்கினாள். தங்கத் தலையணை. அதற்கு மேல் எத்தனையோ மெழுகுத்தாள்களால் அரண் அமைத்தாள். எல்லோருக்குள்ளும் நெடிய வலி குறுக்கு மறுக்காக தையலிட்டது. எதன்பொருட்டு நிலம் பிரிந்தாலும் வருந்துயர் ஆறாதது.

அப்பனுக்குப் பின்னால் வந்து நின்றாள் நறுமுகை. அவளது கைகளில் பனங்காய் பனியாரம் நிரம்பியிருந்தது. நிலத்தின்

வாசனையோடு கமழும் பொழுது. அப்பன் அவளை இறுகக் கட்டியணைத்து முத்தமிட்டான். அவளுடைய கைகள் தளர்ந்தன. மண்ணில் சிறுமுலைக்காம்புகள் தோன்றியதைப் போல பனங்காய்பனியாரம் சிதறுண்டன. கல்லின் மீது யாக்கைகள் கனன்றன. அமுதுண்ணும் பொலிவுடன் வண்டுகள் பறந்தன. அப்பனின் மூச்சில் சிவந்த உதடுகளால் நறுமுகை தாகம் பெருகி மிடறு எச்சில் விழுங்கினாள். அப்பனின் தவிப்புக்கூடியது. அவன் சொன்னான் “நாங்கள் இஞ்ச இருந்து தப்பியோடப் போகிறம்”

“எங்க”

“இந்தியாவுக்கு. அப்பா ஏற்பாடு செய்திட்டார். படகில போகப் போகிறம்”

“உங்கட குடும்பத்துக்கு என்ன விசரே, கடல் முழுக்க இயக்கம் தான். அலைகளையே எண்ணிக் கொண்டிருப்பினம். இதில நீங்கள் எங்க தப்பி, எங்க போகப்போறியள்”

“தெரியேல்ல, நடக்கிறது நடக்கட்டும். எல்லாரும் போய், நான் மட்டும் நிண்டால் இயக்கம் என்னைத்தான் சிறையில அடைக்கும்”

“நீ, போய் இயக்கத்திட்ட சொல்லு. அப்படியெண்டால் உனக்கு தண்டனை இருக்காது”

“அய்யோ, குடும்பத்தைக் காட்டி குடுக்கச் சொல்லுறியோ, அம்மா பாவம்”

“அப்ப, கடலில போய் சாகப்போறாய். அப்பிடித்தானே?”

“நீ இயக்கத்தில போய் சொல்லிப்போடாத, எனக்கு பயமாயிருக்கு. எதோ ஒரு குறுகுறுப்பில உன்னட்ட சொல்லிட்டேன்”

“எனக்கு அது வேலை கிடையாது. ஆனால் உங்கட அப்பா, இதுமாதிரி திட்டத்தில இருக்கிறார் என்று இயக்கத்துக்கு தெரியாமல் இருக்காது. ஊரில இருக்கிற முகவர்கள் ஆரேனும் மணந்து பிடிச்சிருப்பினம்”

“எப்பிடி உறுதியாய் சொல்லுறாய் நறுமுகை”

“இஞ்ச எதையும் ஆரும் ரகசியமாய் செய்து தப்ப ஏலாது. ஏனென்டால் இயக்கத்தை விடவும் அதைச் செய்ய உலகத்தில ஆளில்லை. ஆனா நீ உந்தப் பயணத்தில சேராத. எனக்காக மட்டுமில்ல, உனக்காகவும் சொல்லுறன்” என்று சொல்லிய நறுமுகை மண்ணில் விழுந்து கிடந்த பனங்காய் பணியாரங்களை ஊதி ஊதி அவனுக்கு தீத்திவிட்டாள். “இவ்வளவு உருசையாய் கிடக்கு” அப்பன் கேட்டான், “மண்ணில இருந்தெடுத்தால” என்ற நறுமுகை அங்கிருந்து புறப்பட்டாள்.

அப்பன் அதே கல்லிலேயே அமர்ந்திருந்தான். இரவு முழுவதும் அவனைக் காணாது தேடிய சித்திரன் அதிகாலையில் அப்பனைக் கண்டான். வீட்டிற்கு தன்னால் வரமுடியாதென மறுத்து அங்கேயே அமர்ந்தான். சுகந்தா சென்றழைத்தும், பச்சை கெஞ்சிக் கேட்டும் வரப்போவதில்லையென உறுதியாக கூறிவிட்டான்.

குறிப்பிட்ட நாளில் மூவரும் வீட்டிலிருந்து புறப்பட்டனர். அப்பன் அதே கல்லிலேயே அமர்ந்திருந்தான். சுகந்தா சென்று பயணம் சொன்னாள். அவன் கைகளை காட்டி செல் என்றான். இரண்டு நாட்கள் வெவ்வேறு இடங்களில் பதுங்கி யிருந்த மூவரும் கடற்கரைக்கு ஓட்டியொருவரால் அழைத்துச் செல்லப்பட்டனர். பச்சை ஒரு தலைக்கு ஐம்பதாயிரம் ரூபாய்ப் படி பணத்தை அளித்தார். படகு இந்தியாவை நோக்கிப் புறப்பட்டது. அடுத்தநாள் காலையிலேயே படகு ஆளற்ற கரையை அடைந்தது. கண்டல் செடிகளும் தென்னை களும் நிரம்பி நின்றன.

“வந்திட்டமா” பச்சை ஓட்டியிடம் கேட்டார்.

“ஓம் அண்ணே, இன்னும் கொஞ்சத் தூரம் நடந்து போனால் ராமேஸ்வரம் கோவிலே வந்திடும். இறங்குங்கோ. அக்கா பார்த்து இறங்க வேணும்” என்றான் ஓட்டி. சித்திரன் பாய்ந்து இறங்கி தாய்க்கு கைகொடுத்தான். கடல் மணலில் புதை யுண்ட பாதங்களை முன்நகர்த்தாமல் பின்நோக்கித் திரும்பி அவள் இரு கைகளையும் தலைக்கு மேல் உயர்த்தி “என்ர

பாலத்தடி சிவனே, அப்பனைக் காப்பாற்றிப் போடு" என்று வணங்கினாள்.

கொஞ்சத் தூரத்தில் நடந்து சென்றதும் ஓட்டி சொன்னதைப் போலவே விசாரணை அதிகாரிகள் அவர்களை அகதிகளாக பதிவு செய்தனர். பிறகு அவர்களை கூட்டிச் சென்றதொரு வாகனத்தில் ஏற்றினார்கள். வாகனம் சில நிமிட பயணத்துக்குப் பின்பு வீதிக்கு வந்தது. முல்லைத்தீவு என்று கடைப்பலகைகள் தொங்கின. பச்சை அதிகாரிகளிடம் கேட்டார் "இஞ்சையும் ஒரு முல்லைத்தீவு இருக்கோ"

"இருக்கு. அதுக்கு நீங்கள் விசுவமடுவாலையே வந்திருக்கலாம். ஏன் இப்பிடி சுத்தி படகில வந்தனியள்" அதிகாரியொருவர் கேட்டார்.

பச்சைக்கு வியர்த்துவிட்டது. சித்திரனுக்கு நடுங்கத் தொடங்கியது. சுகந்தா தனது கைகளை மேலே உயர்த்தி என்ர அப்பனே, உன்னட்டையே கூட்டிக்கொண்டு வந்திட்டாய்" என்றாள். பச்சை அழுது புலம்பி அவர்களின் கையப்பிடித்து "தம்பியவே என்னை மன்னிச்சுக் கொள்ளுங்கோ" என்றார். "இயக்கத்தைச் சுத்திப் போட்டு போகலாமெண்டு நினைச்சியளோ" என்று கேட்டார்கள். "ஓம். அதுக்கு என்ன, பிள்ளையள அம்மா அப்பா ஏமாத்தக் கூடாதோ?"

"அம்மா, நீங்கள் வீட்டுக்கு போகலாம். இவர்களை மட்டும் விசாரணை செய்து விட்டு அனுப்பி வைக்கிறோம்" என்றார்கள்.

சுகந்தாவை இன்னொரு இயக்க வாகனத்தில் வீட்டில் கொண்டே இறக்கினார்கள். அவள் நேராக அப்பன் அமர்ந்திருக்கும் கல் நோக்கி ஓடினாள். அப்பன் அப்படியே அமர்ந்திருந்தான்.

"பிள்ளை, அம்மா வந்திட்டன். எழும்பி வா. இனி எங்கையும் போகேல்ல"

"நானும் தான். இனி இதுதான் என்னோட இடம். என்னைப் பார்க்க ஆர் வந்தாலும் இங்க வரட்டும்" என்றான்.

இயக்கத்தினரால் விசாரணை செய்யப்பட்ட பச்சைக்கும் சித்திரனுக்கும் ஆறுமாதம் சிறைத்தண்டனை வழங்கப் பட்டது. தண்டனைப் பணமாக லட்சங்கள் அளிக்கப்பட்டன. பச்சை சிறைக்குள் தனது ஓட்டியை ஒருநாள் கண்டார். புலிச்சீருடையணிந்த அவனது இடுப்பில் கைத்துப்பாக்கி பட்டியில் இருந்தது. அவனுக்குப் பின்னால் பொய்க்காலால் தாண்டித் தாண்டி கருவாட்டு யாபாரி மாசிலா புலிச்சீருடையோடு வந்திருந்தார். பச்சைக்கு நடுநடுங்கியது. மாசிலாவை அழைத்த பச்சை "நீயும் இயக்கமே, என்னட்ட ஒருநாளும் சொன்னதேயில்லையே" என்றார். உங்களுக்கும் எனக்குமிடையே கருவாட்டில் விலைகுறைப்பதற்கு தானே பேச்சுவார்த்தை நடந்திருக்கிறது. கருவாடு வாங்கிற எல்லாரிட்டையும் நான் இயக்கமெண்டு சொல்லி என்ன நடக்கப்போகுது "என்றார்.

கல்லின் மீது அமர்ந்திருந்த அப்பன் ஒரு நாள் காணாமல் போனான். நறுமுகையையும் காணவில்லை. ஊரிலுள்ளவர்கள் தேடும் போது இருவரும் மறுகரையில் படகை விட்டு கீழே இறங்கினர். வேதாரண்யம் கடற்கரையில் மீனவர்கள் சிலர் அவர்களைக் கண்டனர். ஓடிச் சென்று அரவணைத்தனர். அப்பனும் நறுமுகையும் அவர்களிடம் குடிப்பதற்கு தண்ணீர் தாருங்கள் எனக்கேட்டனர். அளிக்கப்பட்ட நீரை அள்ளித்தரும் மீனின் வாசனையோடு பருகினர்.

"இருவரும் கணவன் மனைவியா"

"ஓம்"

"சின்னஞ்சிறுசுகளாக இருக்கிறீர்களே"

"எங்கள் நாட்டில் எல்லோரும் சீக்கிரமாக வளர்ந்து விடுவோம்"

"ஏன்"

"துவக்கேந்த வேண்டும்" என்றான் அப்பன்.

13

தமிழீழ விடுதலைப் புலிகளின் பயிற்சி முகாமிலிருந்து தப்புவது சாதாரணமானது அல்ல. அடர்ந்து காட்டிற்குள் திசையறியாது சுற்றிச் சுற்றிச் உணவற்று மாண்டவர்களும் இருக்கிறார்கள். ஆனால் தாயம் கடலில் கலக்கும் நதியைப் போல, தடம் பிசகாமல் வீடு வருகிறான். எந்தச் சவாலுக்கும் ஈடுகொடுக்கும் உடல் வலிமை. எதற்கும் அஞ்சாத உளம். நிராயுதபாணியாக தப்பும் தன்னை, உங்கள் ஆயுதங்களாலும் தேடிக் கண்டுபிடியுங்கள் எனும் சவால். தாயம் புலிகளுக்கு பெரிய தலையிடியாக இருந்தான். பன்னிரெண்டு அடியளவில் உயர்த்தப்பட்ட பாதுகாப்பு வேலி, கண்காணிப்புக்காய் நிற்கும் போராளிகளின் விழிப்பு. இவற்றையெல்லாம் உச்சிவிட்டு எப்படி தப்புகிறானோவென்று தெரியாத குழப்பம் இயக்கத்திற்கு வந்தது. ஒவ்வொரு பயிற்சி முகாமிலிருந்தும் குறிப்பிட்ட நாட்களிலேயே தாயம் வெளியேறிவிடுகிறான் என்று கண்டடைந்தனர். முத்தையன்கட்டு, ஒட்டுசுட்டான், முல்லைத்தீவென எந்தப் பயிற்சி முகாமிலிருந்தும் அவனால் தப்பிக்க முடிவதை எங்களாலும் நம்பமுடியாமலிருந்தது.

ஒரு நாளிரவு இயக்கத்தின் ஆட்சேர்ப்பு பிரிவினர் வீட்டைச் சுற்றிவளைத்தனர். தாயம் தப்பித்தோட வாய்ப்பிருப்பதாக எண்ணியிருந்தார்கள். அவன் மாட்டிறைச்சி குழம்போடு இரண்டு றாத்தல் ரோஸ்ட் பாணைச் சாப்பிட்டு முடித்து அவர்களோடு போனான். ஊரிலுள்ளவர்கள் வியக்குமாறு தாயம் சாகசக்காரனாய் போராளிகளுக்கு நடுவில் நடந்தான். அமளிச் சத்தம் கேட்டு உறக்கமழிந்த தாயத்தின் தங்கச்சி சாதனா ஆயுதமேந்திய போராளிகளை விலக்கியபடி ஓடிப்போனாள். பொத்திய தனது கைக்குள்ளிருந்து இரண்டு தேமாப் பூக்களை தாயத்திடம் கொடுத்தாள். சாதனாவை முத்தமிட்டு “அண்ணா, வெள்ளனவா வந்திடுவன். நீ குழப்படி செய்யாமல் அம்மாவோட இருக்கவேணும். போய் நித்திரை கொள்ளு” என்றான். வாகனம் புறப்பட்டது. சாதனா வீட்டின் முன்பாக நிற்கும் தேமா மரத்தடிக்கு லாம்போடு ஓடிச்சென்றாள். அங்கு மண்ணால் உருவாக்கப்பட்டிருந்த தெய்வ உருக்களின் முன்பு நின்று கண்ணீர் கசிந்து “கடவுளே அண்ணா, திரும்பி வந்திடவேணும். வந்தால் உனக்கு அவல் தருவேன்” என்றாள்.

வீட்டிலிருந்து இழுத்துச் செல்லப்பட்டவனை கிளிநொச்சி யிலுள்ள முகாமொன்றில் தங்கவைத்தனர். அவனுடைய தப்பித்தல் அனுபவங்கள் குறித்து போராளியொருவர் விசாரணை செய்து அறிக்கை தயாரித்தார். தாயத்தின் சொந்தக்காரர்கள் யார் இயக்கத்தில் இருக்கிறார்கள் என்பது வரை விசாரணை ஆழம் பாய்ந்து முடிந்தது. அதன்பிறகு நிலக்கீழ் அறைக்குள் தாயம் இறக்கப்பட்டான். “பூமியின் தடங்கள் மறக்கும் வரைக்கும் உள்ளேயே இருப்பீர்கள்” என்பது உத்தரவு. “இங்கிருந்து தப்ப இயலாது” என்பது எள்ளலாக வீசியெறியப்பட்டது. தாயம் பூமியின் கீழே விழிபிதுங்கி அமர்ந்தான். மூச்சுத்திணறியது. இருட்குகையில் மோதுண்டு அழியும் காற்றுப் போல கைகளை விரித்து சுவர்களை அறிந்தான். எத்தனை நாட்கள் இருள் தோய வேண்டும். இப்படியொருவன் மூச்சுத்திணற வைக்கப்பட்டு போராட்டத்தில் இணைக்கப்படவேண்டுமா? தாயம் உள்ளேயே சப்பாணிகட்டி அமர்ந்து கொண்டான்.

தன்னுடைய இறுக்கமான உள்ளாடையை கழட்டி எறிந்து நிர்வாணமானான். சாதனா கொடுத்த தேமா மலர்களை கைகளில் ஏந்தி இருளின் திரட்சியை அழிக்கும் வாசனையை முகர்ந்தான். வீட்டின் முன்பாக தங்கையோடு பூசை செய்து விளையாடும் பொழுதுகள் புலனில் உதித்தன. பூமியின் கீழே பாதைகள் இல்லை. ஆனாலும் தாயம் கண்ணீர் சிந்தவில்லை. அச்சப்படவில்லை. மெல்ல மெல்ல ஆசுவாசத்துக்கு திரும்பினான். போராளிகள் எதிர்பார்த்ததைப் போல கதறியழுது என்னை மீட்டுவிடுங்கள் என்ற இறைஞ்சுதல்கள் எதுவும் நிகழவேயில்லை. உள்ளேயே தாயக்கோட்டினைக் கீறி மண்ணை உருண்டைகளாக்கி தாயம் விளையாடத் தொடங்கினான்.

மூன்று நாட்கள் கழித்து பூமியின் மேல் இழுத்து வரப்பட்ட தாயம் ஒளியைக் கண்டு கூசினான். வெளிச்சம் பொல்லாத சாத்தானைப் போல அவனைத் தண்டித்தது. அவனது உடலில் எந்தச் சோர்வும் இருக்கவில்லை. சாதனா தருவித்த இரண்டு தேமா மலர்களும் வாடாமலிருந்தன. "எனக்குப் பசிக்கிறது உணவளியுங்கள்" என்கிற ஓலமான குரலைப் பொருட்படுத்த அங்கு எவருமில்லை. பொறுப்பாளர் கீரன் உணவளிக்குமாறு உத்தரவிட்டார். நெத்தலித் தீயலும், குத்தரிசிச் சோறும் கொடுத்தார்கள். ஒரு சட்டித் தீயலை தின்றுமுடித்து, சோற்றுப்பானையைக் காட்டி கொஞ்சமிருக்கு ஏதேனும் பழைய குழம்பு இருக்கிறதா என்று கேட்டான். பருப்புக் குழம்பை கொடுத்தார்கள்.

இதுவரைக்கும் தப்பித்த பயிற்சி முகாம்களுக்கு அழைத்துச் செல்லப்பட்டு, எப்படித் தப்பினான் என்பதை விசாரணை செய்ய குழுவொன்று தயாராகவிருந்தது. தாயம் சரியென்று தலையசைத்தான். முத்தையன்கட்டிலுள்ள முகாமில் அதனைச் செய்து காட்டினான். அடிக்கணக்காக உயர்ந்து நிற்கும் முட்கம்பி வேலியில் ஏறி, கீழே குதித்து ஓடுவதை ஒன்றும் விடாமல் செய்து காட்டினான். மீண்டும் கிளிநொச்சிக்கு அழைத்து வந்து தாயத்தை வீட்டுக்குச் செல்லுமாறு பணித்தனர்.

"நான், ஏன் போகவேண்டும். எனக்கு வயிறு கொதிக்கிறது சாப்பாடு தாருங்கள்" குரல் உயர்த்தினான்.

"நீதானே பயிற்சி முகாமிலயிருந்து ஓடிப்போகிறாய். இப்ப நாங்களே உன்னை விடுகிறம். நீ போ" என்றனர்.

தாயத்தினால் இப்படியொரு பரிவை தாங்கிக்கொள்ள முடியவில்லை.

"அண்ணே, என்னை நீங்கள் பிடிச்சுக்கொண்டு போய் பயிற்சி தந்தால் ஓடிப்போவன். இப்பிடி நீங்கள் போகச்சொல்லுறது எனக்கு அவமானம். இப்ப நான் போகமாட்டன்"

"சரி, அப்ப நீ இஞ்சயே இரு. உனக்கு எப்ப போகவேணுமெண்டு இருக்கோ. அப்ப வெளிக்கிடு"

தாயம் எதிர்பாராததை இயக்கம் வழங்கியது. அவனால் முகாமை விட்டு வெளியே போகமுடியவில்லை. அங்கிருக்கும் சில வேலைகளைச் செய்து வந்தான். பொறுப்பாளர் கீரனோடு வெளியே சென்று வரத்தொடங்கினான். தாயனைப் பார்த்த ஊரவர்கள் சிலர், "என்னடா இயக்கமாகிட்டுயோ" என்று கேட்டார்கள். எதுவும் பதிலளிக்காமல் தாயம் குமைந்தான். அரசியல் போராளிகளோடு வெவ்வேறு இடங்களுக்கு பயணமானான். இயக்கத்திற்கென இழுத்து வரப்பட்டவர்கள் குவிக்கப்பட்டிருக்கும் முகாமொன்றிற்கு சென்ற தாயம் திடுக்குற்று பொறுப்பாளர் கீரனிடம் "அண்ணை, இப்பிடி பிடிச்சுக் கொண்டு போய், சண்டை செய்துதான் நாட்டை மீட்கவேணுமே" கேட்டான். இதுக்கு நான் பதில் சொன்னால் இயக்கத்துக்கு துரோகியாகிவிடுவன். என்னை நீ பூமிக்கு கீழ வைக்கப் பார்க்கிறாய்" என்றார் கீரன்.

"உங்களுக்கு இதில உடன்பாடு இல்லைத்தானே, பிறகு ஏன் செய்கிறீர்கள். கட்டாய ஆட்சேர்ப்பின் தீவினை குறித்து தலைமைக்கு ஒரு கடிதம் எழுதுங்களேன்" என்றான்.

"எல்லாம் கைமீறிப் போய்ட்டுது. உன்னைப் போல எத்தனயோ பிள்ளைகள் பயந்து நடுங்கியிருக்கிறாங்கள். அது தெரியாமல்

யாரும் இல்லை” கீரன் சொன்னார். தாயம் தன்னுடைய உடமைகளை எடுத்துக் கொண்டு பயிற்சி முகாம் நோக்கி செல்லும் அணியில் கலந்தான்.

ஆனைவிழுந்தான் குளத்தில் நீராடி முடித்து தாயம் கரையேறி ஈரந்துடையாமல் வீதிக்கு வந்தான். மாடுகளை சாய்த்தபடி எதிர்திசையில் வந்த பீதாம்பரம் “எடேய் பெடியா, இயக்க வாழ்க்கை என்ன சொல்லுது” என்று கேட்டார். “இவ்வளவு நாளும் பயிற்சி அண்ணை, இனிமேல் தான் சண்டைக்கு போகவேணும்” என்றான். “அப்ப நீ இன்னும் ஒரு சண்டைக்கும் போகேல்லையோடா, அங்க போயும் சும்மா தான் இருக்கிறாய் என்ன” என்றார் பீதாம்பரம். ஊரியிலான வீதியைக் குறுக்கறுத்து திடுமென அசையாது நின்ற சாரைப்பாம்பில் வன்னி வெயில் ஊர்ந்தது. பீதாம்பரத்துக்கு எந்தப் பதிலும் சொல்லாமல் விலகி நடந்து, வீதியோரத்தில் அடர்ந்திருந்த பற்றைகளில் நாயுண்ணிப் பழங்களை பிடுங்கி உண்டான்.

காலையிலேயே கழுத்து வெட்டி சாவல் குழம்போடு இருபது இடியப்பத்தை தீர்த்த பிறகும் வயிறு கொதித்தது. சாப்பாட்டு இடிஅமீன், இந்தப் பட்டப்பெயரைத் தாயத்துக்கு சூட்டியது மாஸ்டர் கனல் குன்றன். பயிற்சி முகாமில் வழங்கப்படும் அளவுச் சாப்பாடுகள் போதாதுவென தாயம் உண்ணா நோன்பிருந்தான். எருமை மாட்டிறைச்சி குழம்பில் மூவருக்கு வழங்கப்படும் அளவிலான துண்டங்களை இவனுக்கு வழங்குமாறு மாஸ்டர் உத்தரவளித்தார். தாயத்திற்கு வழங்கப்பட்ட விடுப்பு நாளையுடன் முடிவடைகிறது.

குளத்திலிருந்து வீட்டிற்கு வந்ததும் புதிய ஆடைகளை அணிந்து, திருநீற்றை அள்ளி பூசினான். சாதனா தேமா மரத்திற்கு அவனை அழைத்துச் சென்று மந்திரங்கள் ஓதுமாறு சொன்னாள். தாயம் “கஜானனம் பூத கணாதி ஸேவிதம், கபித்த ஜம்பூ பலஸார பக்ஷிதம், உமாஸுதம் சோக வினாச காரணம், நமாமி விக்னேஸ்வர பாத பங்கஜம் “என்று பாடினான். சாதனா திருநீறள்ளி பூசிவிட்டாள். சுடச்சுட வேர்க்கொம்பு போட்ட தண்ணியை ஆக்கி கொடுத்தாள் தாய். அவனுக்கு

வயிறு கொதித்தது. "இடியப்பம் இருக்கே" என்று கேட்டான். "முடிஞ்சுது, சோறு வடிச்சிடுவன். கொஞ்சம் பொறு" என்றாள் தாய். வீட்டின் முன்பாகவிருந்த பூவரசமரத்தின் கீழே அமர்ந்திருந்து வேர்க்கொம்புத் தண்ணியை உறிஞ்சிக் குடித்தான். சாதனா அவனிடம் கேட்டாள்.

"அண்ணா, சண்டைக்கு போக உனக்குப் பயமா இல்லையோ"

"பயமில்லையோ. சரியான பயமாய் இருக்கு"

"பயப்பிடு. மாமாவைப் போல பயமில்லாமல் சண்டை செய்து சாகாத."

"சாதனா, நான் செத்துப்போனால் நீ எத்தனை நாள் அழுவாய்"

"இப்பிடி பயந்தால் சாகமாட்டாய். எனக்கு அழுகிற வேலை இல்லை"

"எடியே, எனக்கு பயமே இல்லை. நான் செத்துப் போடுவனெண்டு சும்மா வைச்சுக் கொள்ளன். எத்தனை நாள் அழுவாய்"

"அண்ணா, நீ சாகவே மாட்டாய். பயப்பிடாதவன் சாவுக்குப் பிறகானதை பற்றி கதைக்க மாட்டான்" என்று சொல்லிச் சிரித்தாள்.

"சரி நீ செத்துப்போனால் நான் எத்தன நாளைக்கு அழ வேண்டும் சொல்"

"நீ அழவே கூடாது சாதனா"

"சரி, நான் தேமாவுக்கு பூசை செய்து, உன்ர பெயரை நூற்றி எட்டுத் தடவை சொல்லுறன். காணுமே"

"நான் என்ன கடவுளே"

"செத்தால் எல்லாரும் கடவுள் தான்"

“சரி அலட்டாத. காணும்” என்றான். சாதனா தன்னுடைய கைக்குள்ளிருந்த இரண்டு தேமா மலர்களை அவனுக்கு கொடுத்து எப்பவுமே உன்னோட வைச்சிரு என்றாள். தாயம் அவளைக் கொஞ்சி தலையில் குட்டினான்.

ஒரு வருடத்திற்கு முன்பான மாலை வேளையொன்றில் தாயம் இயக்கத்தில் சேர்ந்தான். அவன் எழுதி வைத்துச் சென்ற கடிதத்தில் “அம்மா, நான் இயக்கத்துக்கு போகிறேன். நீ கவலைப்படாமல் சாப்பிடு. சாதனாவை, தேமா மரத்தை பார்த்துக் கொள். நான் போயிட்டு வாறன்” என்று எழுதப் பட்டிருந்தது. லட்சியத்தை நோக்கிய தாயத்தின் புறப்பாடு ஊரையே அதிர்ச்சியாக்கியது. “இவனையெல்லாம் படையில சேர்த்தால் மற்ற இயக்கப் பிள்ளையளுக்கு சோறும் மிஞ்சாது. சொதியும் மிஞ்சாது. இவன்ர வயிறு ஊரெழுக் கிணறு மாதிரி. அடிதெரியாமல் போய்க்கொண்டே இருக்கும்” என்றார் கொய்யாத்தோட்டம் பூசாரி. கோவில் அன்னதானங்களில் தாயம் உக்கிரம் காண்பான். அள்ளியெறிய ஏந்திக் கொள்ளும் பாதாளமாய் அவனது வயிறு திறந்துவிடும். எங்கிருந்து பொங்கிவரும் பசி இவனுள்ளே ஓடிநிரம்புகிறது என்று தெரியாமல் விழி பிதுங்கி நிற்பார்கள்.

“இவன் வயித்தில இருக்கேக்க, கடுமையான யுத்தம். ஆசைக்குத் தின்னக்கூட சோட்டைத்தீன் இல்லை. அரசாங்கம் ஒண்டையும் உள்ள விடேல்ல. என்ன கிடைச்சுதோ அதைத் திண்டு பசி போக்கினேன். முனுசு தோட்டத்தில விழுந்த குரும்பட்டியையும் எடுத்துக் காந்துவன்” என்றாள் தாயத்தின் தாயார்.

எனக்கும் தாயத்துக்கும் இடையே சிநேகிதம் உண்டாகிய தொடக்கத்தில் வீட்டுக்கு அழைத்துச் செல்வேன். அவனுக்கு ஒடியல் புட்டும், மீன் குழம்பும் பிடித்தமானது. பீங்கான் தட்டில் உணவைப் பரிமாறி அளிப்பேன். குழைத்து உண்ண வசதி இல்லையென, வாழை இலை கேட்பான். மான் இறைச்சியோடு கீரைப்புட்டுச் சாப்பிட்டுக் கொண்டிருந்தோம். தட்டில் உணவைக் கண்டாலே பதற்றமுற்று குழைத்து உள்ளே

தள்ளுகிறான். விக்கல் எடுத்தாலும் நீரருந்தேன் என்கிற சத்தியமாயிருக்கும். கறித்துண்டுகளை, எலும்புகளையும் அரைத்து விழுங்கினான். ஏனென்று தெரியாத கடலின் மூர்க்கம் போல உடல் முழுதும் வெக்கை கொள்கிறது. வழியும் உடலின் ஈரத்தில் ஒருவர் தாகம் தீருமளவு வியர்வை. அன்றுதான் தாயம் இயக்கத்தில் இணையவிருப்பதாக என்னிடம் சொன்னான். அப்போது நானும் நம்பவில்லை. ஆனால் இன்று தாயம் ஒரு விடுதலைப் போராளி. அதனை நம்பாமல் இருக்கமுடியவில்லை.

தாயம் விடுப்பு முடிந்து வட போர்முனைக் களத்திற்கு புறப்பட்டான். கிளிநொச்சி வரைக்கும் அவனை உந்துருளியில் அழைத்துச் சென்று இயக்க வாகனத்தில் ஏற்றினேன். “சரி மச்சான், அடுத்தமுறை வந்தால் சந்திப்பம்” என்றான். “வராமல் எங்கையடா போகப்போறாய், உதில இருக்கிற முகமாலை தானே. விடுப்பு கிடைக்காட்டி ஓடி வா” என்றேன். தாயம் பதில் எதுவும் கதையாமல் என்னைப் பார்த்துச் சிரித்தான். வாகனம் முன்நகர்ந்தது.

சில மாதங்களுக்கு பின்னர் தாயத்தின் வீரச்சாவு செய்தி வந்தடைந்தது. வீட்டின் தேமா மரத்திற்கு பூசை செய்து கொண்டிருந்த சாதனாவுக்கு தெரியவேண்டாமென அவளை வட்டக்கச்சிக்கு அழைத்துச் சென்றோம். அவனுடைய வித்துடல் கிடைக்கவில்லை. வெறும் புகைப்படமாக மட்டுமே வந்தடைந்தான் “வீரவேங்கை நளன்.” எல்லாவிதமான நிகழ்வுகளும் முடிவடைந்து ஆறாவது நாள், சாதனாவை வீட்டுக்கு கூட்டி வந்தோம். ஓடிச்சென்று தேமா மரத்தின் கீழேயிருந்து மந்திரங்கள் ஓதி, பதிகம் பாடி அமைந்தாள். பூக்களை ஏந்தி வந்து வீட்டினுள்ளே புலிச்சீருடையில் புகைப்படமாய் இருக்கும் தாயத்தின் முன்பு படைத்து “அண்ணா, நீ வெள்ளனவா ஓடி வா, பூசை செய்து விளையாட வேண்டும்” என்றாள். வீரச்சாவு அடைவதற்கு இரண்டு வாரம் முந்தி தாயம் எனக்கு கொடுத்தனுப்பிய கடிதத்தில் இவ்வாறு எழுதப்பட்டிருந்தது.

அன்பின் மச்சான்!

வாழ ஆசையாக இருக்கிறது. ஆனாலும் இந்த நிர்ப்பந்தம், கெடுபிடி, போர், பேரழிவு இல்லாமல் இந்தப் பிறவியில் வாழ முடியாது என்றே தோன்றுகிறது. நீ அடிக்கடி சொல்வதைப் போல, இந்த வாழ்க்கையில் எத்தனை நாணயங்களை சுழற்றினாலும் பூவோ, தலையோ எமக்கில்லை. தாயம் வீரச்சாவு அடைந்தான் என்றால் அதில் பெருமை கொள்ளாதே. நான் வீரன் இல்லை. வாழ ஆசைப்படும் அற்பன். இந்தக் குருதியூற்றில் தேமா மலர்களோடு அமர்ந்திருந்து பதிகம் இசைக்க எண்ணும் சாதாரணப் பிறவி. என்னை நீ வீரனாக எழுதாதே. உன் கவிதைகளில் என்னைப் பாடாதே. இத்தனை பேர் உயிரைத் தியாகம் செய்யும் இக்களத்தில் நடுநடுங்கும் என்னை ஒரு சொல்லாலும் புகழாதே. யாழ்ப்பாணத்திலிருந்து இராணுவம் ஒவ்வொரு நாளும் முன்னேறத் துடிக்கிறான். போராளிகள் களமாடுகிறார்கள். என்னுடைய துவக்கை இயக்குவதற்கு கூட துணிச்சல் இல்லாமல் ஒடுங்கியுள்ளேன். சாதனா என்னிடம் சொன்னதைப் போலவே பயந்தவன் சாவதில்லையென்றால் எவ்வளவு மகிழ்ச்சியாக இருக்கும். ஆனால் இங்கு வீரர்கள், கோழைகள், எதிரிகள், எல்லோரும் சாகிறார்கள். நான் வீரனுமில்லை எதிரியுமில்லை. செத்தால் எல்லாரும் கடவுள் என்ற சாதனாவுக்கு நான் கடவுளாக தெரியக்கூடாது. அண்ணனாகவே இருக்க விருப்பம். அவளைக் கவனமாகப் பார்த்துக் கொள். அம்மா தவித்துவிடுவாள். அதற்காக தாயகத்திற்காக தாயம் தன்னுயிரை ஈகம் செய்தானென்று மட்டும் அவளிடம் ஆறுதல் சொல்லாதே. தாய்மார்கள் அழட்டும். அவர்களின் கண்ணீராலேனும் மண்ணின் பாவங்கள் கரைந்து மூழ்கட்டும். சாதனாவுக்கு தேமா மரத்தில் பூசை செய்து விளையாட ஆளில்லை. எப்போதாவது நேரம் வாய்த்தால் அவளது பூசையில் பங்கெடு. ஆக்கினைகள் எல்லாமும் உதிரட்டும். பூக்கள் மலரட்டும். அவள் தந்தனுப்பிய இரண்டு தேமா மலர்களை என்னுடைய ஆயுத அங்கியில் வைத்திருக்கிறேன். இத்தனை ஆயுதங்களுக்கு மத்தியில் இரண்டு பூக்களோடு அமர்ந்திருக்கிறேன்.

எதிரியானவன் எப்போது வந்தாலும் தேமா மலர்களை நீட்டி, வணக்கம் சொல்வேன். அவனிடமிருக்கும் துவக்கு என்னிடமுமிருக்கிறது. அவனிடமும் மலர்கள் இருந்திருந்தால் என்னிடம் இயக்கம் துவக்கை தந்திருக்காது அல்லவா!

இப்படிக்கு
நளன் (தாயம்)
ராதா வான்காப்பு படையணி
முகமாலை, வடபோர் முனை.

14

திருவாசகப்பிள்ளை மாமா அதிகாலையிலேயே வீட்டுக்கு வந்திருந்தார். அமிலம் வேகித் தோலுரிந்தது மாதிரி முகமிருந்தது. தீட்சை அணிந்த மேனியில் வாசனை கமழ்ந்தது. செந்தளிப்பும், புன்சிரிப்பும் உடைந்த மாமாவைப் பார்க்கவே பயமாகவிருந்தது. "நீ கதைச்சால் தான், அவன் விளங்கிக் கொள்ளுவான். மனசு மாறுவான்" என்று அம்மாவிடம் சொன்னார். குங்குமம் இயக்கத்தில் சேர்ந்துவிட்டானா! என்று வியந்தேன். ஊரை உலையில் போட்டு கஞ்சியாக குடித்துவிடும் நரியவன். அவனிடம் இனி மரியாதையாக நடக்கவேண்டுமேயென நினைத்து தலையிலடித்தேன். ஆனால் இயக்கத்துக்கு போனவனை மனசு மாற்றச்சொல்லி அம்மாவிடம் வந்து கேட்கும் மாமாவைப் பார்த்தால் கொஞ்சம் பரிதாபமாகவே இருந்தது. சொந்தச் சகோதரியாக இருந்தாலும் இவ்வளவு நம்பியிருக்க வேண்டாம். தன்னுடைய பிள்ளை இயக்கத்துக்கு போனதும் "பால்ராஜ் மாதிரி ஒரு சண்டைக்காரனோட போய் நில்லு. உனக்கு ரத்தம் கொடுத்தது நானில்லை, நிலம். இரத்தம் நிலத்தினது." என்றவள் அம்மா.

“மாமாவையும் அம்மாவையும் ஊடறுத்து என்னுடைய ஷெல்லை இறக்கினேன். அவன் இயக்கத்துக்கு போனால், அவனுக்கு அழிவில்லை. அங்கயிருக்கிற மிச்சப்பேரை நினைச்சுத்தான் எனக்கு கவலை” என்றேன். “எடேய், அவன் இயக்கத்துக்கு போகேல்ல, யெகோவா சபையில சேர்ந்திட்டானாம்” என்று சொன்ன அம்மா சிரித்தாள்.

“என்ர தெய்வமே. இயக்கத்துக்கு இன்னும் நல்ல காலமிருக்கு” ஆறுதலடைந்தேன்.

மாமாவின் நெற்றியில் அழியாது காய்ந்திருந்த திருநீற்றை பிளந்தறுக்கும் ரகசியமாய் வேர்வை இறங்கியது. கொஞ்சம் நிமிர்ந்தமர்ந்து “அவனை நேற்றே வீட்டிலிருந்து வெளியேறுமாறு சொல்லியிட்டன்” என்ற மாமா எழுந்தார். “குங்குமம் இப்ப எங்கயிருக்கிறான்” என்று கேட்டேன். கைவிரித்து தெரியாதென்றார்.

மாலையில் யெகோவாவின் ராஜ்ஜியத்தை அறிவிக்கும் சபைக்குச் சென்றேன். கொய்யா மரத்தடியிலிருந்து பைபிளை வாசித்த குங்குமம் என்னைக் கண்டதும் பரபரப்படைந்து மூடி மறைத்தான். என்ன குற்றமிழைத்தான், ஏன் பதறுகிறான். சிறியவர்களாக இருந்தபோது காகிதத்தைச் சுருட்டி பீக்காட்டில் புகைத்த பீடிக்கு கூட அஞ்சாதவன் குங்குமம். என்னை அமரச் சொல்லி கதிரையை எடுத்துத் தந்தான். “பைபிள் என்ன சொல்லுகிறது” என்று எழுதப்பட்ட புத்தகமொன்றும் இருந்தது. காவற்கோபுரம் வண்ணமயமான சஞ்சிகை. ஒருமுறை விக்டர் பிரதரிடமிருந்து வாங்கிச் சென்றேன். ஏதேன் தோட்டத்தில் கனியுண்ணும் ஆதாமும் ஏவாளும் கண்சொருகி தித்திக்கும் கணத்தை வரைந்திருந்தார்கள். பாம்போ அதனை வேடிக்கை பார்த்தது. பாவத்தின் விளைவுகளை அறியாத மானுடரின் மூதாதையர்களை கையிலேந்தியபடி வீட்டுக்குள் சென்றேன்.

வாசலில் அமர்ந்திருந்த உண்ணி ஆச்சி, “கையில என்ன புத்தகமடா மோனே” என்று கேட்டாள். காவற்கோபுரம், பிரதரிட்ட வாங்கி வந்தனான் என்றேன். “பிரதரோ, அது

ஆரடா?" புத்தகத்தை வந்து பார்த்தாள், உலக முடிவு எப்போது என்று எழுதப்பட்டிருந்தது. "எடேய் சனியனே, உந்த வேதக்காரற்ற தரித்திரியத்தை வீட்டுக்குள் கொண்டு வந்து வைச்சிருக்கிறியே, உனக்கு பாவமாய் தெரியேல்லையோ. எடுத்து எரிச்சுப் போடுவன்" என்றாள். "விழிப்புடன் இருங்கள். ஏனென்றால் உங்களுக்கு அந்த நாளும் தெரியாது, அந்த நேரமும் தெரியாது" - மத்தேயு அதிகாரத்திலிருந்து அச்சிடப்பட்டிருந்த வாசகத்தை ஆச்சிக்கு முன்நின்று சத்தமாக வாசித்தேன். ஆச்சி கழுத்தில் கிடந்த உண்ணிகளை பிய்த்து எறிந்து வருகிற ரத்தத்தை விரல்களில் தொட்டுப் பார்த்தாள்.

உண்ணி ஆச்சி இருந்திருந்தால் குங்குமத்தை தோலுரித் திருப்பாள். இவனின் நல்ல காலத்துக்கு ஆச்சி இறைபதம் அடைந்திருந்தாள். நாங்கள் இருவரும் கதைத்துக் கொண்டிருந்தோம். அப்போதுதான் விக்டர் பிரதர் வந்து சேர்ந்தார். வணக்கம் சொன்னார், எழுந்து நின்று வணங்கினேன். அமரும்படி சைகை செய்தார்.

அம்மா சொன்னதைப் போலவே குங்குமத்தை வீட்டுக்கு அழைத்து வந்தேன். அன்றிரவு பைபிளும் கையுமாக இருந்தான். நீண்ட பிரார்த்தனையைப் போல ஒளிவீசும் குப்பி விளக்கில் வாசித்தான். நுளம்புக்கடி தாங்காது வலைக்குள் உறங்கினேன். விடியும் வரை பைபிளோடோயிருந்தான். தழும்பேறிய சிலுவையைப் போல என் மனத்துள் குங்குமம் உயர்ந்தான். ஏற்றுக்கொண்டதில் தீவிரமாகவிருப்பவன் மதிப்புடையவன்.

காலையில் ஒன்றாக காட்டுக்குப் போனோம். இரண்டு போராளிகள் சைக்கிளில் வீதியைக் குறுக்கறுத்துப் போயினர். காட்டில் கருமம் முடித்து அடிகழுவி எழுந்தோம்.

"நான் செய்தது பிழையில்லை. ஆனால் அப்பா நடந்து கொண்ட விதம் குரூரமானது. வேதத்துக்கு மாறினால் இவருக்கு என்ன பிரச்சனை" குங்குமம் பனிவிலக்கும் பூமியோடு கதகதப்பை உருவாக்கினான்.

“மச்சான், நீ விரும்புறது தான் உன்ர சமயம். தெய்வம். அதில எவரும் தலைநீட்டேலாது. அது அப்பாவா இருந்தாலும் பொருந்தும்” என்றேன்.

“இறுதி நாளில் உலகம் அழிந்து தேவனின் அரசு நிறுவப்படுகையில் திருவாசகப்பிள்ளை யெகோவாவை நம்புவார். அதுவரைக்கும் என்னை ஏசட்டும். நான் வீடு வீடாகச் சென்று ராஜ்ஜத்தை பிரச்சாரம் செய்யப் போறன்” என்றான்.

வீட்டுக்கு வந்தோம். இயக்கத்தின் பிரச்சார பிரிவுப் போராளிகள் மூவர் வந்து நின்றனர். மாலையில் எங்களுடைய கிராமத்தில் நடைபெறவிருக்கும் தெருநாடகமொன்றிற்கு வரும் கலைஞர்களை வீட்டில் தங்கவைக்க முடியுமாவென அம்மாவிடம் கேட்டார்கள். மறுப்பாளா அவள். இரவு இங்கேயே சாப்பிட வேண்டுமென வேண்டினாள். அவர்கள் பெருவிருப்புடன் தலையசைத்துச் சென்றனர்.

“இவர்கள் எல்லோரையும் ஒருநாள் யெகோவா மன்னிப்பார்” என்றான். குங்குமத்தின் நல்ல காலம், அம்மா அவர்களை வழியனுப்பச் சென்றிருந்தாள். அவள் காதில் விழுந்தால் மன்னிப்பெல்லாம் இல்லை. உடனடியாக வீட்டை விட்டு வெளியேற்றுவாள். ஜென்மம் தீர்ந்தாலும் படலை திறக்காள். குங்குமம் இவையெல்லாவற்றையும் அறிந்திருந்தும் துடுக்குத்தனமாய் நடந்தான். அம்மா சாப்பாடு போடுகிறேன் என்றபோது வேண்டாமென மறுத்தான். விரதமிருப்பதாக கூறினான். எப்போது பசித்தாலும் சாப்பிடு என்றாள்.

மாமா வீட்டுக்கு வந்தார். பைபிள் படித்துக் கொண்டிருந்த குங்குமம் எழுந்து ஆச்சியின் கொட்டிலுக்குப் போனான். “இவனை ஏன் வீட்டில அண்டி வைச்சிருக்கிறாய்” என்று அம்மாவோடு சண்டை போட்டார். “மாமா அவனை நீங்கள் குறைச்சு மதிப்பிடாதேங்கோ. இப்ப பழைய குங்குமம் இல்ல” என்றதும் “ஓமோம், படிச்சு கம்பெஸ்க்கெல்லே போய்ட்டான்” என்று நக்கல் அடித்தார். தனக்குப் பிடிச்ச சமயத்தில சேர்கிறதொண்டும் ராஜ துரோகம் இல்ல. இப்பிடி

அவனைப் பேட்டு எதையாவது செய்து கொண்டிருந்தால், நான் இயக்கத்திட்ட போய் சொல்லிப்போடுவன். மதவுணர்வுகளுக்கு மதிப்பளிக்காமல் இருக்கிறது பாரிய குற்றம்” என்றேன். “நாங்கள் பார்க்காத இயக்கத்தை இப்ப எங்களுக்கு நீங்கள் காட்டுறியள்” என்றார். “அப்பிடி வைச்சுக் கொள்ளுங்களேன்” என்று சொன்னதும் “இனிமேல் இந்த வீட்டுக்கும் நான் வரப்போறதில்லை” என்றார் மாமா.

குங்குமம் ஊழியக்காரனாக தொடர்ந்து செயற்பட ஆரம்பித்தான். இரண்டு மாதங்களுக்கிடையில் சொந்தக்காரப் பெண்ணொருத்தி உட்பட எட்டுப்பேரை சபையில் இணைத்துக் கொண்டான். திருமுழுக்கு நடைபெறும் நாளையும் அவர்களுக்கு குறித்தனர். குங்குமம் களப்பணி அறிக்கையை கொடுத்து டேவிட் பிரதரிடம் பாராட்டுக்களை வாங்கியதாகச் சொன்னான். அவனிடமிருந்த நரித்தனமும் கெடு நினைப்புக்களும் இல்லாமல் சாதுவாகியிருந்தான். யெகோவாவின் அற்புதமே ஓங்குக! என்று ஒருதடவை மனதுக்குள் சொன்னேன்.

உண்ணி ஆச்சி வாசலில் அமர்ந்திருக்கிறாள். அவளுடைய காலுக்கடியில் கறுப்பன் வால் சுருட்டி படுத்திருந்தான். முகத்தில் வளர்ந்திருந்த உண்ணிகளை பிய்த்தெறிந்து ரத்தம் கசிய குந்தியிருந்து “என்னடா மோனே” என்று கேட்டாள். என்னுடைய கையில் கிடந்த துண்டுப் பிரசுரத்தை வாங்கிப் பார்த்தாள். “தமிழீழ விடுதலைக்கு தோள் கொடுங்கள்” என்று எழுதப்பட்டிருந்தது. பார்த்துவிட்டு தருவித்தாள். “இவன் குங்குமம் எங்க” கேட்டாள். அவன் யெகோவா சபையில இருக்கிறான். “அவனைக் கவனமாய்ப் பார், பெரிய பாரத்தை சுமந்து நெடுந்தூரம் போகப்போறான்” என்றாள். குங்குமம் சிலுவையில் அறையப்பட்டு வானத்துக்கு உயர்ந்து நின்றான். அவனுடைய கால்கள் அசையமுடியாமல் ஆணியில் இறுக்கப்பட்டிருந்தன. முள்முடியில் ஒரு செம்போத்து அமர்ந்திருந்து அவனை கீழ்நோக்கி பார்த்துக் கொண்டிருந்தது. குங்குமத்தின் முகம் மலர்ந்து புன்னகைத்தபடியிருந்தது. கண்ணீர் வழிந்து ஒழுகியது. கண்களைத் திறந்தேன். சித்தம் படபடத்தது. தலைமாட்டிலிருந்த செம்புத் தண்ணீரைக்

குடித்தேன். எழுந்து வெளியே வந்தேன். வாசலில் உண்ணித் தோல்கள் பரவியிருந்தன. ஆச்சியின் காலடிகள் வீட்டு முற்றத்திலிருந்து கிணற்றடி வரைக்கும் அழியாமல் இருந்தது. குசினிக்குள்ளிருந்த அம்மாவிடம் ஓடிச்சென்றேன். வானொலியில் திருச்சி லோகநாதன் “நெஞ்சம் கனிந்து முருகா என்று மனதில் நினைக்கின்ற நேரமெல்லாம்” என்று பாடிக்கொண்டிருந்தார். பாடலைக் கேட்டபடி அப்பம் சுட்டுக் கொண்டிருந்த அம்மாவிடம் ஆச்சி கனவில் சொன்னதைத் தெரிவித்தேன்.

ஒருநாள் மாலையில் குங்குமம் வீட்டிற்கு வந்திருந்தான். யெகோவா சபையின் வேலையாக மூன்று நாட்களில் கொழும்புக்கு செல்லவிருப்பதாக சொன்னான். இயக்கத்திடம் அனுமதி கேட்டிருப்பதாகவும் அது கிடைத்துவிட்டால் பிரதர் டேவிட்டோடு பயணமென்றான். ஆச்சி கனவில் வந்து சொன்னவற்றை ஒரு சொல்லும் விடாமல் குங்குமத்துக்கும் அறிவித்தேன். “என்னிடத்தில் அக்கிரமம் இல்லாதிருந்தும், ஓடித்திரிந்து யுத்தத்துக்கு ஆயத்தமாகிறார்கள். எனக்குத் துணைசெய்ய விழித்து என்னை நோக்கிப் பாரும்” என கர்த்தரிடமும் ஆச்சியிடமும் பிரார்த்தித்து விட்டேனென குங்குமம் சொன்னான். ஒன்றாக அமர்ந்திருந்து சாப்பிட்டோம். அவனுக்குப் பிடித்தது மண்சட்டியில் வைக்கப்பட்டிருந்த மீன் குழம்பு. அம்மா நிறைவாகச் சாப்பிடுமாறு சொன்னாள். நிலவூறி வளர்ந்த இரவுக்கு சந்தோஷத்தை காணிக்கையாக்கினோம்.

குங்குமம் கொழும்புக்குச் சென்று நான்கு நாட்களில் தொடர்பு கொண்டான். வன்னியன் தொலைத்தொடர்பு நிலையத்தில் நானும் அம்மாவும் சென்றும் கதைத்தோம். அங்குள்ள சபையின் தலைமைக்காரியத்தில் இருப்பதாகச் சொன்னான். நன்றாக படித்து சமயக்குருவாக ஆகிவிடு என்றேன். குங்குமம் சரி மச்சான் என்று சொல்லி தொடர்பை துண்டித்தான். மாமாவுக்கு அவன் கொழும்பு சென்றடைந்ததைப் போய்ச் சொன்னேன். இறுகிப் போய் கேட்டு, தலையை மட்டும் ஆட்டினார்.

இயக்கம் பிரச்சாரத்தின் மூலம் ஆட்களை படையில் சேர்க்கும் ஒரு களமுனையை திறந்திருந்தது. சைக்கிளில் செல்லும் இளையோரை வழிமறித்து "வயது என்ன" என்று கேட்கும் போராளிகள், போராட்டத்தின் அவசியத்தைக் கூறி ஐந்து நிமிடங்கள் பேச எண்ணுவார்கள். பதினெட்டு வயது என்றால் அவர்களுடன் கதைப்பார்கள். குறைவான வயதென்றால் போகலாம் என்பார்கள். "என்னிடத்தில் பாவம் உண்டென்று உங்களில் யார் என்னைக் குற்றப்படுத்தக்கூடும்? நான் சத்தியத்தைச் சொல்லியிருக்க, நீங்கள் ஏன் என்னை விசுவாசிக்கிறதில்லை" என்பதைப் போல போராட்டம் வீதியில் பிரச்சாரம் செய்தது. நாங்கள் எங்களுடைய கிராமத்தை விட்டு இடம்பெயருமளவுக்கு யுத்தம் தொடங்கியது. யெகோவா சபைக்குள்ளிருந்த புத்தகங்களையும், பைபிள்களையும் ஒரு மூட்டையில் கட்டி நடக்க ஆரம்பித்தேன்.

இடம்பெயர்ந்து போன இடத்தில் மரத்தடியொன்றின் கீழே அமர்ந்திருந்தோம். அங்கே சமையல் செய்து, உண்டு, உறங்கி நான்கு நாட்களாகியும் பைபிளையே வாசித்தேன்.

"அவைகளைக் கேள்விப்பட்டாயே, அவைகளையெல்லாம் பார், இப்பொழுது நீங்களும் அவைகளை அறிவிக்கலாமல்லவோ? இதுமுதல் புதியவைகளானவைகளையும், நீ அறியாத மறைபொருளானவைகளையும் உனக்குத் தெரிவிக்கிறேன்" என்ற வாசகத்தில் வேரூன்றி நின்றேன்.

கொழும்பில் நடந்த தாக்குதல் ஒன்றில் இராணுவத் தளபதி ஒருவர் கொல்லப்பட்டிருப்பதாக செய்திகள் வரத் தொடங்கின. சூரியன் பண்பலைச் செய்தியில் அது தற்கொலைத் தாக்குதல் என உறுதியளிக்கப்பட்டிருப்பதாக தெரிவித்தனர். இராணுவ அணிவகுப்பில் நடந்த இந்தத் தாக்குதலில் பலியான சிப்பாய்களின் எண்ணிக்கை பற்றிய விவரம் எதுவும் அப்போது தெரியவில்லை. வன்னியின் வான்பரப்பில் போர்விமானங்கள் ஆவேசங்கொண்டு புகுந்தன. ஆறுக்கும் மேற்பட்ட போர்விமானங்கள் புலிகளை இலக்கு வைத்து குண்டுகளை வீசின என்று ஊடகங்கள்

தெரிவித்தன. வழமை போல சனங்களின் பிணங்களை அடுக்கி, வன்னியே ஓலமிட்டது.

நாங்களிருக்கும் இடத்தைத் தேடிக்கண்டு பிடித்த அரசியல் போராளிகள் மாமாவை அழைத்து உங்களுடைய மகன் வீரச்சாவு அடைந்து விட்டார் என்று சொல்லினர்.

"தம்பியவே, அவன் உங்கட கொம்பனியில இல்லை, கொழும்பில இருக்கிறான். அதுவும் யெகோவா சபையில. அவங்கள் சண்டைக்கு எதிரானவங்கள். ரத்தம் குடுக்கவே மாட்டங்கள். நீங்கள் மாறி வந்து நிண்டு கதைக்கிறியள்."

அய்யா. உங்கட மகனுக்கு குங்கும சிலையோன் தானே பேர்.

"ஓம்"

"அவர் டேவிட் பிரதரோட இருந்தவர் தானே"

"ஓம்"

"இப்ப ஒரு மாசத்துக்கு முன்ன கொழும்புக்கு போனவர் தானே"

"ஓம்"

"நாலு நாளுக்கு முன்னம் கொழும்பில நடந்த தாக்குதலில ஒரு இராணுவத்தளபதியை அடிச்சம் தானே. அதில கரும்புலியாய் இருந்ததில ஒருவர் உங்கட மகன் மேஜர் இம்மானுவேல் வீரச்சாவு அடைந்தார்."

மாமா ஓம்... ஓம்... ஓம்... என்பதைச் சொல்லிக்கொண்டே இருந்தார். விஷயம் கேள்விப்பட்ட அம்மாவும் நானும் சனங்களை விலத்திக்கொண்டு மாமாவிடம் ஓடிச் சென்றோம். ஓம்... ஓம்... ஓம்... என்று சொல்லிக் கொண்டிருந்த மாமாவைப் பார்க்க இயலாது இருந்தது. ஏற்பற்ற பார்வையால் பூமியைப் பார்த்தார். வானத்தைப் பார்த்தார். அவனது தியாகத்தின் சாகசத்தில் உறைந்து நின்றேன். என்னைக் கண்டதும் கட்டியணைத்து "அவன் உன்னட்டையாவது உண்மையைச் சொல்லியிருக்கலாம் தானே" என்றார்.

"ஓம்"

அன்றிரவு மரத்தின் கீழே உறங்கச் சென்றபோது "உனக்கு அவன் இயக்கமெண்டு உண்மையிலும் தெரியாதோ" கேட்டாள் அம்மா.

"இல்லையம்மா, உங்களுக்குத் தெரியுமோ"

அம்மா எதுவும் சொல்லாமல் நின்றாள். அவளது ரகசிய காப்புக்களை தகர்க்க இயலாது. "உண்ணி ஆச்சி, கனவில சொன்ன பாரம் இப்பதான் எனக்கு விளங்குது அம்மா" என்றேன்.

"அண்டைக்கு அவன் சொன்னது உனக்கு ஞாபகம் இருக்கோ"

"என்னம்மா"

"பரலோகப் படைகளின்ர யெகோவா எங்களோடு இருக்கிறார். யாக்கோபின்ர கடவுள் எங்களுக்கு பாதுகாப்பான அடைக்கலமாக இருக்கிறார். தேசங்களின் மத்தியில் நான் உயர்ந்திருப்பேன். பூமியில் உயர்ந்திருப்பேன்" என்றானே, "மறந்திட்டியோ !"

"ஏதோ சொன்னவன் தான். இப்ப நீங்கள் சொல்லும்போது தான் ஞாபகம் வருது"

"அவனை இனி நீயில்லை நானில்லை. தேசமும் மறக்காது" என்றாள்.

அன்றைக்கு ஆச்சியின் கனவை சொன்னபோது "இஞ்ச எல்லாப்பிள்ளையளும் பாரம்தான் சுமக்கினம். அவனும் சுமக்கட்டும். அது சிலுவையோ, துவக்கோ. என்னவென்றாலும் கவலைப்பட எதுவுமில்லை" என்ற அம்மாவின் வார்த்தைகளையும் என்னால் மறக்க முடியாது.

15

கரியன் காயப்பட்டு கிளிநொச்சி மருத்துவ மனையில் இருப்பதாக தகவல் வந்தது. சைக்கிளை உழக்கிப் பறந்தேன். இயக்கத்தில் சேர்ந்து ஒரு வருடத்திற்குள் நான்காவது தடவை காயப்பட்டுள்ளான். இதற்கு முன்பு மன்னாரில் நடந்த மோதலில் முதுகில் காயமடைந்திருந்தான். "முதுகில் காயப்படுகிறதெல்லாம் அவமானம் கரியா, புறமுதுகு காட்டி ஓடினவனென்று அர்த்தம்" என்றேன். "நெஞ்சைக்காட்டி ஓடியிருந்தால் நான் மிஞ்சிவந்து இப்ப கதைச்சிருக்க மாட்டேன்" என்றபடி தோடம்பழத்தை உரித்தான் கரியன். இந்தத் தடவை கடுமையான தீக்காயமென்று அறிந்தேன்.

நான் மருத்துவமனைக்குள் நுழைந்து காயப் பட்ட போராளிகளை வைத்திருக்கும் பகுதிக்கு சென்றேன். உள்ளே செல்வதற்கு அனுமதியில்லையென கூறினார்கள். அதன் பொறுப்பதிகாரியாக இருந்தவரிடம் கெஞ்ச வேண்டியிருந்தது. உள்ளே வலி பொறுக்கவியலாது கதறுங்குரல்களை கேட்கவே வேடிக்கையாகவிருந்தது. போர்க்காயங்களைப்

பார்ப்பதில் ஆர்வம் கூடியிருந்தது. சொற்ப நிமிடங்கள் மட்டும் ஒதுக்கித் தந்தனர்.

உள்ளே போனதும் கரியனின் இயக்கப்பெயரைச் சொல்லி எங்கே இருக்கிறார் என்று கேட்டேன். மருத்துவப் பிரிவுப் போராளி என்னை கரியனிடம் கூட்டிச் சென்றார். உடல் முழுக்க எரிந்துலர்ந்திருந்தது. தீமிதிக்கும் கிடங்கில் சாம்பலுக்கு மத்தியில் கங்குகள் ஒளிர்வதைப் போல ஊண் சிவந்து தகித்தது. அரை உயிரோடு நெருப்பிலிருந்து ஊர்ந்து சென்ற சாரைப் பாம்பை ஞாபகப்படுத்துவதைப் போல கட்டிலில் கிடந்தபடி கைகளை அசைத்தான். பக்கத்தில் நின்று "நான் ஸ்பார்ட்டகஸ் வந்திருக்கிறேன். எப்பிடி இருக்கிறாய்" கேட்டேன். கண்களைத் திறந்து பார்த்து "மச்சான், இந்த ஆர்மிக்கார புண்டையாண்டியளால எல்லாமும் நாசமாய் போய்ட்டுது" என்றான். கரியனிலிருந்து நான்காவது கட்டிலில் படுத்திருந்தவரின் கால் நீக்கப்பட்டிருந்தது. அவர் சத்தமாக என்னவெல்லாமோ சொல்லிக்கொண்டார். "அவனுக்கு இப்ப தான் மெல்ல மெல்ல மயக்க மருந்து தெளியுது. காலமையிலிருந்து ஒரே சத்தம் தான். பச்சைத் தூஷணத்தில எல்லாரையும் திட்டுறான்" கரியன் சொன்னான். சிகிச்சை அளிப்பதற்காக மயக்க மருந்து வழங்கப்பட்ட போராளிகள் இப்படித்தான் பேசுவார்கள் என்று கேள்விப்பட்டிருக்கிறேன். ஆனால் இன்றுதான் முதன்முறையாக அனுபவிக்கிறேன்" என்றேன்.

"இவனெல்லாம் பரவாயில்லை. நேற்றைக்கு இம்ரான் பாண்டியன் படையணிக்காரர் ஒருவர் இஞ்ச இருந்தவர். அவருக்கு அடிவயிற்றில பெரிய காயம். இரவு முழுக்க ஒரே கச்சேரிதான். எல்லாருக்கு ஏச்சுத்தான். இயேசுவை சுடவேணுமெண்டு சொல்லுறார். மகாத்மா காந்திக்கு தண்டனை அளிக்க வேண்டுமென்று என்னவெல்லாமோ கதைச்சார். ஒரே சிரிப்புத்தான் எங்களுக்கு. அதிகாலையில தான் இஞ்ச இருந்து ஆள் போனது"

"எங்க , மெடிஸ்க்கு மாத்திட்டாங்களோ"

"இல்லையில்லை. ஆளுக்கு பஞ்சு. அதிகாலை நாலு மணியிருக்கும் ஒரு பெரிய சத்தம். மூச்சை வானுக்கு எறிஞ்சு நிலத்தில விழுத்திற எத்தனத்தோட ஒரு மூர்க்கம். அப்பிடியே கையைத் தொங்கவிட்டுட்டார்"

"அய்யோ, வீரச்சாவே!"

"பின்ன, அவ்வளவு பெரிய மூச்சை விட்டால்..." என்று சொல்லிக்கொண்டிருக்கும் போதே, இன்னொரு கட்டிலில் இருந்து சத்தம் எழுந்தது.

"அன்பார்ந்த தமிழீழ மக்களே! நான் மரணத்தைப் பார்த்து விட்டேன். அதனுடைய பாறை மேல் அமர்ந்திருந்து தவளையைப்போல உலர்ந்திருக்கிறேன். மரணம் அவ்வளவு மர்மமானதொன்றுமில்லை. எங்களுடைய வேவு அணிக்காரர்கள் போல கண்டறியமுடியாததும் இல்லை. பயத்தின் நுகத்தடியில் அது பிணைக்கப்பட்டிருக்கிறது. மரணத்தின் நுழைவாயிலில் நின்று மிழற்றும் என் காற்றுக்கு எதுவும் தெரியவில்லை. ஆனாலும் ஒன்றைச் சொல்கிறேன், நான் மரணத்தினாலும் மீதம் வைக்கப்படுவேன். நன்றி. வணக்கம்" என்று உரையை முடித்தார்.

"இவன் அரசியல்துறையில இருந்து படையணிக்கு போயிருப்பான் போல, தமிழ்ச்செல்வண்ணையை விட வித்துவமாய் கதைக்கிறான்" என்றான் கரியன்.

அந்தப் பகுதி முழுக்கவே போர்க்களத்தில் காயப்பட்டு வந்திருந்த போராளிகள் மட்டுமே சிகிச்சைக்காக தங்க வைப்பட்டிருந்தனர். சிறிய காயங்களோடு இருந்தவர்கள் ஏனையோருக்கு ஒத்தாசை புரிந்தனர். கையில் ஒரு விரல் மட்டும் இல்லாமல் போயிருந்தவரைப் பார்த்து பெரிய காயக்காரரொருவர் "எடேய் உந்தச் சுண்டுவிரல் இல்லாமல் போனத காயமெண்டு சொல்லி களத்த விட்டு வந்திருக்கிறியே. உனக்கு வெக்கமா இல்லையோ" என்று கேட்டதும் எல்லோரும் சிரித்தார்கள். சுண்டுவிரல் காயக்காரன் கைகள் இரண்டையும் மேல்நோக்கித் தூக்கி, "நாளை நான் களத்திற்குச் சென்றுவிடுவேன். ஆனால் இந்தச் சுண்டுவிரலுக்கும்

ஒரு பெறுமதி இருக்கெண்டு உங்களுக்கு சொல்ல வேண்டுமெனத் தோன்றுகிறது" என்றான். அன்றைக்கு மாலையிலேயே சின்னக்காயங்களோடு வந்தவர்கள் மீண்டும் களமுனைக்குச் செல்ல ஆயத்தமாகினார்கள். கரியனோடு களமுனையில் இருந்த போராளியொருவன் நெற்றியில் சிறியக் காயப்பட்டிருந்தான். அவனும் என்னோடு வந்தமர்ந்து கொண்டான்.

"உனக்கு என்ன மச்சான் நடந்தது. உடம்பெல்லாம் அடி வாங்கியிருக்கிறாய். என்ன ஏதேனும் புகைக்குண்டுக்குள்ள மாட்டுப்பட்டனியோ" கேட்டேன்.

"அதைச் சொன்னால் வெக்ககேடு. உன்னை நம்பிச்சொல்ல முடியாது. நீ வன்னியில இருந்து பி.பி.சிக்கு செய்தி அனுப்புவாய்" கரியன் சிரித்தான். "எடேய், சும்மா சொல்லு. இது என்ன இயக்க ரகசியமே. மறைக்கிறதுக்கு. நாளைப்பின்ன நீ வீரச்சாவு அடைந்தால் ஊருக்குள்ள சொல்லித்திரிய கதை வேண்டாமே" என்றேன். ஸ்பார்ட்டகஸ் உன்னை நம்பி சொல்லுறதுதான் தயக்கமாய் இருக்கு. ஆனாலும் வேற ஆரிட்டையும் சொல்லக்கூடாது. சத்தியம் பண்ணு..." என்று கையை நீட்டினான். ஆர் மேல சத்தியம் செய்யவேண்டுமெனக் கேட்டேன். உனக்குப் பிடிச்ச ஆளோட பெயரைச் சொல்லி செய் என்றான். "என்ர நண்பன் கரியன் மேல சத்தியமாய் ஆரிட்டையும் சொல்லமாட்டேன்" என்றேன். "என்ர சாவைப் பார்க்கிறதில உனக்கு என்ன விருப்பமோ. சரி நடந்ததைச் சொல்லுறன். கேள்." என்றான்.

"பத்து நாளைக்கு முன்னால கடுமையான சண்டை. எங்கட இரண்டு கிலோமீட்டர் பகுதியை இராணுவம் கைப்பற்றியது. எங்களில இருபதுக்கு மேற்பட்டோர் வீரச்சாவு. மூண்டு பேருடைய வித்துடல் அவங்களிட்ட விடுபட்டு போச்சுது. பெரிய சோர்வும் கொந்தளிப்புமாய் ஆகிட்டுது. எங்கட தளபதிக்கு அதுவொரு கௌரவ பிரச்சனை ஆகிட்டுது. தக்க வைச்சிருக்கிற இடத்தை இழந்திருக்க கூடாதெண்டு எல்லாருக்குள்ளையும் ஒரு கருத்திருந்தது. பிறகு தளபதி ஒரு திட்டம் போட்டு, வலிந்து ஒரு தாக்குதல் செய்ய

முடிவெடுத்தார். நாங்கள் நினைச்ச மாதிரி சண்டையில்லை. அது வேற. கட்டளைகள் ஒவ்வொன்றுக்கும் பின்னால், எதிரிக்கு பேரிழப்பு நிகழ்ந்தபடியிருந்தது. ஒருநாள் நள்ளிரவு தொடங்கிய சண்டையில் முன்னணி போர்முனையிலிருந்து தாக்குதலைச் செய்த அணியில் நானுமிருந்தேன். துவக்கின் வாய்முனை தகித்து பூத்தது.”

என்னோடிருந்த போராளி “மொஸ்கோ” துவக்கைத் தன்னுடைய நெஞ்சோடு அணைத்து வைத்திருந்தபடி “என்னால ஒருத்தனையும் நோக்கிச் சுட ஏலாமல் கிடக்கு. ஆனால் என்னைச் சுடமுடியுமெண்டு நினைக்கிறேன்” என்றான்.

“மொஸ்கோ உனக்கேதும் விசரா. துவக்கை கீழ போட்டுட்டு சும்மா இரு. நான் சண்டை செய்கிறேன்” என்றேன். அவன் துவக்கை கீழே போட்டான். ஆனால் அதற்கு முன்பாகவே ஒரேயொரு தடவை தன்னுடைய டிகரை அழுத்தி தாடைக்கு கீழிருந்து பாய்ச்சினான். அவன் தற்கொலை செய்து கொண்டதை எல்லோரிடமும் மறைத்தேன். அவன் வீரச்சாவு என்ற செய்தியை நானே கட்டளைப்பணியகத்துக்கு அறிவித்தேன்.

“அது பிழையான விஷயமில்லையே”

“ஒருத்தன் களத்தில் ஆயுதமேந்தி சண்டை செய்து, ஏதோ வொரு நாள் தன்னால எதிரியைச் சுட முடியேல்ல எண்டு சொல்லி தன்னைத்தானே அழிக்கிறான். அவனும் வீரன்தான். அவனும் வீரச்சாவுதான். எல்லாத்துக்கும் மேல அவனோட உயிர்போன முகத்தைப் பார்த்தன். நல்ல செழிப்பு. ஏதோவொன்றை சாதித்துவிட்ட இளைப்பாறல்” என்கிற கரியனைப் பார்த்து வியந்தேன்.

“சொல்லுறத கேள்”

“ஓம், சொல்லு”

“அவனுடைய வித்துடலை எடுத்துக் கொண்டு பின்னால போய்ட்டாங்கள். ஆனால் அவன்ர துவக்கு என்னட்டத்தான்

இருக்கு. நான் அதை வைத்துக் கொள்வதாக அறிவித்தேன். இராணுவம் நினைத்ததைப் போல எங்களை ஒன்றும் செய்ய முடியாமல் விழி பிரட்டி நின்றது. தளபதிக்கு உற்சாகமான களமாக அது மாறியது. இராணுவம் மெல்ல மெல்ல பின்வாங்கத் தொடங்கியது. நீயும் நானும் பனம்பழம் பொறுக்கப் போவமெல்லே, அப்ப ஜெயக்கொடியோட பனந்தோப்பில பழங்கள் விழுந்து கிடக்கிற மாதிரி வெளிமுழுதும் இராணுவத்தின் பிணங்கள். போராளிகள் முன்னேறினோம். இராணுவத்தின் பைகளைப் பிரித்து அவர்களது உணவுகளை எடுத்தேன். பிஸ்கட் பை, பணிஸ் என்று நிறைய இருந்தது. சிகரெட் பெட்டியும் இருந்தது. ஒன்றை அடித்தால்தான் என்ன என்று தோன்றியது.

"அய்யோ, கெடுவானே ஆராவது பார்த்தால் சுட்டிருப் பாங்களே"

"ஆருக்கும் தெரியாமல் எடுத்து பொக்கெற்றுக்குள்ள வைச்சிட்டன். கொஞ்ச நேரத்தில் பிடிச்ச பகுதியில அரண் அமைச்சு இருந்தம். சண்டை ஓய்ந்திருந்தது. ஆனால் நூறுக்கும் மேற்பட்ட ஆர்மிக்காரர்களோட சடலங்கள் இப்ப எங்கட கட்டுப்பாட்டுக்குள்ள இருக்கு. எனக்கு ஒரே வேடிக்கையா இருந்தது. பாவம் செத்துப்போன ஆர்மியள். சம்பளம் வாங்கி சாக வந்தவங்களை நினைச்சு கவலைப்பட்டும் பிரியோசனம் இல்லை என்று தோன்றியது. களமுனையில் ஆசுவாசம் கொள்ளும்படியாய் காற்று எழுந்தது. கந்தக நெடில் ஒருபக்கம் தலை சுற்றியது. மின்மினிகள் ஏனென்று தெரியாமல் அபத்தமான வெளிச்சம் அடித்து திரிந்தன."

"எடேய், இன்னும் நீ காயப்பட்ட கதைக்கு வரேல்ல"

"ம். பிறகு நான் கொஞ்சம் காலாற நடந்து வரவிரும்பினேன். எங்கே நடப்பது? மொஸ்கோ தற்கொலை செய்து கொண்டவிடத்திற்குச் சென்று விட்டு திரும்புவதாக உத்தேசித்தேன். பொக்கேற்றுக்குள் இருக்கிற சிகரெட்டை எடுத்து கைக்குள் திணித்தேன். ஒரு வீட்டின் சிறிய கிணறு வடிவாய் இருந்தது. சக போராளிகளின் நடமாட்டம்

எதுவுமில்லை. மெல்ல அதற்குள் இறங்கி, படியில் அமர்ந்து சிகரெட்டை ஊதினேன். இவ்வளவு சுதியான சிகரெட். அருமையான வாசனையும், உறைப்பும் விறுவிறுத்து தொண்டைக்குள் இறங்கியது. வேக வேகமாய் படிக்கட்டில் ஏறி மேலே வந்தேன். தற்கொலை செய்து கொண்ட இடத்தை அடைந்ததும், அவனுடைய ரத்தம் காய்ந்திருந்ததைப் பார்த்தேன். அது ஒரு சிறிய செந்தழல் பூவாக நிலமீது ஊர்ந்து என்னை நோக்கி வந்தது. கண்களை கசக்கியபடி மீண்டும் பார்த்தேன். காய்ந்த ரத்தம். பிறகு நிலமீது ஊர்ந்து வரும் பூ. அங்கே நிற்கவே ஏதோவொரு நடுக்கம் தோன்றியது. அவன் இறுதி நாளன்று பேசிய வார்த்தைகள் நினைவுக்கு வந்தன."

"துவக்கை விடவும் விடுதலையை எங்களிடம் கூட்டிவர வேற வழியில்லையோ. அல்லது நாங்கள் இன்னும் அதை யோசிக்கலையோ"

"மொஸ்கோ, துவக்கோ, தடியோ எங்களைக் காப்பாற்றி விடுமெண்டு நாங்கள் நம்பேல்ல. ஆனால் எங்களை அழிக்கத் துடிச்சவனை ஆயுதத்தால தான் பயமுறுத்த முடியும், இல்லையே"

"ஆனால், எதிரியைப் பயப்பிடுதுறது வேலை இல்லையே, விடுதலை தானே வேணும்"

"அதுக்குத்தான் நாங்கள் உயிரைக் கொடுத்துப் போராடுறம். நீ இத்தனை வருஷமாய் சண்டை செய்கிறதுக்கு அதுக்குத் தானே"

"உயிர் எடுத்தல் - கொடுத்தல் இந்த இரண்டு பாதையிலும் விடுதலையை சந்திக்க இயலுமே"

"மொஸ்கோ, நீங்கள் கனக்க படிச்சனியள். எனக்கு மூத்த போராளி. உங்கட பட்டறிவுக்கு முன்னால் என்ன பதில் சொல்லியும் என்னால உங்களைத் திருப்தி படுத்த ஏலாது"

"அப்ப உயிர் கொடுக்கிறதில, எடுக்கிறதில விடுதலை வராது எண்டு ஒத்துக்கொள்ளுறியள், அப்பிடித்தானே"

எனக்கு தலையில் ஒருவித சுழிப்பு மின்னல் அடிக்கத் தொடங்கியது. மெல்லிய தந்திகள் அதிரும் தோரணையில் உள்ளிருந்து ஏதோவொரு சத்தம் கேட்கத் தொடங்கியது. வேகவேகமாய் முன்னரங்குக்கு ஓடினேன். சடலங்கள் மீது இலையான்கள் அமைதியாக அமர்ந்திருந்தன. வானத்தை பார்க்க மறுத்து குப்புறக் கவிழ்ந்து கிடக்கும் இராணுவச் சீருடைகளைப் பார்க்கையில் பரவசம் எழுந்தது. ஒருவனின் சடலம் மட்டும் வானத்தைப் பார்த்திருந்தது. அவனது முகத்தில் கறுப்பு வண்டொன்று ஏறியது. அதனைப் பிடித்து தூக்கி எறிந்து, முகத்தை துடைத்துவிட்டேன். நல்ல வடிவான பெடியன். அவனுக்கு நெஞ்சில் வெடி விழுந்திருக்கிறது. கைகள் ரத்தத்தில் பதிந்திருக்கின்றன. ரத்த வெடுக்கு வீசும் குரோட்டன் செடியைப் போலவிருந்த அவனது கையை எடுத்து உடலில் வைத்தேன். கண்கள் ஒளியிழந்து தலை சுற்றத் தொடங்கியது.

களமுனையில் மீண்டும் சத்தம் கேட்கத் தொடங்கியது. ஓடிச் சென்றேன். போராளிகள் மீண்டும் தாக்குதலை தொடங்கினர். அது மெல்ல மெல்ல சூடு பிடிக்கும். இன்றைக்கு மிச்சப்பகுதிகளையும் மீட்டுவிடுவதென திட்டம். ஆனால் இராணுவமும் தாக்குதலை திறனாக எதிர்கொண்டது. நாங்கள் கடுமையான வியூகங்கள் அமைத்து சண்டையிட்டோம். எதிர்த்தாக்குதல் மெல்லப் பலமிழந்து பின்வாங்கல் தொடங்கியது. போராளிகள் முன்னகர்ந்தோம். மீண்டும் இராணுவ அணியினர் உயிரிழக்க வேண்டியதாயிற்று. உக்கிரமான தாக்குதலுக்கு ஈடுகொடுக்க முடியவில்லை. கால்களுக்கடியில் இறைஞ்சும் சொற்கள் நசிபட முன்னேறி ஓடினோம்.

ஒரு இராணுவத்தினன் கனரக ராக்கெட் ஆயுதத்தோடு சாவடைந்திருந்தான். அவனுடைய ஆயுதத்தை அப்படியே கைப்பற்றினேன். என்னுடைய கால்கள் அந்தரத்தில் மிதப்பதை உணர்கிறேன். போர்க்களம் கானல் அலையென கண்களுக்குள் பொங்கியெழ ஆட்லறிகளும், துப்பாகிகளும், எதிரிகளும், போராளிகளும் சின்னஞ்சிறு மீன் குஞ்சுகளைப் போல நீந்தி விழுகின்றனர். இராணுவத்தின் தாக்குதல்

திடீரென பலங்கொண்டு கனைத்தது. போராளிகள் திடுதிடுமென திணறத் தொடங்கினர். பல்குழல் எறிகணைகள் வெளிமுழுதும் சொரிந்து விழுந்து வெடித்தன. என்னுடைய அணியில் இருந்தவர்கள் நான்கிற்கு மேற்பட்டவர்கள் வீரச்சாவு அடைந்தனர். என்ன செய்வதெனத் தெரியாமல் கண்கள் சொருகின.

மயக்கமா? மரணமா? உடல் முழுதையும் சோதனை செய்கிறேன். எங்கேனும் காயப்பட்டு ரத்தம் போய்விட்டதா என்கிற சந்தேகம். உடலில் எங்கும் எதுவுமில்லை. நன்றாகவேயுள்ளேன் என்ற உறுதிப்பாடு. கையில் கிடந்த ராக்கெட் ஆயுதத்தை எடுத்துக்கொண்டு முன்னரங்கில் இருக்கிற மண் அணைக்கு மேலே ஏறிச்சென்று எதிரிகளின் திசை நோக்கி வீசினால் என்னவென்று நீதான் என்னிடம் சொன்னாய் ஸ்பார்ட்டகஸ்.

“நானா, உனக்கு மூளையும் எரிஞ்சு போச்சு போலகிடக்கு”

ஸ்பார்ட்டகஸ். நீதான் சொன்னாய். என்னை நம்பு. உன்னுடைய கதையைக் கேட்டு மண் அணைக்கு மேலே ஏறி நின்று, ராக்கெட்டை இயக்கினேன். அது புறப்படும் போது வெளித்தள்ளிய நெருப்புச் சுவாலை என்னை இப்படியாக்கிவிட்டது. நான் மண் அணையிலிருந்து தூக்கி வீசப்பட்டேன். பிறகு சுயநினைவற்று எரிகாயத்தோடு கண்டு பிடிக்கப்பட்டிருக்கிறேன். இனிக் காயம் மாறியதும் இயக்கம் தண்டனை வழங்குமென நினைக்கிறேன்”

“உனக்கெதுக்கு தண்டனை. நீதான் சண்டை செய்து காயப் பட்டிருக்கிறியே”

“அதுசரி, ஆனாலும் போதை மருந்து புகைச்சது இயக்க ஒழுக்கத்திற்கு எதிரானது தானே”

“போதை மருந்தா, எது சிகரெட்டா”

“அது சிகரெட் மாதிரி கொடுக்கப்பட்ட போதை மருந்தாம். இராணுவத்தில இருக்கிறவங்கள் பயம் தெரியாமல் சண்டை செய்ய கொடுக்கப்படுகுதாம்” என்றான் கரியன்.

“அப்ப, நீ வெறியில தான் ஏறி அடிச்சனியோ”

“பின்ன, நான் அண்டைக்கு தன்னைச் சுட்டுச் செத்தானே மொஸ்கோ அவனை மாதிரி என்ன வீரனே?”

எதுவும் சொல்லாமல் கரியனையே பார்த்துக் கொண்டிருந் தேன். சிரித்தபடி “உன்னட்ட ஒண்டக் கேக்க வேணும்” என்றான்.

“என்ன”

“அவன் செத்த இடத்தில் ஒரு பூ ஊர்ந்து வந்தமாதிரி இருந்ததே, அது என்னெண்டு நினைச்சனி”

“உனக்கு வெறியில அப்பிடி தெரிஞ்சிருக்கு”

“அதுதான் இல்லை. அது மொஸ்கோவின்ர மூளை. வீரனோட மூளை, போர்க்களத்தில பூ மாதிரி கிடக்கிறத சொன்னால் நீங்கள் நம்பமாட்டியள். நான் போதைவஸ்த புகைச்சது தான் காரணமெண்டுவியள்”

“சரி. அது வீரனோட மூளைதான். ஒத்துக்கொள்கிறேன். இப்ப நீ படு. நான் நாளைக்கு வருகிறேன்” என்று புறப்பட்டேன். அப்போது என்னுடைய கையைப் பிடித்துச் சொன்னான் “இந்த விஷயத்தை ஆரிட்டையும் சொல்ல மாட்டனெண்டு எனக்கு சத்தியம் செய்திருக்கிறாய் மறந்திடாத”

“சத்தியமாய் சொல்லமாட்டன்” என்று விடைபெற்றேன்.

கரியன் சில மாதங்கள் மருத்துவ விடுமுறையில் இருந்தான். அவனை பராமரித்து வந்த மருத்துவ முகாம் காட்டுப் பகுதிக்குள் இருந்ததால் போராளிகளைத் தவிர எவராலும் போக முடியாது. உடல் நிலை தேறி, நேராகவே களமுனைக்குச் சென்றான். போர்க்களத்தில் நிறையப் பாராட்டுக்களைப் பெற்றான். எதிரிகளை கொன்று குவிப்பதில் பெயர் பெற்றான். ஒருவேலையாக கிளிநொச்சிக்கு வந்திருந்த சமயம், என்னை வீதியில் கண்டு வாகனத்தை நிறுத்தினான். ஓடிவந்து அணைத்துக் கொண்டான்.

“ஸ்பார்ட்டகஸ். நிலமூர்ந்து வரும் பூக்கள் களத்தில் நிறையவே மலர்கின்றன. அவர்கள் வீரர்கள்”

“இப்படி ஏன் நடக்கிறது. எதைக் கண்டு அஞ்சுகிறார்கள்” கேட்டேன்.

“தெரியவில்லை ஸ்பார்ட்டகஸ். ஆனாலும் அடிக்கடி அப்படி நடந்து விடுகிறது. மொஸ்கோவைப் போல இதுவரைக்கும் பத்துப் பேர், நிலமூர்ந்து வரும் பூக்களை மண்ணில் விதைத்து விட்டார்கள்”

“நாளாந்த கள அறிக்கையில் இதனை அழுத்தம் திருத்தமாக எழுதி அனுப்பி. தளபதி பார்க்கட்டும்”

“ஒன்று சொன்னால் கோபித்துக்கொள்ளாதே, தளபதியே நேற்று அப்படியொரு முடிவை எடுத்துத் தப்பியிருக்கிறார்”

“அய்யோ என்ன சொல்லுகிறாய். அவருக்கே இப்படித் தோன்றுகிறதா”

“எனக்கும் தோன்றிவிட்டது ஸ்பார்ட்டகஸ்”

“விசரா உனக்கு. மொஸ்கோவைப் போல அழித்துக் கொள்வதெல்லாம் வீண்சாவு. அதனைச் செய்யாதே. ஒரு மதிப்புமிருக்காது” என்றேன்.

கரியன் சிரித்தபடி வாகனத்தில் ஏறினான். விடுப்பில் வருகிறபோது சந்திக்கலாம் என்று புறப்பட்டான்.

இரண்டு நாள் கழித்து மேஜர் மொஸ்கோவாக வீட்டிற்கு கொண்டுவரப்பட்டிருந்த வித்துடலின் தலைப்பகுதியை ஓடிச்சென்று பார்த்தேன்.

நிலமூர்ந்து போகும் பூ கரியனிடமே இருந்தது. கரியன் வீரன்.

16

பிந்திப்புலர்ந்த விடியலுக்கு முன்பாகவே மழை துமித்தது. உறக்கம் கலைந்து லாம்பைத் தீண்டினேன். ஆறு மணியாகியிருந்தது. அதி வேகமாய் வீட்டின் கதவைத் திறந்து பட்டியடிக்கு ஓடினேன். ஆரம்ப சுகாதார நிலையத்தை தாண்டி வலதுபுறம் திரும்பினால் வருகிற குச்சொழுங்கையில் அரைக்கட்டை நடந்தால் பட்டியடி சிவன் கோவில் வரும். அதற்குப் பின்னாலிருக்கும் பாழடைந்த வீட்டில்தான் சந்திப்பதாகவிருந்தது. நான் சென்றடைவதற்கு முன்பாகவே யசோ வந்திருந்தாள். பீத்தல் விழுந்த குடையொன்றை ஏந்தி நின்றாள். பீத்தல் புகுந்து அவளை நனைக்கும் மழைத்துளிகள் பேறுடையன. ஆயிரம் கண்களுடைய மயில் தோகையை நினைவுபடுத்தும் வடிவமைப்பிலான ஆடை அணிந்திருந்தாள். ஈரம் விழுந்து துளிர்த்த தளிரென குளிர்பதுக்கி நின்ற யசோவை கட்டியணைத்து முத்தமிட்டேன். விசுக்கென தள்ளி விலக்கினாள். என் யாக்கையின் மாண்பு திகைத்துத் திணறியது. மீண்டும் முன்நகர்ந்து அவளை இறுக அணைத்து முத்தமிட விழைந்தேன். அவள் விளையமறுத்த நிலமென முகத்தை பலகோடுகளாய் கோணலாக்கி இறுக்கியிருந்தாள்.

“யசோ! என்ன நடந்தது? ஏதேனும் பிரச்சனையோ!” கேட்டேன்.

சடை பின்னப்பட்டிருந்த கூந்தலை அவிழ்த்து விரித்தாள். காமக் களிறை உருவேற்றும் பெண் கூந்தலில் காட்டுப் பூ வாசனை. அவளுடைய கண்களில் பெருகும் கள்ளம் என்னை ஆணாக அறிவித்தது. அவளருகே என்னை அழைத்தாள். வசியமிடப்பட்ட அடிமை நான். எத்தனை சவுக்குகளையும் என்னில் வீசும் உரிமை படைத்தவள். ஆயிரம் கண்கள் கொண்ட மயில் தோகையை கழற்றி வீசினாள். பீத்தல் கூடையை சுருக்கி வைத்தாள். எப்போதும் சுருக்கவியலாத மேகமெனும் பிரமாண்டமான குடையில் எத்தனை பீத்தல்கள். யசோ! பருவத்தின் காற்றில் அசைந்து வளரும் பூக்களும், காய்களும், கனிகளும் கொண்டவள். என்னை முத்தமிட்டு முத்தமிட்டு களிகூர்ந்தாள். என் ஆடைகளை உருவி எறிந்தாள். மழையில் நிர்வாணம் பூத்து நின்றோம்.

“மழையில் கூடல், உடலுக்கு சுதி, உனக்கு எப்பிடி” என்று கேட்டேன்.

அவளுக்கு களைப்பாய் இருந்தது. அடிவயிற்றில் குளிரளித்து நின்றது சுக்கிலத்து ஈரம். யசோ எழுந்து ஆடைகளை அணிந்தபடி “நான் இண்டைக்கு வரமாட்டேன் என்று நினைத்தாய் அல்லவா” என்று கேட்டாள்.

“பின்ன, மழை பெய்கிறது. இவ்வளவு கஷ்டப்பட்டு சந்திக்கத் தான் வேண்டுமா. ஆனாலும் நீ வந்திருப்பாய் என்று மனம் சொன்னது” என்றேன்.

“சரி நேரம் போய்ட்டுது. ஆடுகளை பட்டியிலிருந்து சாய்த்துவிடவேண்டும். வெளிக்கிடுகிறேன்”

“இன்றைக்குப் பின்னேரம் சந்திக்கிறோமா”

“வாய்ப்பில்லை. எங்கட சொந்தக்காரர் வீட்டு விஷேசம். அங்க போகவேண்டும்”

“எந்த இடத்தில”

“அதுவோ... உருத்திரபுரம். ஏன் வரப்போறியளோ”

“இல்லையில்லை. நீ போய்ட்டு வா. நாளைக்குப் பார்க்கலாம்.”

“ஏன் நாளைக்கும் மழை பெய்யுமோ” என்று கேட்டபடி அங்கிருந்து ஓடிச்சென்றாள்.

பட்டியில் ஆடுகள் நனைந்து நின்றன. அவள் திறந்ததும் பழக்கப்பட்ட திசைவழியில் ஓடின. வழிமாறிய ஆடுகளை மேய்த்தபடி பாழடைந்த வீட்டைப் பார்த்தாள். கூரைவரை உயர்ந்தேறிய கொடியில் மஞ்சள் பூக்கள் அசைய வானம் குனிந்து பார்த்தது. அங்கிருந்து வீட்டிற்குப் போகும் வழியிலேயே இருந்த வாய்க்காலில் குளித்தேன். ஆயிரம் புரவிகளில் ஏறித்திரிந்த கம்பீரத்தின் தினவு உடல் புகுந்திருந்தது. தண்ணீரில் நின்று கண்களை மூடினால், யாவும் அளிக்கும் ஒரு அமிழ்தக் கொடியாக நிலத்தில் படர்ந்திருக்கிறாள் யசோ. அடிவயிற்றில் மீன்களின் தீண்டல். பாதங்களை உய்விக்கும் பாசிகளின் அசைவு. தண்ணீரில் கொதிக்கும் என்னுடல். யசோ! உன்னுடைய கானகத்தின் பாதையில் திக்கற்று நிற்கும் என்னை எங்ஙனம் தாங்குவாய் சொல்!

யசோவுக்கும் எனக்குமிடையே காதல் மலர்ந்து இரண்டு வருடங்கள் ஆகியிருந்தன. அவளுடைய தாயார் இறந்துபோன அன்றைக்குத்தான் முதன்முறையாக என்னுடைய கைகளைப் பிடித்து, வீட்டினுள்ளே அழைத்துச் சென்றாள். “உன்னை விட்டால் எனக்கினி யார்” என்பதைப் போல என்னுடைய விரல்களைப் பற்றினாள். போராளியாக களமுனையிலிருந்த யசோவின் சகோதரி அடுத்தநாள் காலையிலேயே வரமுடியும் என்பதால் அன்றிரவு முழுதும் தாயின் பூதவுடல் வீட்டில் கிடத்தப்பட்டிருந்து. மூன்று பெற்றோல் மாக்ஸ் வெளிச்சத்தில் பந்தல் ஒளிர்ந்தது. கடதாசிக் கூட்டம் விளையாடுபவர்கள், பீடி புகைப்பவர்கள், வெற்றிலை போடுபவர்கள், அரசியல் கதைப்பவர்கள் என எல்லோருக்கும் மத்தியிலும் பூதவுடல் தனிமையிலிருந்தது.

யசோ, தாயின் தலைமாட்டிலிருந்து வேப்பிலையால் பூச்சிகளை விரட்டினாள். சோர்வும் தனிமையும் அவளை

மிரட்ட ஆரம்பித்திருந்தன. அழுது அடைத்திருந்த குரலோடு, முகம் காய்ந்திருந்தது. அவளருகே சென்று “எப்பனாய் சாப்பிடுங்கோ யசோ” என்றேன். அவள் வேண்டாமென்று தலையசைத்துவிட்டு தாயின் பூதவுடலில் விழுந்து ஊர்ந்த சக்கரபாணி வண்டைத் தூக்கி எறிந்தாள். நள்ளிரவு இரண்டு மணிவரை அப்படியே அமர்ந்திருந்தாள். ரத்தச் சொந்தங்களில் சிலர் இழவு காத்தனர். தயாரின் மூத்த சகோதரி நேரம் பிசகாமல் ஒப்பாரி பாட விழித்திருந்தாள். “என்னையழைத்த யசோ “எனக்குத் துணையாக வரமுடியுமா” என்று கேட்டாள். “எங்கே போகவேண்டும்” கேட்டேன்.

“எனக்கு சுகமில்ல, துணிமாத்த வேணும். வீட்டுக்குப் பின்னாலவுள்ள மறைப்புக்குத்தான்”

“ஆரும் பார்த்தால் பிழையாய் நினைப்பினம்” என்று தயங்கினேன்.

“இனைச்சால் இனைக்கட்டும். என்னோட வாங்கோ”

கையிலிருந்த டோர்ச் லையிற் வெளிச்சத்தோடு யசோவை கூட்டிச்சென்றேன். வீட்டுக்குப் பின்பக்கத்தில் அவள் சொன்னது மாதிரி மறைப்பு ஏதும் இல்லை. அவளின் பின்னால் நடந்து சென்றேன். கொஞ்சம் தள்ளி வாய்க்கால் ஓடிக்கொண்டிருந்தது. என்னிடமிருந்த டோர்ச் லையிற்றை வாங்கியவள் ஒருமரத்தின் கீழே எதையோ சுற்றுமுற்றும் தேடினாள். பிறகு அங்கேயே அமர்ந்து என்னையும் அப்படியே பணித்தாள்.

“யசோ... துணி மாத்தேல்லையோ, நீங்கள் மாத்துங்கோ நான் நிக்கிறன்” என்றேன்.

என்னை இறுக கட்டியணைத்து மூச்சொலி தெறிக்க முத்தமிட்டு ஆடைகளைக் களைந்தாள். வெறுமையிருள் பிளந்து இனிமை சுரக்கும் சுடர் ஏந்தி என்னை ஆட்கொண்டாள். வாய்க்காலின் நீர்ப்பெருக்கு புதிய இச்சைகளோடு சப்தமிட்டது. யசோ வானத்துக்கும் பூமிக்கும் பறந்து விழுகிற உக்கிரத்தோடு இயங்கினாள். அழிவற்ற கண்ணீருக்கு அங்குண்டு பீடம். உடல்

எழுந்து பறையென அதிர்கிறது. மலையிருந்து நிலமோடி வருகிற நீர்த்தடத்தின் வெளிச்சமென யசோவும் நானும் அங்கே துய்த்து நிறைந்தோம்.

“உன்னுடைய அம்மா, அங்கே தனித்திருக்கிறாள். எழுந்து செல்வோம் யசோ”

“அப்பாவை ஆர்மியிடம் பறிகொடுத்த நாளிலிருந்து இற்றைக்கு இருபதாண்டுகளாக அம்மா இப்படித்தான் இரவுகளைப் போக்கினாள். அவளுக்கு நிம்மதிமிக்க இரவு இன்றுதான் வாய்த்திருக்கிறது. அதையெண்ணி நீ கவலைப்படாதே”

“ஆனாலும், போகலாம். ஆராவது உன்னைத் தேடி வந்தால் பிழையாகிவிடும். நீயேன் பொய் சொல்லி என்னை அழைத்து வந்தாய்”

“அது பொய்யில்லை. உண்மைதான். ஆனால் இப்ப ஒண்டையும் காணேல்ல” யசோ சிரித்தாள்.

இருவரும் வாய்க்காலில் இறங்கி உடலைக் கழுவினோம். யசோ அடிவயிற்றில் மீன்களைப் போல தீண்டி இரையாடினாள். காணும் போகலாம் என்றேன்.

“அமைதியாக இரு. கொம்புத்தேன். வெறுமையையும் துக்கத்தையும் எரிக்கிறது. தண்ணீரில் நீ விறைத்து நிற்கிறாய். உன்னுடைய உடலில் சுடரும் நிலவின் வெளிச்சம் என்னை மோகிக்கிறது. துண்டு துண்டாகி சிதறிக்கிடக்கும் உளத்தை சிறுசிறு அகல் விளக்காக மாற்றும் இந்தச் சுகத்தை நீ எனக்குத் தராமல் போகாதே. கொம்புத்தேன் உருகட்டும்” என்றாள்.

நாங்களிருவரும் பந்தலுக்குள் நுழையும் போது இன்னும் சிலர் உறங்கியிருந்தனர். கடதாசிக் கூட்டம் விளையாடிக் கொண்டிருப்பவர்கள் அளவில் குறைந்திருந்தனர். தாயின் தலைமாட்டில் போய் அமர்ந்தாள். அடிக்கடி என்னைப் பார்த்து கண்களை மருளச் செய்தாள். யசோவிடம் ஏதோ வொரு மூர்க்கம் பெருகி நிற்கிறது. அவளினுள்ளே தணல் மூண்டிருக்கும் தீயின் சடசடப்பை அறியக் காத்திருந்தேன். அதிகாலையிலிருந்து ஆட்கள் வரத்தொடங்கியிருந்தனர்.

களமுனையிலிருந்து யசோவின் சகோதரி வந்திருந்தார். தாயின் பூதவுடலைக் கட்டியணைத்து அழுதார். அம்மா.. அம்மாவென்ற அரற்றல் சுருக்கமாகவே தீர்ந்தது.

அதன்பிறகு யசோவும் நானும் பலதடவைகள் சந்தித்துக் கொண்டோம். எங்களிடம் தீர்ந்து போகாத தாழிகளில் காமம் நொதித்து கள்ளென வழிந்தது. கலவியிலிருந்த கணமொன்றில் கண்கள் பனித்து “இப்பிடி இருக்கேக்க மட்டும்தான் எங்கட நாட்டில யுத்தம் நடக்கிறதே மறந்து போகுது. ஒரு அஞ்சு நிமிஷம் அப்பிடிச் சுகமாய் இருக்கு” என்றாள் யசோ.

“நல்லாயிருக்கு உங்கட கதை. நாங்கள் ரெண்டு பேரும் சந்தோசமாய் இருக்கேக்க, எத்தின பேர் நாட்டுக்காக உயிரை விடுகினமோ!” என்றேன்.

“இதுவும் ஒரு போராட்டம் தானே. யுத்தத்தை மறக்க ஒரு உபாயம். அப்பாவை ஆர்மிக்காரன் பிடிச்சிட்டு போன நாளிலயிருந்து அம்மா பட்ட கஷ்டங்களில இதுதான் பெரிசு. உன்ர கொப்பர் கனவில வந்து கொஞ்சச் சொல்லி அடிக்கடி கேக்கிறாரடி என்பாள் அம்மா. அப்பிடியொரு கனவு வருகிற கணங்கள் மட்டும்தான் அம்மாவோட உளம் இந்த யுத்த அவலங்களை மறந்திருக்கும். இல்லையோ!”

“துயரம் தான் யசோ”

“கவலைப்பட எதுவுமில்லை. ஆனால் இவ்வளவு யுத்தத்துக்கு மத்தியிலும் எங்கட ஆஸ்பத்திரிகளில குழந்தைகள் பிறக்கினம் தானே. யுத்தம் ஒட்டுமொத்த மனுஷனிட்ட தோக்கிற இடமிதுதான்”

“அடிசக்கை... இதை நீங்கள் எங்கட தவபாலன் அண்ணைக்கு சொன்னியள் எண்டால், ரெண்டுநாள் பெரிய ஆய்வுக்கட்டுரை வாசிப்பார்”

“இப்பிடியொரு உண்மையை இயக்கத்தின்ர ரேடியோவில சொல்லுறதால அதைப் பொய்யெண்டு நம்பவும் வாய்ப்பிருக்கு. அதை நானே வைச்சுக் கொள்கிறேன்” என்றாள்.

ஆடுகளை மேய்த்துவந்து பட்டியில் அடைத்து அந்தியின் சிவந்த ஒளியில் வியர்வை சிந்த எங்கள் வீட்டிற்கு வந்திருந்தாள். காலையில் பெய்த மழையில் நம்வெள்ளம் நீந்தியதை அவளுக்கு நினைவுபடுத்தினேன். உணவை சட்டியில் போட்டுக் கொடுத்து “அம்மா வீட்டில் இல்லை, இரணைமடு வரைக்கும் போயிருக்கிறா” என்றேன். அதே ஆயிரம் மயில் கண்கள் திறந்த சட்டை. ஆட்டு மந்தையின் மொச்சை மணம் ஏறிய கிளர்ச்சி. வெயிலில் காய்ந்த யசோ தகித்திருந்தாள். எங்கிருந்தோ எம்மைத் தேர்ந்தடுக்கும் இந்த உணர்வை இறையிருக்கையில் அமர்த்தி பூசிக்கவேண்டும். யுத்தம் பொல்லாத செருக்கின் அநீதி. ஆனாலும் நானும் யசோவும் உடல்களை இழைத்து யுத்தத்தை மூடினோம். அது தருவித்த தழும்புகளில் ஒரு வழித்தோன்றலை உருவாக்க எண்ணினோம்.

யசோவை வீட்டினுள்ளே அழைத்தேன். அவள் வேண்டாமென மறுத்தாள். என்னுடைய கைகளைப் பற்றி முத்தமிட்டு, வேறொரு நாளில் வைத்துக் கொள்வோம் என்றாள். இப்போதே, இக்கணமே நாம் யுத்தத்தை மறக்கவேண்டுமென தோன்றுகிறது என்றேன். நாம் யுத்தத்தை சில கணங்கள் மறப்போமாக! அது நம்மீது சுமத்திய காயங்களை எடையற்ற இறகுகளாக ஊதிப் பறக்க விடுவோமாக! என்று சொல்லியபடி நிலத்தின் மீது கொடியெனப் படர்ந்து பூவின் அதழ்களைத் திறந்தாள். இயங்கி முயங்கும் அந்திப்பொழுதில் முன்நிலவு மேலெழுந்து வானறைந்தது.

“ஆராவது வந்துவிடப் போகிறார்கள், நிறுத்திக்கொள்ளலாம்” யசோ சொன்னாள்.

“அம்மா வருவதற்கு நேரம் செல்லும். நீ ஏன் புதிதாகப் பயப்படுகிறாய்” என்று கேட்டேன்.

“யுத்தத்தை மறக்கலாம். ஆனால் இது சனங்களுக்குத் தெரிஞ்சால் மானக்கெடுத்து போடுங்கள்”

“இதைத்தானே நான் அண்டைக்கு இரவும், வாய்க்காலடியில வைச்சு சொன்னான்”

“எண்டைக்கு இரவு”

“உங்கட அம்மா செத்த அண்டைக்கு, வாய்க்காலுக்கு கூட்டிக் கொண்டு போனியளே”

“அங்கே, ஏன் நான் கூட்டிக்கொண்டு போனான். உங்களுக்கு என்ன விசரே”

“நல்ல கதையாய் இருக்கே. கூட்டிக்கொண்டு போய் செய்யாத வேலையெல்லாம் செய்துபோட்டு, இப்ப அப்பாவி மாதிரி, வேஷம் போடுறியள்”

“சத்தியமாய் நான் அப்பிடி ஒண்டும் செய்யேல்ல. விடியும் வரை அம்மாவின்ர தலைமாட்டில இருந்து வேப்பிலையால விசுக்கி கொண்டெல்லே இருந்தனான்”

“அய்யோ, இதென்ன பொய். உங்களுக்கு சுகமில்லை. துணி மாத்தவேணும். வா எண்டு என்னைக் கூட்டிக்கொண்டு போனியளல்லே”

“சத்தியமா இல்ல”

“அப்ப, நான் சொல்லுறது பொய். அப்பிடித்தானே”

“நான் சொன்னானோ எனக்குத் தீட்டு எண்டு?” யசோவின் இந்தக் கேள்வியிலிருந்த தீவிரம் சூழலுக்கு மிக அந்நியமாய் இருந்தது. ஆனாலும் நான் ஓமென்று தலையசைத்தேன்.

“அம்மா செத்த அண்டைக்கு அவாவுக்கு தான் மூன்றாம் நாள் தீட்டு லேசாய் இருந்தது” என்ற யசோ என்னை இறுக அணைத்தாள்.

“யசோ, நீ என்ன சொல்லுகிறாய்?”

“இருபது வருஷத்துக்கு பிறகு அம்மா அண்டைக்கு நிம்மதியாய் உறங்கியிருக்கிறாள். அவளும் சில கணங்கள் யுத்தத்தை மறந்து இருந்திருக்கிறாள்” என்று சொல்லியபடி யுத்தம் ஒழிக! யுத்தம் ஒழிக! என்று முயங்கினாள்.

17

பூதவராயர் கோயிலுக்குப் பின்பாகவுள்ள குளத்தில் மஞ்ஞை தனியாக குளித்துக் கொண்டிருந்தாள். மத்தியானத்தின் பலகோடி மலர்கள் நீரில் மலர்வதைப் போலொரு தரிசனம். என்னைக் கண்டுவிட்டாள். வடலிக் கூடலில் அமர்ந்திருந்து அவளையே பார்த்துக்கொண்டிருந்தேன். இருவரின் பார்வையும் சந்திக்கையில் இமைகொட்டாது யுகம் குளிர்ந்தது. சூரியனுக்கு அருகிலிருப்பது போல சரீரம் தகித்தது. என்னில் ஊற்றுக்கொண்டு நிரம்பித் ததும்பினாள் மஞ்ஞை. குளித்து முடித்து கரையேறி மறைப்பில் புகுந்தாள். இன்று சந்திப்பதாக திட்டமிருக்கவில்லை. விழிப்புலனற்ற கலைஞன் மடியில் கிடக்கும் புல்லாங்குழல் துளைகளில் காற்று நுழைந்து கீதம் நிறைப்பதைப் போல இந்தச் சந்திப்பு நிகழ்கிறது. காற்றில் படபடக்கும் அரச மரத்து இலையின் நிழலென மஞ்ஞை நடந்து வந்தாள். வரலாற்றின் புதிய சொல்லென ஈரத்தோடு விரிந்திருந்த கூந்தல். பறக்க எத்தனிக்கும் ஜோடிப்புறாவின் அசைவுடனும் வடிவுடனும் கொங்கைகள். பிரபஞ்சமே அருந்தவம் செய்து ஏந்திய காற்றுச் சுடரின் அபிநயம் இவள்தான்.

எண்ணெய்க் கிண்ணக் கண்களில் திரியேற்றி என்னருகில் வந்தாள். எளிதில் மூண்டுவிடும் தீ என்னிடமிருப்பது மஞ்ஞைக்கு நன்றாகவே தெரியும். வடலிக்கூடலுக்குள் அலை பெருத்து மூர்க்கம் கொண்டோம். தஞ்சம் கோரும் தாகத்திற்கு அருந்துவதற்கு சுனைகள் பிறப்பித்தோம். மணல் ஒட்டிய சரீரங்கள் களைப்பில் மூச்செறிந்தன. வானத்தில் கனத்த மழைக்கான நிமித்தங்கள் தெரிந்தன. ஒரு துளி மஞ்ஞையின் தொப்புளில் விழுந்தது. அடுத்த துளியும் அங்குதான் நிறைந்தது. "எனக்கெண்டு மட்டும் தான் மழை பெய்யுது" என்றாள் மஞ்ஞை. எதுவும் சொல்லாமல் வானத்தையே உற்றுக் கவனித்திருந்தேன். நினைத்தது சரியாகவிருந்தது. வேவு விமானமிரண்டு வன்னி வான்பரப்புக்குள் பறந்தபடியிருந்தது. "என்ன வண்டு சுத்துதோ" என்று மஞ்ஞை கேட்டாள். ஓமென்று தலையை ஆட்டினேன். "நானிப்ப சுட்ட பழமாய் இருக்கிறேன். கொஞ்சம் ஊதி விடுங்கோ. சட்டையைப் போட்டுக்கொண்டு வெளிக்கிடுகிறேன். வேவு விமானம் வேற சுத்துது" என்றாள். கலவிக்குப் பின் கனியும் பெண்ணின் சரீரத்தில் ததும்பும் வாசனைக்கு இரையாகுபவன் பாக்கியவான். மலரினும் மெலிது காமம் சிலரதன், செவ்வி தலைப்படுவார் என்றால் நானும் மஞ்ஞையும் சிலரே. விடைபெற்றாள். வடலியிலே கள் வடியுமா! வடியட்டுமே!

மஞ்ஞைக்கு செவித்திறனில் சிரமமிருந்தது. பக்கத்தில் நின்று அழைத்தாலும் சிலவேளைகளில் கேட்காது. வன்னிக்குள்ளிருந்த சர்வதேச தொண்டுநிறுவனமொன்று பரிசோதித்து வழங்கிய செவிப்புலனூட்டும் கருவியை பயன்படுத்துவதில்லை. ஏனென்று கேட்டால், பிடிக்கவில்லை என்பாள். எனக்கும் மஞ்ஞைக்கும் நடுவில் உறவு தோன்றிய தொடக்க நாட்களில் சந்திப்பு இடமாகவிருந்தது குன்று மரத்தடிதான். ஆளரவமற்ற பகுதியது. ஊரிலிருந்து கொஞ்சத் தூரத்தில் பிரிந்து செல்லும் ஒற்றையடிப்பாதையும் திடுமென அழிந்து போகும், அதன் பிறகு மூடிய காடு. அந்தக் காட்டிற்குள்தான் குன்று மரமிருந்தது. பெரியப்பாவுடன் பன்றி வேட்டைக்கு போகையில் அங்கு இளைப்பாறுவோம். மஞ்ஞை சைவ அனுட்டானங்களில் தீவிரம் கொண்டவள்.

மாமிசம் உண்பதில்லை. என்னை எதன்பொருட்டு சகித்துக்கொண்டாள் என்று அறியேன். மீன், கணவாய், முட்டை சாப்பிட்டால் அவளைப் பார்க்கப் போவதில்லை. முத்தமிடாமல் அருக்களிப்பாள். ஐயோ, வெடுக்கடிகுதென முகம் சுழிப்பாள். பன்றிகளை வேட்டையாடுவது அவளுக்குப் பிடிப்பதில்லை. தெய்வத்தின்ர அவதாரமென பிரசங்கிப்பாள். இனிமேல் வேட்டைக்குப் போகப்போவதில்லையென உறுதியளிப்பேன். "உங்கட கதையை நம்பமாட்டன். உருசையான இறைச்சியைப் பார்த்தால் மஞ்ஞை நீ ஆரெண்டு கேப்பியள்" என்பாள்.

ஒருநாள் மஞ்ஞையின் வீட்டிற்குச் சென்றிருந்தேன். அவளுடைய தாயார் பசுப்பால் கொடுத்தாள். பெரியளவில் குங்குமம் தரித்திருந்த அவளது முகத்தில் எண்ணற்ற எண்ணங்கள் ஓடின. "நீங்கள் எந்தவூரில இருந்து இடம்பெயர்ந்து வந்திருக்கிறியள் தம்பி" என்று கேட்டாள். "முகமாலை தெரியுமோ" கேட்டேன். "யாழ்ப்பாணம் போகேக்க பார்த்திருக்கிறேன்" என்றாள். கடைக்குச் சென்று திரும்பியிருந்த மஞ்ஞை, என்னைக் கண்டதும் திடுக்குற்றாள். ஆனாலும் உள்ளூர அதனைப் புதைத்துக்கொண்டு "என்ன, இஞ்சால் பக்கம் வந்திருக்கிறியள்" என்று கேட்டாள். "சும்மாதான்" என்றேன். அம்மா தருவித்த பசுப்பாலை முழுவதும் குடித்துமுடித்தேன். மஞ்ஞையின் தாயார் வந்த விஷயம் என்னவென்று சொல்லு என்று எனக்கு முன்னாலேயே நின்று கொண்டிருந்தார் என்பது விளங்கியது. "எங்கட வீட்டில வடகம் போட்டு விக்கிறம். அதுதான் ஒவ்வொரு வீடாப்போய் ஓர்டர் எடுக்கிறேன். உங்களுக்கு எதுவும் தேவைப்படுமோ" என்றேன். தாய் என்ன சொல்லப்போகிறாள் என்பதை மஞ்ஞை திகிலுடன் பார்த்தாள். நான் கதிரையிலிருந்து எழுந்து நின்றேன். "நீங்கள் இடம்பெயர்ந்து வரேக்கை, உங்கட ஊரிலயிருந்து வேப்பம் பூ கொண்டு வந்தனியளோ" என்று தாயார் கேட்டாள். நான் இல்லையென்றோ ஓமென்றோ சொல்லாமல் படலையைத் திறந்து வெளியேறினேன். மஞ்ஞை எனக்குப் பின்னால் ஓடிவந்து மன்னித்துக்கொள் என்றாள். இதுக்கெல்லாம் மன்னிப்புக் கிடைக்குமாவென்று அவளிடமே கேட்டேன்.

நான் நெடுந்தூரம் நடந்து வந்ததன் பின்னரும் வயலுக்குள் தனித்திருந்த வீட்டின் வாசலிலேயே மஞ்ஞை நின்று கொண்டிருந்தாள்.

ஏழடி உயரமிருக்கும் குன்றின் மேலே வளர்ந்து நிற்கும் காட்டுப்பூவரசு மரத்தில் மஞ்ஞை ஏறியிருந்தாள். குன்றின் கீழே பதுங்கி அமர்ந்தேன். என்னுடைய எந்த அரவமும் அவளுக்கு கேட்கவில்லை. காத்திருந்து சலித்திருக்கலாம். அந்தியின் புற்றிலிருந்து கருக்கல் தலைநீட்டியது. மரத்திலிருந்து கீழே இறங்கி குன்றிலிருந்து மெல்லக் கால்வைத்து கீழே இறங்கினாள். எதிர்பாராத கணத்தில் அவளை ஏந்தினேன். உதிரும் மலரொன்றை கிளை ஏந்துமா? ஏந்தும்! மஞ்ஞை உதிரும் மலரல்ல. என்னை இறுக அணைத்து முத்தமிட்டு நனைத்தாள். எடை கூடிய பொழுதை எந்தப் பாடுமற்றும் என்னால் சுமக்கமுடியுமென ஆசிர்வதிக்கும் அருகதை அவளிடமிருந்தது. குன்று மரத்தடியில் பரவசத்தின் சங்கீத ஸ்வரங்கள் கிளைபிரிந்து அசைந்தன. ஓசைகள் அற்ற காட்டின் நடுவே, ஆதியின் முயக்கவொலி மூப்படைந்து நிறைகிறது. குன்றெழுந்து நிற்கும் காட்டுப்பூவரசில் வீசத்தொடங்குவது காற்று அல்ல. மஞ்ஞையின் மூச்சு. அவள் கண்களில் வழிவது கண்ணீரா! எனக்குள் அதிரும் தந்திகளை இவளே இயக்குகிறாள். ஒரு எழுத்துப்பிழையின் பிடிபடாத அர்த்தமென காமம் பொங்குகிறது. அழித்து அழித்துச் சரியாக எழுதும் அன்பின் ஈரச்சுவடுகள் குன்று மரத்தடியில் ஆழமாய்ப் பதிந்தன. கூவிக் கூவி அழைக்கும் தன் தொல்மரபின் பழக்கத்தை விட்டு குயில்கள் ரெண்டு எம்மையே பார்த்தபடியிருந்தன.

“எப்போது தனியாகப் பார்த்தாலும் சேர்ந்து பிணைகிறோம். ஏதோவொரு பதற்றந்தான் நம்மை வழிநடத்துகிறதா” மஞ்ஞை கேட்டாள். நதியின் ஆழத்தில் அசையும் கூழாங்கல்லென குளிர்ந்ததொரு உச்ச நொடி. அப்படியே என் நெஞ்சில் சரிந்தாள். கொங்கைகள் அழுந்த கண்களை மூடியபடி கழுத்தின் வியர்வை குடித்தாள். தொலைவில் யாரோ நடந்து வரும் சத்தம் கேட்டது. கண்கள் வளர்ந்திருந்த மஞ்ஞையை தட்டியெழுப்பினேன். அவள் விழிப்புற்று என்னவென்று

கேட்டாள். "ஆரோ வருகினம். கதைச்சுத் சத்தம் கேட்கிறது" சொன்னேன். காதைத் நீட்டி காட்டின் தாளில் வைத்தாள்.

நான் சில மாதங்களுக்கு முல்லைத்தீவில் வதியவேண்டியிருந்தது. எதற்கென்று யாரிடமும் சொல்லக்கூடாது. மஞ்ஞையை விட்டுச்செல்லும் துயரைச் சந்திக்கவியலாது முகத்தை திருப்பினேன். தொடர்ச்சியாக இரண்டு வாரங்கள் அவளைச் சந்தித்தேன். பூதரவராயர் குளத்தடி, வடலிக் கூடல், குன்றுமரத்தடி, ஊஞ்சலாடி கட்டிடமென கூடிப் புணர்ந்தோம். "ஒரு வேலையாய் முல்லைத்தீவுக்கு போக வேண்டியிருக்கு, திரும்பிவர ரெண்டு மாசம் ஆகும்" என்றேன். மஞ்ஞை முகத்தில் தீப்பெருக்கு. "ரெண்டு மாசம் அங்க நிண்டு என்ன செய்யப்போகிறியள்" கேட்டாள். "சொந்தக்காரர் ஒருவர் படுத்த படுக்கையாகிவிட்டார் அவரை பராமரிக்கும் வேலைக்காகச் செல்லவிருக்கிறேன்" சொன்னதும், சின்ன வெறுப்புடன் "ரெண்டு மாசத்தில அவர் செத்துப்போய்டுவாரா" என்று கேட்டாள். மேற்கொண்டு எதனைக் கதைத்தாலும் நான் உண்மையைச் சொல்ல வேண்டி வருமென்பதால் அமைதியாக இருந்தேன். "நான் இங்கேயிருந்து உங்களைப் பார்ப்பதற்காக முல்லைத்தீவு வருவேன். விலாசத்தை தந்துவிட்டுச் செல்லுங்கள்" என்றாள். தருவதாகச் சொன்னேன். ஊஞ்சலாடி கட்டிடத்திற்குள் நாமிருவரும் நிறைந்திருந்தோம். கூரைகளற்ற கட்டிடத்தின் மேலே வானம் கறுத்திருந்தது. அன்றைக்கும் முதல் துளி அவளது தொப்புளில் விழுந்தது. ஒரே மாதிரித்தான் ஒவ்வொரு துளியுமா என்றாள். ஒவ்வொரு துளியும் வேறு வேறானவை. ஒவ்வொரு துளிக்குள்ளும் எவ்வளவோ துளியல்லவா! என்றேன்.

"சரி. நாங்கள் இன்னொரு தடவை இந்த மழையை பெய்ய வைக்கலாம். ஆனால் நான் மேலிருப்பேன்"

"இரு. உன்னுடைய மழை. உன்னுடைய துளி" என்றேன்.

"எங்கட நாட்டில இந்த தரித்திரம் பிடிச்ச சண்டையெல்லாம் முடிஞ்சு, ஒரு நல்ல காலம் வந்தால் எவ்வளவு சந்தோசமாய் இருக்கலாமெண்டு நினைக்கவே ஆசையாய் இருக்கு" என்றாள்.

“நல்ல காலம் வரும் மஞ்ஞை”

கோலமயில் என்மீது அகவியது. மழை பொழியும் கார்த்திகையின் கானக வாசனை ஊஞ்சலாடி கட்டிடமெங்கும் ஊர்ந்து வந்தது.

நான் முல்லைத்தீவுக்கு வந்து சேர்ந்தேன். வன்னியின் தொலைத்தொடர்பு நிலையத்திலிருந்து மஞ்ஞையிடம் தகவல் சொல்லிவிடுமாறு கூறினேன். நான் கொடுத்துவந்த விலாசத்திற்கு கடிதம் வந்தால், அதனை வாங்கி வைக்குமாறு சொல்லியிருந்தேன். பிறகான நாட்களில் எந்த தொடர்பும் இருக்கவில்லை. மூன்று மாதங்கள் கழித்து அவளிடமிருந்து வந்த கடிதங்களைப் பெற்றுக்கொள்ள விலாசம் கொடுக்கப்பட்ட வீட்டிற்குச் சென்றேன். அங்கு எந்தக் கடிதங்களும் வரவில்லையென சொன்னார்கள். கேட்கவே திகைப்பாகவிருந்தது. தொலைத்தொடர்பு நிலையம் சென்று மஞ்ஞையிடம் பேசவேண்டும் அவருடைய வீட்டிற்கு தகவல் சொல்லி வரச்சொல்லுங்கள் என்றேன். சரி என்றார்கள். நீண்ட நேரமாகியும் பதில் அழைப்பு இல்லை. மீண்டும் அழைத்தேன். அவள் வீட்டில் இல்லை என்றார்கள். நான் அவசர அவசரமாக அங்கிருந்து புறப்பட்டு கிளிநொச்சிக்கு வந்தடைந்தேன். நாம் சந்திக்கும் ஒவ்வொரு இடங்களுக்கும் ஓடிச்சென்றேன். எங்குமில்லை. அன்றிரவு பூதவராயர் குளத்தில் குளித்துவிட்டு நடந்து வந்தேன். மஞ்ஞை என்னை வழிமறித்து தன்னுடன் வருமாறு அழைத்துச் சென்றாள். ஈரம் துடைக்கவேண்டும் என்றேன். “இல்லை வா, நானே துடைக்கிறேன்” என்றாள். அவள் என்னை ஊஞ்சலாடி கட்டிடத்திற்குள் அழைத்துச் சென்றாள்.

“மஞ்ஞை இரவில இஞ்ச வந்து இருக்கிறது ஆபத்து. பாம்பு பூச்சிகள் கடிச்சுப் போடும்” என்றேன்.

அதொண்டும் கடிக்காது. வா... என்றாள்.

இரவின் சீவாளியை காற்று சரிபார்த்தது. ஒவ்வொரு துளைகளையும் மூடித்திறந்த விரல்கள் மல்லாரி இசைத்தன. காற்றை ஊதும் தொண்டைப்பை விரிந்து சுருங்குகிறது.

மூச்சு இழைந்து ராகமென தவிக்கிறது. ஸ்வரநீர் அணைசின் வழியாக இறங்கி நனைக்கிறது. அகவுகிறாள். தோகையென உடல் விரித்து அகவுகிறாள் மஞ்ஞை.

“நீ ஏன் என்னை விட்டுச் சென்றாய்” கேட்டாள்.

“நான் எங்கே விட்டுச்சென்றேன். அதுதான் வந்து விட்டேனே”

“இல்லை, நீ என்னை விட்டுச் சென்றிருக்கக் கூடாது”

“மஞ்ஞை நான் என்ன செத்தாபோனேன். திருப்ப திருப்ப இதையே சொல்லிக்கொண்டே இருக்கிறாய்”

வானத்தைப் பார்த்தபடி ஊடல் ஆடினோம். அவள் தொப்புளில் முதல் மழைத்துளி விழுந்ததும் “அய்யோ குண்டு விழுகுது” என்றாள். “உங்களுக்கு என்ன விசரே அது மழைத்துளி தான்” என்றேன்.

“இல்லை குண்டு விழுந்து கொண்டேயிருக்கு” என்றாள்

அதிகாலையில் ஊஞ்சலாட்டு கட்டிடத்தில் கண்விழித்தேன். ஆடைகளை அணிந்து கொண்டு புறப்பட்டேன். மஞ்ஞை எனக்கு முன்பாகவே எழுந்து சென்று விட்டாளே, அவளுடைய வீட்டிற்கு சென்றுவிட்டு போகலாமெனத் தோன்றியது. படலையத் திறந்து கொண்டு உள்ளே போனேன். வீடு பூட்டிக்கிடந்தது. கதவைத் தட்டினேன். தாயார் வந்து கதவைத் திறந்தார். மஞ்ஞை இன்னும் வரவில்லையோ என்று கேட்டேன். அவள் இனிவரமாட்டாள் தம்பி என்றார்.

“நேற்று இரவு என்னுடன் தானிருந்தாள். சாமத்தில் தான் எழுந்து வந்திருக்கிறாள்” என்றேன்.

தாயார் வீட்டின் கதவை அகலத் திறந்தபடி கதறியழுதார். மஞ்ஞையின் சிறிய புகைப்படமொன்றுக்கு முன் அசைந்தாடிக் கொண்டிருந்தது சுடர்.

பிரபஞ்சமே அருந்தவம் செய்து ஏந்திய காற்றுச்சுடரின் அபிநயம் அணையுமோ!

18

சொந்தக்கிராமத்திற்கு செல்வதென முடிவெடுத்து யாருக்கும் தெரியாமல் அதிகாலைக்கு முன்பாகவே சைக்கிளில் புறப்பட்டேன். இடம்பெயர்ந்து வீதிகளின் இருமருங்கிலுமுள்ள வயல்களில் சனங்கள் கூடாரம் அமைத்து உறங்கியிருந்தனர். வட்டக்கச்சியையும் தர்மபுரத்தையும் இணைக்கும் பாதையில் சைக்கிளை வேகமெடுத்து உழக்கினேன். குன்றிலும் குழியிலும் துள்ளிப்பாய்ந்தது. வீட்டில் என்னைத் தேடும்போது, நான்கைந்து நாட்களாக கடுமையான மோதல் நடைபெற்ற உக்கிரமான போர்க்களமாயிருக்கும் சொந்தக்கிராமத்திற்குள் புகுந்துவிடுவேன். எல்லையிலேயே போராளிகள் மறித்து திருப்பியனுப்பக்கூடும். வட்டக்கச்சியை ஊடறுத்து இரணைமடுவை அடைந்தேன். அங்கிருந்து இன்னும் அரைமணி நேரம் செல்ல வேண்டியிருந்தது. சூனியம் எழுப்பிய புழுதியில் வெறுமை குடித்திருந்தது ஊர்.

போராளிகளின் நடமாட்டம் தெரிந்தது. கனரக ஆயுதத்தைத் தாங்கிய வாகனமொன்று விரை வொலியோடு போனது. எறிகணைகளால் சேதமுற்ற மரங்களில் புள்ளினங்கள்

இசைத்தன. போராளிகள் இருவர் மரங்களடர்ந்த பகுதியில் அமர்ந்திருந்தனர். அவர்களைப் பார்த்ததும் சைக்கிளை நிறுத்தினேன். "எங்கே போகிறீர்கள்?" என்று அவர்கள் கேட்பதற்கு முன்பாகவே போகுமிடம் சொன்னேன். "கடுமையான சண்டை நடக்கிற இடம். இஞ்சையெல்லாம் வரக்கூடாது. திரும்பிப் போங்கோ" என்றனர். "இப்போதுதான் சண்டை நடக்கவில்லையே, கொஞ்சத்தூரம் தானே இருக்கிறது. போய்விட்டு மதியத்திற்குள் திரும்புகிறேனே" என்றேன். "இல்லை நீங்கள் உள்ளே செல்லமுடியாது" என்று அழுத்தமாகச் சொன்னார்.

சைக்கிளைத் திருப்பினேன். எனக்குத் தெரிந்த ஒரு கள்ளப் பாதையிருக்கு, அதால போனால் முறிகண்டிக்கு கிட்டவா போய்டலாம் என்று தோன்றியது. மணல் அடர்ந்திருந்த பாதை. சைக்கிளை உழக்கமுடியாது போனது. நடக்க ஆரம்பித்தேன். திரும்பி வரும்போது சைக்கிளை எடுக்கலாமென புதருக்குள் மறைத்து வைத்தேன். நான் சொந்தக்கிராமத்திற்குள் நுழையும் போது விடிந்தது. கோயில் கிணற்றில் நீரள்ளிக் குடித்தேன். நாவல் மரத்தின் கீழிருந்த வீரபத்திரர் பீடத்தில் வண்ணத்துப்பூச்சிகள் குழுமிப்பறந்தன. அணில்கள் இரண்டு விளையாடிக் கொண்டிருந்தன. "போரைச் செவி கொள்ளாத உயிரினங்களின் நித்தியம் முறையீடற்று புலருகிறது போலும்!". இன்னும் இரண்டு குச்சி ஒழுங்கைகள் தாண்டினால் அவளுடைய வீடு வந்துவிடும். நான் நடக்கத் தொடங்கினேன். நினைவென்னும் தீத்தாழியில் கால்கள் பதிகின்றன. உடல் மீது காட்டுத்தீயின் சுவாலை. இதயம் சக்கராவக புள்ளாய் வருந்துகிறது.

எங்கள் வீட்டின் முற்றத்தில் எறிகணை வீழ்ந்து வெடித்து பள்ளமொன்று தோன்றியிருந்தது. அந்தப் பள்ளத் தினுள்ளே இறங்கி நான்கு குட்டிகளை ஈன்றிருக்கும் நாயின் தாய்மை வாசம் போர்முனையின் கந்த நெடியை அற்றுப் போகச்செய்திருந்தது. வீட்டின் அடுப்படி பகுதி மிச்சமிருந்தது. ஏனைய பகுதிகளை தீயுண்டிருந்தது. பள்ளத்திலிருந்த நாய்க்குட்டிகளைப் பார்த்தேன். கண்விழித்து இரண்டு நாட்கள் ஆகியிருக்கும். வாயில் கறுப்பு விழுந்த

வெள்ளைக்குட்டியொன்று தலையுயர்த்தி என்னையே பார்த்தது. துக்கத்தில் வெந்து தகிக்கும் வீட்டிற்குள் நுழையவே மனம் ஒப்பவில்லை. ஆசை ஆசையாக அம்மா வளர்த்த மல்லிகைப் பந்தலின் அஸ்தியில் துவக்குச் சன்னத்தின் வெற்றுக்கோதொன்று கிடந்தது. அதுதான் நம்நிலத்தின் விதிமலர். பற்றுவதற்கு எந்தத் துரும்புமற்று எங்ஙனம் இந்த ஊழியைக் கடப்போமோ! "கடப்போமா?" மீண்டும் என்னையே கேட்டுக்கொண்டேன்.

எங்களுடைய வீட்டிலிருந்து பிரதீபாவின் வீட்டுக்கு ஒரு ஒழுங்கை தாண்டவேண்டும். அங்குதான் போகவேண்டும். அதற்காகவே இவ்வளவு தூரம் வந்தேன். என்னைப் போராளிகள் யாரேனும் கண்டுவிட்டால் முதலில் சந்தேகப்படுவார்கள். அரச ஆழ ஊடுருவும் படையணிச் சேர்ந்தவர் என சுற்றிவளைத்துப் பிடிக்கவும் செய்வார்கள். எது நேர்ந்தாலும் சந்திப்பேன். எது நேர்ந்தாலும் தாங்குவேன். பிரதீபா!

கிளிநொச்சி முற்றவெளி மைதானத்தில் நடைபெற்ற கலைவிழாவொன்றிலேயே பிரதீபாவை முதன்முறையாகச் சந்தித்தேன். கரம் சுண்டல் விற்பனையில் மும்முரமாக ஈடுபட்டிருந்தாள். இரட்டைப் பின்னலோடும் சிறுத்த நெற்றியில் பிறை போன்றதொரு பொட்டும் தரித்திருந்த அவளுடைய கண்கள் நித்திய அதிருப்தியால் சோர்ந்திருந்தன. எதுவும் கைகூடாத நலிவின் பாரத்தில் அவளது முகம் அழுந்தியிருந்தது. படபடப்பில் தத்தளித்து வெளியேற்றும் மூச்சை விடவும் சிரமப்படுகிறாள் என்றே தோன்றியது. அவளோடு கதைக்க விரும்பியும் சூழல் தரிக்கவில்லை. பெற்றோல்மாக்ஸ் விளக்கு வெளிச்சம் சற்று மங்கிப்போனது. அதற்கு காற்று அடிக்கவேண்டுமென சொன்னேன். "அப்பா வருவார்" என்றாள். எனக்குப் பின்னால் வந்தவர்களும் கரம் சுண்டல் வாங்கிச் சென்றனர். பிரதீபாவையே பார்த்துக் கொண்டிருந்தேன்.

அவளுக்கு ஏதோ குழப்பமும், யோசனையும் இருந்தது. "உங்களுக்கு என்ன வேணும்" கேட்டாள். "இஞ்ச என்ன

றியோ ஐஸ்கிரீமா விக்கிறியள். கரம் சுண்டல் தானே!" என்றேன். "இவ்வளவு நேரம் இதில நிண்டு, இதைத் தான் கண்டுபிடிச்சனியளோ" சீண்டினாள். "இல்லை, நிறையவற்றை கண்டுபிடிச்சனான் ஆனால் இதைமட்டும் தான் சொல்ல ஏலும்" என்றேன். தன்னுடைய ஆடையை ஒருமுறை திருத்தம் பார்த்தபடி, "இதில இப்பிடி நிக்காதையுங்கோ, கொஞ்ச நேரம் பாப்பன் இல்லாட்டி காவல்துறையிட்ட போய் சொல்லிப்போடுவன்" என்றாள். முற்றவெளி மைதானத்தில் தமிழீழ இசைக் குழுவினர் பாடல் இசைத்துக் கொண்டனர். பாடகர் சுகுமார் தன்னுடைய கம்பீரக்குரலால் திரண்டிருந்த சனங்களின் ரத்த நாளங்களில் இனமானம் ஏற்றிக்கொண்டிருந்தார். இரவு ஏக்கமுற்று கொண்டாடிக் களிப்புறும் சனங்களைப் பார்த்தது. இங்கிருந்து போகிறீர்களா இல்லையா என்பதைப் போல சைகையால் கேட்டாள். இதற்கு மேலும் நின்றால் காவல்துறையிடம் சென்று சொல்லக்கூடுமென அஞ்சினேன். அங்கிருந்து விலகத்தயாரானேன். "நீங்கள் எந்த இடம்?" கேட்டேன்.

"ஏன் வீட்ட வந்து எதுவும் நிவாரணம் தரப்போறியளோ"

"இல்லை, சும்மா கேட்டனான்"

"ஒருத்தற்ற ஊரையோ, வீட்டையோ சம்பந்தமில்லாம கேக்கிறது சரியில்லை. உங்களுக்கு நாகரீகம் தெரியாதோ"

"இல்லை எனக்கு நாகரீகம் தெரியாது, நீங்கள் எந்த இடம்" என்று மீண்டும் கேட்டதும் சிரித்துவிட்டாள்.

"நாலாம் கட்டை. முறிகண்டி அக்கராயன் ரோட்டில இருக்கு" என்றாள்.

"அப்பிடியா! அங்குதான் எங்களுடைய புதுவீடும் இருக்கு. அடுத்த கிழமை குடிபூருகிறோம்" என்றேன்.

"அங்க எங்க?"

"நாலாம் கட்டை சேர்ச் இருக்கல்லோ. அதுக்கு பின்னால இருக்கிற குடியிருப்பு"

“இயக்க குடியிருப்பு, அதுதானே” என்றாள். ஓமென்று தலையசைத்தேன். “அங்கிருந்து ஒரு ஒழுங்கை தாண்டினால் எங்களுடைய வீடு” என்றாள்.

அந்த வீட்டிற்குத்தான் போய்க்கொண்டிருக்கிறேன்.

பிரதீபாவின் கொட்டில் வீட்டுக்கு முன்பாக சிவலைப் பசு செத்துக் கிடந்தது. குண்டுச் சிதறல் கிழித்த வயிற்றை இன்னும் அலகால் கிழிக்கும் காக்கைக் கூட்டம் கரைந்து கரைந்து பொருதின. வீடு அப்படியே இருந்தது. போரில் சேதமற்றுக் கிடக்கும் வீட்டைப் பார்ப்பது தொந்தரவானது. எஞ்சுதலின் சுகம் சுமையானது. வீட்டிற்குள் நுழைந்தேன். பரணில் ஒரு கோழி பதுங்கித் தூங்கியது. வீட்டின் வலது மூலையில் அடைகிடக்கும் கோழி இன்றோ நாளையோ குஞ்சுகளைக் கண்டுவிடும். வீட்டின் வெளியே கரம் சுண்டல் வண்டி சாய்த்துவைக்கப்பட்டிருந்த பிலா மரத்தின் கீழே அரணைகள் ஓடிச் சென்றன. அவளுக்குப் பிடித்தமான கடதாசிப் பூ மரம் சடைத்து மலர்ந்திருந்தது. உதட்டில் எப்போதும் வைத்து பூசிக்கொள்ளும் சிவந்த பூக்கள். வீட்டின் பின்னே ஒற்றையடிப்பாதை வழியாக நடந்து சென்றேன்.

“பிரதீபா ! இப்படித்தான் யாருமற்ற பூமியில் நீயும் நானும் வாழவேண்டுமென ஆசைப்பட்டாய் அல்லவா?” எவ்வளவு அபத்தச் சூனியமந்த ஆசை. நீயுறங்கும் திசையோடி வருகிறேன். உன் மீது கனமாய் ஏறியிருக்கும் மண்மேட்டின் அருகமைந்து கதைக்கலாமென தவிக்கிறேன். கணக்கற்ற நம் கூடல் பொழுதுகளை பிரிவு பழிக்கிறது. ஆழ் துயிலில் என் தலை அறுபடும்வரை ஓர் கனா நீள்கிறது. நீயே ! பரந்த பகலும் இரவும். உன்னுடைய சவத்தின் மீது அழுது புரண்டது நானல்ல. என்னுயிர். அது உன் மூச்சற்ற உடலில் பூசப்பட்ட வாசனைத் திரவியம்.

அவளைப் புதைத்த மேடு, கொஞ்சம் மண்ணிறங்கி இருந்தது. அதன் மீது படுத்துக்கொண்டேன். அவளை மீண்டும் மீண்டும் அழைத்துக் கொண்டேன். அவளருளாலே அவள்தாள் வணங்கினேன். அவள் நாமம் மறந்திலேன்.

பிரதீபா! உன்னுடைய மகிமையைப் பாடியும், பரசவமாய் ஆடியும் யாருக்கும் சொல்ல விரும்பேன். நீ என்னுடைய மலையில் ஊறிய சுனை. உன்னால் குளிர்ந்தவன். எப்போதும் நீ சொல்வதைப் போலவே நீயற்றுப் போன இத்தனை நாட்களில் என்னை நானே எரித்துக் கொண்டிருக்கிறேன். முகில் கிழித்து எனை அணைக்கும் ரகசிய மழை நீ. இவ்வளவு போர் பிரகடனங்களுக்கு மத்தியில் உன்னுடல் மீது புரண்டு படுப்பதில் வெறுமை அழிகிறது. ஆறுதல் பெருகுகிறது. உளத்தில் தந்திகள் அதிர்ந்து உடலில் ஸ்வரம் தொனிக்கிறது. பிறவிச் சுமையென எம்மைப் பீடித்திருக்கும் இந்தப் போரிடம், நாம் தோற்றுப் போகோம். உண் புதைமேட்டில் நான் வருவதற்கு முதற்கணம் வரை ஒரு வண்ணத்துப்பூச்சி இருந்து பறந்தது. அந்த வண்ணத்துப்பூச்சியை நான் அடையாளம் கண்டேன். அன்றைக்கு நாம் பாலைப் பழக்காட்டிற்குள் உதிர்ந்திருந்த போது உன்னுடைய இடது முலைக் காம்பில் வந்தமர்ந்த மஞ்சள் நிற வண்ணத்துப்பூச்சி! இதோ இப்போது துளிர்த்து இறங்கும் மழையின் துளிகள் அன்றைக்கும் பெய்தவைதானே! உனக்கு நினைவிருக்கிறது அல்லவா?

அது காமம் எறிந்த அந்திப்பொழுது. நறுமணத்தின் கனிச்சுளைகள் காற்றில் உரிந்து கரைந்தன. உன்னுடையவை என்றோ, என்னுடையவை என்றோ எதுவுமற்ற சரீரங்கள். இலைகளால் சடைத்த தருக்களின் அசைவுகளில் ஒரு லயம். என்னை உன்மீது உருகுமொரு மெழுகுவர்த்தியாய் ஏற்றினேன். நீயொரு சுடர் விரும்பி. என்னைத் தீண்டித் தீண்டி ஒளி பெருக்கினாய். அழுத்தங்கள் அழிக! இறுக்கங்கள் மாய்க! போர் ஒழிக! என்றெல்லாம் நானே சொல்லிக்கொண்டேன். என்னுடைய வாயை இறுகப்பொத்தி இப்போது எதையும் எதிர்மறையாகச் சொல்லாதே! எல்லாமும் துளிர்க்கும் நேரமிது என்றாய். எங்கிருந்து வந்த வண்ணத்துப்பூச்சி என்று தெரியாது. உன் இடது முலைக்காம்பில் வந்தமர்ந்தது. “அடேய் கள்ளா! வாய்க்குள் வண்ணத்துப்பூச்சியை வைத்து, விளையாட்டு காட்டுகிறாய் “என்றாய்.

“இல்லை, இது பாலைப்பழக் காட்டிற்குள் இருந்து வந்திருக்கிறது. நம்மை அது ஆசிர்வதிக்கிறது” என்றேன்.

அவள் முலைவிடுத்துப் பறந்த தன் கால்களில் ஏந்தியிருந்தது உருகும் ஒளி உருகாது அணையும் சுடர் அணையாது நின்ற அந்தப் பொழுதை. "இப்படி இருவரும் ஒன்றாக இருப்பது ஆனந்தமாக ஆறுதலாக இருக்கிறது. ஆனால் இது பிழையல்லவா" நீ கேட்டாய்.

"பிழைதான், ஆனால் போரைவிடவும் எவ்வளவோ சரி" என்றேன்.

புதைமேட்டில் படுத்துக்கிடந்தேன். கொஞ்சத்தூரத்தில் துவக்குச் சத்தம் கேட்கத் தொடங்கியது. எறிகணைகளை கூவி வீழ்ந்தன. சண்டை மூண்டுவிட்டது. போராளிகளின் பக்கத்திலிருந்தும் தாக்குதல்கள் தொடங்கின. நான் கடதாசிப் பூக்களை ஆய்ந்து வந்து அவளது புதைமேட்டில் வைத்து அலங்காரம் செய்தேன். எறிகணைகளும், போர் விமானங்களும் தாக்குதல் நிகழ்த்துகின்றன. இக்கணமே இவ்விடமே என்னுயிர் போகட்டுமே!

அன்றைக்கு மதியம் வரை கடுமையான மோதல் நடைபெற்றது. போராளிகள் பாதுகாப்புச் சமர் செய்தனர். ஆனால் கடுமையான இழப்புக்களைச் சந்தித்திருக்கவேண்டும். வாகனங்கள் திகில் பிடித்த காட்டு மிருகங்களைப் போல வீதியில் போயின. காயக்காரர்களாக இருக்கலாம். ஒருதொகை போராளிகளின் புதிய அணி களமுனை நோக்கி நகர்த்திச் செல்லப்படுவதைப் பார்த்தேன். படுத்து உறங்கினேன். என்னுடைய வலது கண்ணைத் தொட்டு மஞ்சள் வண்ணத்துப் பூச்சியொன்று புதைமேட்டில் அமர்ந்தது. கண்களை விழித்தேன். குப்புறப்படுத்த என்னுடைய அடிமுதுகை இரண்டு கைகளாலும் யாரோ பற்றியிருப்பது போலிருந்தது. திடுமென புரண்டு எழுந்தேன். நெஞ்செங்கும் மண் ஒட்டிக்கிடந்து. மஞ்சள் வண்ணத்துப்பூச்சி அங்கேயே தரித்தும் பாவியும் பறந்து கொண்டிருந்தது. திடுமென எறிகணைகள் பரவி வீழ்ந்து வெடித்தன. களமுனையின் பின்தள வழங்கல்களை கட்டுப்படுத்தும் முகமாக நடைபெறும் தாக்குதல் என்று விளங்கிக்கொண்டேன். நான் எங்கும் நகரவில்லை. பிரதீபாவின் புதைமேட்டின் அருகிலேயே

அமர்ந்திருந்தேன். என்னருகிலேயே குண்டுகள் வீழ்ந்து வெடித்தன. மஞ்சள் நிற வண்ணத்துப்பூச்சியும் நானும் பிரதீபாவோடு இருந்தோம். போர் தனித்திருந்தது.

“இப்பிடி சண்டை நடக்கிற இடத்தில வந்து தனியா இருந்தது பிழையல்லவா” என்று கேட்டார், விசாரணை செய்த போராளி.

“பிழைதான் அண்ணா, ஆனால் போரை விடவும் எவ்வளவோ சரி” என்றேன்.

அந்தப் போராளி என்னைத் தன்னுடைய பதுங்குகுழிக்கு அழைத்துச் சென்றார். சண்டை ஓய்ந்ததும் பின்னால் போய்விடு என்றார். அன்றிரவு சண்டைக்கான நிமித்தங்கள் எதுவும் இல்லை. போவென்று வழியனுப்பினார். புதருக்குள் கிடந்த சைக்கிளை எடுத்துக்கொண்டு புறப்படுவதற்கு முன்பாக மீண்டுமொருமுறை புதைமேட்டிற்குப் போனேன். காரிருளில் மொய்த்துக் கிடக்கும் மஞ்சள் வண்ணத்துப்பூச்சிகளின் தாலாட்டில் புதைமேடு மலர்ந்திருந்தது. நிலம் சிலிர்க்க வண்ணத்துப்பூச்சிகள் அவளின் உலராத இதழ்களில் துடிதுடித்தன. “பிரதீபா…” என்றழைத்தேன். நிசிக்காற்றின் விழி விரிய புதைமேட்டிலிருந்து அவள் குரல் தோன்றியது. நான் தலையாட்டிக்கொண்டிருந்தேன்.

அந்த இரவில் நிலவு தேயவில்லை. ஆனால் போர் துயின்று விட்டது.

19

ஆதா ஆடையுற்பத்தி நிறுவனத்தில் வேலை முடித்து வெளியேற இரவு ஏழு மணியாகி யிருந்தது. பேருந்து தரிப்பிடத்தில் காத்திருந்தாள். உந்துருளியில் வந்து சேர்ந்தான் சமிந்த. ஏறியிருந்து அவனைக் கட்டியணைத்துக் கொண்டாள். சமிந்தவின் சீருடையில் கமழ்ந்த வாசனை நாசியை அரித்தது. லேசாக மழை துமித்தது. சமிந்தவின் தோளில் நாடி நிறுத்தி நெருக்கியிருந்தாள். அறிவியல் நகரிலிருந்து மாங்குளம் நோக்கி உந்துருளி மெல்ல விரைந்தது. ஆதாவுக்கு அப்போழ்து சுகமாயிருந்தது. இராணுவத்தினனோடு நெருக்கமாக அமர்ந்து ஆதா செல்வதை எதிர்த்திசையில் வந்த வைத்தியலிங்கம் கண்டார்.

அன்றிரவே "இவளொரு பட்டை வேஷை. ஆர்மிக்காரங்களோட படுத்து சீவியத்தைப் போக்கிறாள்" ஆதாவின் வீட்டின் முன்பாக நின்று வைத்தியலிங்கம் வெறிபிடித்துக் கத்தினார். அவரோடு கூடியிருந்தவர்களும் பக்கப்பாட்டு பாடினார்கள். அவளுடைய வீட்டின் கூரையில் கற்கள் வீசினர். நாய்கள் குரைத்தன. பதிலுக்கு எதுவும் செய்யாமல்

நகத்திற்கு வண்ணப் பூச்சிட்டுக் கொண்டிருந்தாள் ஆதா. சமிந்த அவளைத் தொடர்புகொண்டான். அடுத்தமாதம் விடுமுறையில் வீட்டிற்குச் செல்லும்போது, அவளையும் வருமாறு அழைத்தான். வெளியே நாய்களின் குரைப்பொலி இன்னும் அடங்கவில்லை. ஆதாவுக்கு என்ன சொல்வதெனத் தெரியவில்லை. பார்க்கலாமெனச் சொல்லி அலைபேசியைத் துண்டித்தாள்.

அதிகாலையில் எழுந்து மதியத்திற்கும் சேர்த்து சமைத்து, வேலைக்கு புறப்படுகையில் காலை எட்டு மணியாகியிருந்தது. பேருந்து தரிப்பிடத்திற்கு ஓட்டமும் நடையுமானாள். வைத்தியலிங்கம் தனது வீட்டுக்கு முன்பாக அமர்ந்திருந்து ஆதாவை அவர் பெயர் சொல்லியழைத்தார். அவள் பொருட்படுத்தாமல் நகர்ந்தாள். வைத்தியலிங்கம் கொதித்து வெருண்டார். "எடியே வேஷை நில்லடி. உன்ர சாமானில அவ்வளவு கொழுப்போடி" என்றார். ஆதாவுக்குள் குருதியின் ஓட்டம் கலவரப்பட்டது. இறந்தகாலத்தின் நிழல் விழுத்திய சூரியோதயமென அவ்வளவு கம்பீரமான ஒளிக்கதிர்கள் திடுமென நிலமெங்கும் விரவியது. அழியாத காயத்தின் கண்களில் நீசப்படை எதிர்த்த வனத்திமிர். எதுவும் மிச்சமற்றவளின் சலிப்புடன் வைத்தியலிங்கத்தை நோக்கி வந்தாள். நெடும்பொழுதின் புயலென ஒருதையில் கீழே வீழ்த்தினாள். மல்லாந்து விழுந்த அவனின் நெஞ்சில் கால்கள் விரித்து அமர்ந்தாள். குரல்வளையில் உயிரின் மின்சொடுக்கு ஏறியிறங்கித் தவித்தது. கூந்தல் விரிந்த ஆதாவின் கைகள் நெரித்த குரல்வளையில் ஒருநொடி அசைவின்மை. "பிழைத்துப் போ மானங்கெட்டவனே" என்ற கட்டளையில் இருமிக்கொண்டெழுந்தது வைத்தியலிங்கத்தின் உடல்.

"எப்ப பார்த்தாலும் ஒருத்தியை வேஷை, தாஷையெண்டால் தாங்குவாளோ. உவன் வைத்திக்கு இன்னும் எப்பன் கூடவா அடி கிடைச்சிருக்க வேணும்" மாடன் சொன்னதும் சூழவிருந்தவர்கள் கைதட்டம் கொட்டிச் சிரித்தனர்.

"அவளென்ன, வைத்தியலிங்கத்தின்ர நோஞ்சான் மனிசியே. இயக்கத்தில கொமாண்டோ ரெய்னிங் எடுத்தவள். பெரிய சண்டைக் காரியெல்லே" மாடன் மீண்டுமுரைத்தான்.

அவள் எழுந்து மிகவேகமாக நடந்தாள். வேலைக்குப் போகப்பிடிக்காமல் பிரதான வீதியிலிருக்கும் வாதா மரத்தின் கீழே அமர்ந்திருந்து சமிந்தவைத் தொடர்புகொண்டாள். நிர்வாக வேலையொன்றுக்காக முல்லைத்தீவுச் செல்ல ஆயத்தமாவதாகச் சொன்னான். கூடவருவதாக அவள் சொன்னாள். சமிந்த சிலநொடிகள் தயங்கி யோசித்தான் போலும்! ஆதாவுக்கு விளங்கியது. "சரி நீ போய்விட்டு வேகமாகத் திரும்பி வா. நான் காத்திருக்கிறேன்" என்றாள்.

இலைகள் உதிர்ந்தன. வீதியில் வாகனங்களின் மூர்க்க இரைச்சல். நிலத்தின் அடியில் வேட்கைச் சுவடுகளின் நடப்பொலிகள் அலைந்து ஓயமறுக்கும் சப்தத்தை கேட்டுத்துடித்தாள். நான் பிறந்தநாள் சபிக்கப்படுவதாக, என் தாயார் என்னைப் பெற்றநாள் ஆசிர்வதிக்கப்படாதிருப்பதாக! உமக்கு ஒரு பெண்பிள்ளை பிறந்ததென்று என் தாய்க்கும், தகப்பனுக்கும் நற்செய்தி அறிவித்து அவர்களை மிகவும் சந்தோசப்படுத்தினவர்கள் சபிக்கப்படக்கடவர். என் தாயார் எனக்குப் பிரேதக் குழியும், நான் என்றைக்கும் பிரசவியாத சூழலுமாய் இருக்கும்படியாய் கர்ப்பத்திலே நான் கொலை செய்யப்படாமற் போனதென்ன? என்று கலங்கினாள். ஒளியுள்ள ஒரு மேகம் அவள் மேல் நிழலிட்டது. யுத்தம் சூதாடிக் கழிந்த சபையில் மிச்சம் வைக்கப்பட்ட கிருஷ்ணை. விடுதலை யாகத்தின் தீயில் தோன்றியவளின் முன்பாக எல்லாச் சிறுமைகளும் சாம்பலாகும். கருக்கலின் பாதையில் சமிந்த வருவது தெரிந்தது. விம்மிக் கசியும் தனது விழிகளைத் துடைத்து பெருமூச்செறிந்தாள். ஆவேசமாகச் சுழன்று வீசிய காற்றில் புழுதி கிளம்பியது. தூசெழுந்த வெளியில் வாதையின் சிலுவை சுமந்து நின்றாள் ஆதா!

சமிந்த யுத்தக் களத்தில் பெரிய அனுபவம் கொண்டவனல்ல. ஆனாலும் இறுதியாக நடந்த யுத்தத்தில் பங்கெடுத்திருக்கிறான். புதுக்குடியிருப்பு பகுதியில் போராளிகளோடு நடந்த மோதலில் காயப்பட்டுமிருக்கிறான். ஆதாவுக்கும் அவனுக்குமிடையே காதல் பிறந்த தொடக்க நாட்களில் இருவரும் தங்களுடைய போர்முனை அனுபவங்களை கதைப்பது வழக்கமாயிருந்தது.

***

ஒருநாள் இருவருமாகச் சேர்ந்து புளியம்பொக்கணை நாகதம்பிரான் கோவிலுக்குச் சென்று திரும்பிய மாலைப் பொழுதில் மழை பெய்யத் தொடங்கிற்று. இருவரும் தொப்பலாக நனைந்து வீடு திரும்பினர். அவளை வீட்டில் இறக்கிவிட்டு இராணுவ முகாமிற்கு செல்ல ஆயத்தமானான் சமிந்த. ஆனால் அவனை வீட்டிற்குள் வருமாறு அழைத்தாள். சமிந்த வேண்டாமென மறுத்தான். தன்னால் ஆதாவுக்கு எந்தக் கெட்ட பெயரும் வந்துவிடக்கூடாதென எண்ணினான். பொழியும் தூரவானின் பொருள் விளங்கிய காதலின் பாலிப்பு. சமிந்தவின் தலையைத் துவட்டிவிட்டு ஆடைகளை மாற்றுமாறு பணித்தாள். ஏற்கனவே அவனுக்கு வாங்கி வைத்திருந்த புத்தாடைகளைக் கொடுத்தாள். சுகநாதம் சூடிக்கொண்ட கூந்தலாய் அப்பொழுது குளிர்ந்தும் உலரத்தொடங்கியது. சமிந்த ஆடையை மாற்றும் போதுதான் முதுகிலிருந்த காயத்தழும்பைக் கண்டாள்.

“சமிந்த, இதுதான் புதுக்குடியிருப்பு காயமா?” என்று தழும்பைத் தொட்டுக் கேட்டாள். அவன் ஓமெனத் தலை யசைத்து, உங்களுடைய “பசீலன் ஷெல்தான்” சொல்லிச் சிரித்தான்.

“நீங்கள், எங்களைக் கொல்ல இஸ்ரேல், இந்தியாண்டு ஓடியோடி ஆயுதம் சேர்க்க, நாங்கள் மட்டும் பனை மட்டையை வைச்சு உங்களைச் சுட ஏலுமோ. அதுக்குத் தான் இதுமாதிரியான ஏற்பாடுகள் எல்லாம். எங்கட ஒரு பசீலன் ஷெல்லுக்கு முன்னால உங்கட ஆயுதங்கள் எல்லாம் கொஞ்சம் சிறிசு தான்” ஆதா சொன்னாள்.

“பட்ட எனக்கு நோவு தெரியும். நீ சொல்வதை ஒத்துக் கொள்கிறேன்” என்றான் சமிந்த.

இருவரும் ஒன்றாக அமர்ந்திருந்து தேத்தண்ணி அருந்தினர். அரியதரமிரண்டையும் எடுத்து வந்து கொடுத்தாள். “கொஞ்சம் இனிப்புக் குறைந்து போய்விட்டது, அடுத்த தடவை சரியாய் செய்வேன்” என்றாள். மழை குறையவேயில்லை. வீட்டின் முன்பாக நிறுத்தி வைக்கப்பட்டிருந்த சமிந்தவின்

உந்துருளியைப் பார்த்துச் சென்ற சிலர், அந்த மழையிலும் விடுப்புக் கதைத்துக்கொண்டு போயினர்.

வெளியிலொரு வெளியிருப்பதை வீட்டினுள் இருந்த இருவரும் மறந்தனர். ஆதா தன்னுடைய போர்முனை அனுபவங்களின் சுவாரஸ்யமான கதைகளைச் சொல்லிக்கொண்டிருந்தாள். ஐந்து தடவைகளுக்கு மேலாக களத்தில் விழுப்புண் அடைந்ததை அறையதிரும் வண்ணமுரைத்தாள். இனியும் என் நிலத்திற்காக அழுது துக்கங்கொண்டாடுவேன்; வனாந்தரத் தாபரங்களுக்காகப் புலம்புவேன். புகையிட்டு வேட்டையாடும் தேனடை போல பொஸ்பரஸ்களால் இரையாக்கப்பட்ட உடல்களின் மீந்த துண்டு நான். ஆகாசத்துப் பறவைகளும் மிருகஜீவன்களும் ஓடிச் சிதறிப்போன என் தேசம் யாராலும் கடந்து போகாதவண்ணமாக பாழாக்கப்பட்டுக் கிடக்கின்றது. என் காயங்களின் மீது நட்சத்திரங்கள் நிரம்பியிருக்கின்றன. அவையொருநாள் அதிகாலை வானில் விடியலோடு ஒளிரும் என்றாள். சமிந்த அவளைத் தன்னோடு அணைத்துக்கொண்டான். பேரூழின் அவயங்கள் நதிமறந்து நீந்தத்தொடங்கின. ஆதாவின் மேனி திறந்தது. தீயின் சண்டமாருதம் இறங்கி அமர திடுமென மழை விட்டது. ஆதாவின் வீட்டுப்படலையை தட்டும் சத்தம் கேட்டு விழிப்புச் சீவியது. ஆதா ஆடைகளை சரிசெய்தபடி கதவைத் திறந்து வெளியேறினாள். வாடியுதிர்ந்த முகத்தோடு பிச்சை கேட்டு நின்றாள் சிறுமியொருத்தி. அவளுடைய தந்தை இரண்டு காலுமற்று முச்சக்கர சைக்கிளிலிருந்தார். தன்னிடமிருந்த காசையும், சமிந்தவிடமிருந்த காசையும் வாங்கி வீட்டிலிருந்த உணவுப் பொருட்களையும் கட்டிக்கொடுத்தாள்.

“மலர்களை ஏந்திநின்று புன்னகைக்க வேண்டிய இந்தச் சிறுமியின் கையில் திருவோட்டைக் கொடுத்து, பிச்சை கேட்க வைத்தது யுத்தம்தான். நீ அதனை உணர்கிறாயா சமிந்த?” ஒத்துக்கொள்வதைப் போல தலையாட்டினான் அவன்.

***

இன்றைக்கு காலையில் வைத்தியலிங்கத்தை அடித்ததை சமிந்தவிடம் சொன்னாள். முல்லைத்தீவுக்குச் சென்று

திரும்பிய களைப்பிலிருந்தவனுக்கு அவள் சொன்னதைக் கேட்டதும் கலக்கமாயிருந்தது. அவன் உயிருக்கு ஏதும் தொந்தரவில்லையே என்று கேட்டான். செல்லமாக அவனுடைய காதைப்பிடித்து திருகி "என்னைப் பார்த்தால் கொலைகாரி மாதிரியா இருக்கு?" என்று கேட்டாள்.

"இல்லையா பின்ன. ஒருநாள், நீ எத்தனை ஆர்மிய சுட்டுக்கொன்றிருப்பாய் என்று கேட்டபோது, நானூறுக்கும் மேலே இருக்கும் என்றாயே"

"ஓம். ஆனாலும் இந்த எண்ணிக்கையில் இப்போது ஒன்று அதிகமாக வாய்ப்பிருக்கு" என்றாள்.

"இனியுமா!"

"ஓம், இப்ப நினைச்சாலும் - இந்தக் கணமே நானூற்று ஒன்றாய் ஆக்குவேன்" என்று விளையாட்டாக அவனது குரல் வளையைப் பிடிக்கப்போனாள்.

சமிந்த அவளை இறுக அணைத்துக்கொண்டான். இருவர் உயிருனுள்ளும் ஊர்ந்து தொங்கும் மதுரக் குலையிலிருந்து ஏந்தவியலாதபடிக்கு துளிகளின் சொட்டுதல். விரல்கள் நெய்யும் துணியென உடல்கள் விரிந்தமை பெரிய ஆறுதலாயிருந்தது. காலாதீதத்தின் நறுமணம் உதடுகுவித்து இருவரையும் முத்தமிட்டது. கனவில் தளிர்த்துப் பெருகும் சுடர் செடியைப்போல சமிந்தவின் சரீரத்தில் நீண்டிருந்தாள் ஆதா. அவர்கள் எப்போதும் சந்தித்துக் கொள்ளுமிடமிது. எவரின் வருகையும் நிகழாத துரவடி. தண்ணீரும் மரங்களும் சாட்சியாய் நாணமுற்றுப் பார்க்கக் கூடினர். ஆதாவின் சரீரத்துக் காயத்தழும்புகள் போரின் கொம்புகள். மொழியின் தொன்ம எழுத்துக்கள். வயிற்றைக் குறுக்கறுத்து கொழுத்த நீளமெழுகுப் புழுவெனத் திரண்டிருக்கும் தழும்பின் மீது சமிந்த கைகளைப் பதிந்தான். கற்பாறையின் தகிப்பு. விசுக்கென கைகளை மீட்டான்.

"என்ன! தாங்கமுடியாதபடி சுடுகுதோ" ஆதா கேட்டாள்.

"ஓம் ஏன் இப்பிடிச் சுடுகுது" என்றான்.

“இது என்ர கடைசிக் காயம். இரணைப்பாலையில நடந்த சண்டையில வந்தது. மிச்ச எல்லாக் காயத்துக்கும் ஒரு நம்பிக்கை இருந்தது. ஆனால் இதுக்கு எதுவும் இல்லை. எல்லாமும் தலைகீழானதற்கு பிறகு, கனவும் பசியுமாக தியாகத்தின் முன்னே பலிகொடுத்த குருதியூற்று இங்கிருந்து தான் பீறிட்டது.” என்றாள்.

சமிந்த அந்தக் காயத்தின் மீது முத்தம் ஈன்றான். இருவரில் பெருகும் கண்ணீரால் சரீரங்கள் சிலும்பின. உலை மூண்டு கொதித்தது. பட்டயங்களும், துப்பாக்கிகளும், ஆட்லறிகளும், வன்புணர்வுகளும், பெருங்கொடுமைகளும், போரும், போராட்டமும், மிலேச்சத்தனங்களும் இருளில் நின்று மிரண்டு பார்த்தன. கூடலின் முயக்கவொலியில் அலையோசை கனன்று பெருங்கடல் தாகித்தது.

“நீயும் நானும் காதலிப்பதை உன்னுடைய ஊரவர்கள் ஏற்றுக் கொள்ள மறுக்கிறார்கள். வைத்தியலிங்கம் மாதிரியானவர்கள் கடுமையான வசவுகளால் உன்னைத் திட்டுகிறார்கள். எனக்காக நீ எவ்வளவு துன்பப்படுகிறாய் என்று நினைத்தால் பெருந்துயரமாய் இருக்கிறது” சமிந்த சொன்னான்.

“துயரப்படு. சனங்கள் கோபப்படுவதில் நியாயம் இருக்கிறது. தலைமுறை தலைமுறையாக எங்களை வன்புணர்ந்து கொன்று புதைத்த வன்கவர் வெறிப்படையைச் சேர்ந்தவன் நீ. அவர்கள் சந்தேகப்படுவார்கள். எதிர்ப்பார்கள். உன் பொருட்டு என்னையும் விலக்குவார்கள். அது சரியானதுதான்”

“இவ்வளவு நெருக்கடிக்கு மத்தியில் நாம் ஏன் காதலித்தோம் ஆதா!”

“படபடக்காதே. காதலிப்பதற்கு நெருக்கடிகள் அவசிய மானவைதான். நீயும் நானும் வாழ்ந்து முடியும் வரை நெருக்கடிகள் நீளும் பெலன்கொண்டவை. அதற்காக... அழிந்து போன போரின் தனிமையை நீ விட்டுச் செல்வாயா, சொல்!”

“போரின் தனிமையா?”

நீ புணர்ந்து பருகிய தழும்பின் நறுமணம் சுரந்த உன்னுடைய ஆதா போரின் தனிமையல்லாமல், வைத்தியலிங்கம் சொன்னதைப் போல வேஷையில்லை என்பது உனக்குத் தெரியாதா !

“ஆதா !”

“என் தனிமையின் வெறுமை எரியட்டும். அதன் சடசடப் பொலியில் எறிகணைகள் வீழ்ந்து தோன்றிய பள்ளங்கள் தூர்ந்து போகட்டும். என் கடைசிக்காயத்தின் தழும்பில் முத்தம் ஈன்று மூர்ச்சையாகும் வரை இயங்கி முயங்குவோம்” என்றாள்.

“ஆதா ! எறிகணைகள் வீழ்ந்து வெடிக்கும் சத்தம் கேட்கிறது.”

“எனக்கும் கேட்கிறது. ஆனால் நாம் எதிரும் புதிருமாய் போரில் மிஞ்சியவர்கள். இனிமேலும் காயப்படமாட்டோம் பயப்பிடாதே” என்ற ஆதாவின் வார்த்தைகள் நிலத்திற்கு ஆசுவசமாய் இருந்தது.

20

அவளும் நானும் முதன்முறையாக போகித்த போழ்து மழைபெருத்து இறங்கியது. அரவமற்ற இரவைத் துளிகள் பிளந்தொலித்தன. ஆவேசத்தின் வாசலில் வீசியடித்த காற்றிலும் சரீரங்களின் சுகச்சுருதி குலையாமல் வீற்றிருந்தது. அடங்காத குளிர் திசையெங்கிலும் திளைத்து தரித்தது. உயிர்த்து வீறிடும் உச்சத் தந்தியில் நறுமுகையின் கனம் தாங்கிக் கிடந்தேன். மழையின் நடுவே விழுந்து வளர்ந்தது மின்னல் எச்சம். அசதியிலும் நெரிந்து கிடந்தோம். அவிந்த புழுங்கல் அரிசியின் வாசனையைத் துளிர்த்தது ஊர்ந்திறங்கிய அவளது வேர்வை. நறுமுகை எழுந்து கூந்தல் முடிந்தாள். உடுப்புக்களைத் தேடியணிந்தாள். ஒளி குறைந்து மூலையில் தனித்திருந்த லாம்பையெடுத்து திரிதீண்டினாள். பேரொளியில் மூச்சின் நிறைவு சூழ்ந்தது. ஓயாமலும் தீராமலும் கிளர்ந்து பெருக்கும் மழையின் கனல் என்னிலேயே மூள்கிறது. நறுமுகையின் சரீரம் ஈகும் சுகந்தம் குருதிப் பூவென விரிகிறது. ததும்பிப் பெருகும் வெள்ளத்தின் ஓசையோடு நிலம் பிணைய, மீண்டும் நெளிந்து கிடந்து விழித்தோம் நம்பசி. கசியும் உடற்கிளையின் ஈரத்துடன் நறுமுகை

கமழ்ந்திருந்தாள். கூடல் மகத்துவத்தின் தித்திப்பு. பசியமிழ்ந்த சர்ப்பம் போல் அசைந்தேன். நறுமுகையின் அதரங்கள் கனிந்து சிவந்தன. நீந்தி நீந்தி வளரும் மீன்தானோ காமம். எத்தனை சுழிப்புக்கள். எத்தனை உந்தல்கள். முயக்கத்தின் நரம்புகள் அலைகளாய் எழுந்து அதிர்ந்தன.

"நீங்கள் எனக்கொரு புல்லாங்குழல் வாங்கித் தருவியளோ?" நறுமுகை கேட்டாள்.

"கொஞ்ச நேரத்துக்கு முன்பு, என்னை நீ புல்லாங்குழல் என்றாயே. அது பொய்யோ" கேட்டேன்.

"அதுவும் உண்மைதான்"

"அடுத்த தடவை வருகிற போது, உறுதியாக புல்லாங்குழல் கொண்டு வருவேன்."

"அந்த அடுத்த தடவை, எப்ப வரும்?"

"விரைவில் வரும்" என்று சொல்லி அவளிடமிருந்து விடை பெற்றேன்.

பிறகான நாட்கள் கடுமையான வேலைத்திட்டங்கள் இருந்தன. வீட்டிற்கு செல்லமுடியாமல் ஊர் ஊராகத் தங்க வேண்டியிருந்தது. மாதக்கணக்காக யாரையும் சந்திக்க முடியாமல் போயிற்று. மெல்ல மெல்ல வன்னிப்பெருநிலம் வதங்கிச் சுருண்டது. ஆக்கிரமிப்பாளர்களின் கொடும்பாதங்கள் முன்னேறி வென்றன. சமாதனத்திற்கான யுத்தம் என்றொரு நரகத்தின் இருள் எம்மில் இறங்கியது. ஊரை இராணுவம் ஆக்கிரமித்து நாட்கள் ஆகியிருந்தன. வீசப்பட்ட விதைகளைப்போல இடம்பெயர்ந்து சிதறியவர்களைத் தேடினேன். அம்மாவும் தம்பியும் சுகமாய் இருப்பதாக வழியில் கண்ட சொந்தக்காரர் சேதி சொன்னார். அவர்களிருக்கும் இடத்திற்குச் செல்ல வேண்டுமென விரும்பினேன். ஆனால் தர்மபுரத்திலிருக்கும் என்னுடைய சிநேகிதனை ஏதோவொரு திருட்டுக் குற்றச்சாட்டில் காவல்துறை கைது செய்திருப்பதாக அறிந்து, அங்கு சென்றேன். அவன் மீது

சந்தேகம் மட்டுமே இருப்பதாகவும் விசாரணை முடிந்து அனுப்பி வைப்பதாகவும் சொல்லிய காவல் அதிகாரியிடம் அவன் யாரெனச் சொன்னேன். சிநேகிதன் அடுத்தநாள் காலையில் விடப்பட்டான். அவனுடைய வீட்டிற்கு வந்த காவல் அதிகாரி, ஒத்துழைப்புக்கு நன்றியும் மன்னிப்பும் என்று வருத்தம் தெரிவித்தார். நான் தர்மபுரத்திலிருந்த மாவீரர் நினைவு மண்டபத்தில் நின்று வீதியில் போவோர் வருவோரை வேடிக்கை பார்த்தேன். அதுவொரு ஆசுவாசமான செயல். நகம் கடிப்பது போல, சிறு இளைப்பாறல். இடம்பெயரும் சனங்களின் நெருக்கமான வரிசை, வீழ்ச்சியின் நிமித்தமென்று உணர்ந்தேன்.

போர் விமானங்களின் அதிர்வொலிகள் வானிலிருந்து இறங்கின. அண்ணாந்து பார்த்தவர்கள் பலர். வீதியின் மருங்கிலிருந்த பதுங்குகுழிக்குள் பாய்ந்தவர் சிலர். பதிந்து இறங்கிய கிபிரின் கொஞ்சம் தூரத்தில் குண்டுகள் வீழ்ந்து வெடித்தன. மூன்று போர் விமானங்கள் வீசிய ஆறுக்கு மேற்பட்ட குண்டுகளின் அதிர்வில் கிள்ளதரித்து நின்ற குருவிக்கூடொன்று கீழே விழுந்தது. வான்நோக்கி அலகுகளைத் திறந்து வைத்திருக்கும் குஞ்சுகளின் அப்பாவித்தனம் நினைத்து வருந்தினேன். எங்கள் குழந்தைகள் இந்தக் குருவிக்குஞ்சுகளா!

போர் விமானங்களின் மிலேச்சத்தனமான தாக்குதலில் காயப்பட்ட பொதுசனங்கள் தர்மபுரம் மருத்துவமனைக்கு கொண்டு வரப்படுகின்றனர் என்ற செய்தியறிந்து ஓடினேன். ஒரு சிறுமியின் குடல் சூனியத்தின் பெருவெளியில் தொங்கியது. அவளுடைய மூச்சிலும் கசிந்து வழிந்தது குருதி. நான் அவளைத் தூக்கிச் செல்லும்போது உயிர் நீத்தாள். காயப்பட்டவர்களுக்கு நிவாரணமளிக்க மருந்துகள் இல்லை. ஆனாலும் அறுவை சிகிச்சைகள் நடந்தன. மருத்துவமனையின் வாசலில் குவிக்கப்பட்டிருக்கும் உடலங்களைத் தாண்டி அதிவேகமாய் வந்தவொரு சிறிய வாகனத்திலிருந்து பெண்ணொருத்தி தூக்கி வரப்பட்டாள். அவளுடைய இரண்டு கால்களும் கந்தல் துணியைப்போல பிய்ந்திருந்தன. ரத்த வெடில் வயிற்றைக் குமட்டியது. அவளது கைகள்

சோர்ந்து நிலத்தைத் தொட்டன. மருத்துவமனையின் தரையில் கிடத்தப்பட்டு அவளுக்கு சிகிச்சைகள் ஆரம்பிக்கப்பட்டன. கரும்புகையும் குருதிச்சேறும் அப்பியிருந்த அவளது முகத்தைத் துடைத்தபொழுதே நறுமுகை இவளென இனங்கண்டேன். நெஞ்சடைத்து மூச்சுக்குத் திணறினேன். அவள் பக்கமாய் ஓடிச்சென்று "என்ர நறுமுகை" என்று கதறினேன். துயரின் பாத்திரத்தில் நிறைக்கப்பட்ட பிச்சையா நம் நித்தியம்! நறுமுகை மயங்கிக்கிடந்தாள். ரத்தப்போக்கினை மருத்துவர்கள் கட்டுப்படுத்தினர் என்று நம்புவதற்கு இல்லை. அது முழுதும் தீர்ந்து போயிருந்தது.

இரண்டு நாட்கள் கழித்து சுயநினைவுக்குத் திரும்பிய நறுமுகை என்னை அணைத்து முத்தமிட்டு என்னுடைய புல்லாங்குழல் எங்கேயென்று கேட்டாள். "நான் வாங்கி வைத்துவிட்டேன், இப்போது இல்லை" என்றேன். எப்போது உன் விரைவு வருமென்று கேட்டுப் புன்னகைத்தாள். தன்னுடைய இரண்டு கால்களும் அகற்றப்பட்டது தொடர்பாக நறுமுகையிடம் எந்தவித அரற்றலும் இல்லாமலிருந்தது. அவ்வப்போது காயத்தின் வலியால் கண்ணீர் சிந்தினாள். பகலும் இரவும் அவளுடனே அமர்ந்திருந்தேன். பசுமரமொன்று விறகென ஆவதைப்போல நறுமுகையை ஆக்கியது போரா? விதியா? யாருக்காக யார் அழுவர்.

"உனக்கு ஒன்று சொல்லமறந்து விட்டேன். என் கால்களின் எலும்புகளில் புல்லாங்குழல் செய்து வாசிப்பதைப் போல, சில நாட்களுக்கு முன்னதாக ஒரு கனவு கண்டு மகிழ்ந்தேன். உடல் பிளந்து எலும்புகளை நொறுக்கிய குண்டுச் சிதறல்களின் குரூரக் குதூகலம் என் நினைவுகளில் வெடிக்கின்றது" என்றாள்.

அவளை இறுக அணைத்துக்கொண்டேன். கண்ணீருக்கு வந்தனை செய்யும் காலத்தின் வலியுறும் சடங்கில் கரைந்தோம்.

"உன் புல்லாங்குழலுக்காகவே உயிர் பிழைத்திருக்கிறேன். எப்போது தருவாய்?"

“இடத்திற்குச் சென்று எடுத்து வரவேண்டும். நாளைக்கு செல்கிறேன்” என்றேன்.

“எனக்கு இரண்டு கால்களும் போய்விட்டதென்று மயக்க மடைவதற்கு முன்பாகவே தெரிந்துவிட்டது. நெருப்புத் திறந்து என்னை நோக்கி வருகையில் ஓடமுடியாமல் நிலத்தில் தளும்பிய குருதியின் மீது தத்தளித்தேன். அப்போது உன்னையே நினைத்தேன். நீயென்னை குருதிப் பூவென்று கூடலில் வியந்தாய் அல்லவா” என்று கேட்டுச் சிரித்தாள்.

நறுமுகை உருவம் அழிந்திருக்கிறாள். கதைகள் தீர்ந்து போகுமொரு யுகத்தின் பாதச்சுவட்டின் மீது அங்கவீனமாய் கிடத்தப்பட்டிருக்கிறாள். இருளின் வீறல்கள் பெருகி, வெறிக்கச் செய்யும் திகைப்புகள் விழிக்கூட்டில் திடுக்கிட்டுப் பதுங்கின. பிணத்தின் பிம்பமென நிலம் தவித்தது. நறுமுகைக்கு மருந்துகள் ஏற்றப்பட்டன. வெளிறிய அவளுடலில் தடமின்றி உள்ளிறங்கிய யுத்த நடுக்கங்களை வெட்டியெடுக்க முடியாது. நறுமுகைக்கு இளநீரும் தண்ணீரும் கொடுத்தேன். இடியப்பம் வாங்கிவந்து தாயார் தீத்திவிட்டாள். புல்லாங்குழலை எங்கே வாங்கமுடியும்? திசையறுந்து ரத்த நாளங்கள் அதிரும் ஊழ்வெளியில் புல்லாங்குழலைத் தேடி அலையும் பித்தன் நான். அதிகாலையிலேயே மருத்துவமனையிலிருந்து புறப்பட்டேன். ஈருருளியைப் பழுது பார்க்கவேண்டும். முன்னஞ்சில்லு அங்குமிங்கும் ஆடியது. தர்மபுரத்திலிருந்து விசுவமடு செல்லும் வழியிலிருந்த தேத்தண்ணிக் கடையில் சாயம் கூடவாப் போட்டு ஒரு தேத்தண்ணி என்றேன். வாங்கில் அமர்ந்திருந்து ஈழநாடு நாளேட்டினை அவதானமாக வாசித்துக்கொண்டிருந்தவர் “பெடியள் என்ன செய்யப்போறாங்கள் எண்டு விளங்கேல்ல. இப்பிடி ஒவ்வொரு இடமாய் விட்டுவிட்டு பின்னால வந்தாங்கள் எண்டால், இவங்களை நம்பியிருக்கிற சனங்களுக்கு என்ன கதியோ” என்றார். ஆவி பறந்தது. தேத்தண்ணிக்கு கொஞ்சம் சீனி தேவைப்பட்டது. ஆனாலும் கசந்து குடித்தேன். புராதனச் சூரியன் கிழக்கில் எழுந்தான். பறவைகள் பகல் வானின் சிறகசைக்கும் நட்சத்திரங்கள். உதித்த பகலின் திருமுகப்பில் வன்னியின் வடிவுத் திமிர் உறக்கத் தியானம் முடித்தது.

நறுமுகைக்கு ஒரு புல்லாங்குழலை எப்படியேனும் வாங்கிக் கொடுக்கவேண்டும்.

உடையார்கட்டு புலவர் மாமா வீட்டிற்கு அருகிலிருந்த இசை வித்துவானைச் சந்தித்து புல்லாங்குழல் வேண்டுமென்றேன். நான்கு புல்லாங்குழலை எடுத்து வந்து காட்டினார். பார்ப்பதற்கு வடிவான ஒன்றைத் தெரிவு செய்தேன். ஐயாயிரம் ரூபாய் என்றார். பேரம் பேசினேன். படிவதாயில்லை. அவ்வளவு காசு என்னிடமில்லை என்று கூறினேன். எப்போது ஐயாயிரம் ரூபாய் இருக்கிறதோ, அன்று வாருங்கள் தருகிறேன் என்றார். நறுமுகைக்கு நேர்ந்தவற்றைக் கூறி, அவளுக்காகத் தான் இதனை வாங்குவதாகவும் சொன்னேன். அதனாலென்ன காயப்பட்டிருப்பதாக சொல்லுகிறீர்கள் ஒரு ஐநூறு ரூபாய் குறைக்கிறேன் என்றார். என்னிடம் ஆயிரத்து இருநூறு ரூபாய் மட்டுமே இருக்கிறது என்றேன். வாய்ப்பில்லை என்று வழியனுப்பினார்.

அன்றிரவே தாவீது அண்ணாவின் வீட்டிற்குச் சென்றேன். எனக்கொரு புல்லாங்குழல் வேண்டும். அந்த வாத்தியக்காரன் இவ்வளவு விலை சொல்கிறான் என்று கடிந்தேன். தாவீது அண்ணா கடுமையான நிர்வாகப் பணி அழுத்தங்களில் இருந்தார். கிளிநொச்சி விடுபட்டால் எல்லாமும் போய்விடுமென இயக்கத்திலிருந்தவர்கள் பலர் அஞ்சி யிருந்தனர். தாவீது அண்ணா எனக்கு உதவுவதாகக் கூறினார். ஆனால் நாளைக்கு காலையிலேயே தனக்கு பணியிருப்பதாகவும், முடித்துவிட்டு வருவதாகவும் கூறினார். நான் அங்கேயே தங்கியிருந்தேன். தாவீது அண்ணாவின் திருமணப் புகைப்படமொன்று பெரிய அளவில் ப்ரேம் செய்யப்பட்டிருந்தது. அண்ணியின் முகத்தில் செறிந்து இறங்கிய வடிவும் சந்தோசமும். அவள் வித்துடலாக இருந்தபோதும் இப்படித்தான் இருந்தாள். தலைவர் இரட்டை நாடி தெரிய புன்னகைத்தபடி மணமக்களோடு நின்றார்.

தாவீது அண்ணா இரவாகியும் வரவில்லை. அவர்களுக்கு இயக்க வேலைதான் முக்கியம். பிறகுதான் எல்லாமும். தாவீது அண்ணா அதிலும் மோசம். வீடு மறந்து இயக்கமே

தவமென இருப்பவர். பத்து மணியிருக்கும் வாகனமொன்று வீட்டு வாசலில் நின்றது. அதிலிருந்து இறங்கிய போராளிகள் இருவர் வீட்டினுள் நுழைந்து ஆவணங்கள் சிலவற்றை எடுத்தனர். அவர்களிடம் சென்று "தாவீது அண்ணா இண்டைக்கு வரமாட்டாரா" என்று கேட்டேன். "இனிமேலும் வரவேமாட்டார்" என்றார். அய்யோ எனக்கு புல்லாங்குழல் வேண்டும். நறுமுகைக்கு என்ன பதில் சொல்வேன் என்ற பதற்றம் மட்டுமே சுழன்றடித்தது. "பெரிய பொறுப்பாளர் வீரச்சாவு என்கிறேன், நீ புல்லாங்குழல் வேண்டுமென அழுகிறாயே, உனக்கு தாவீது அண்ணாவின் மீது பாசமில்லையா" என்று போராளி கேட்டார்.

"பாசமிருக்கு. நீங்கள் சொன்ன செய்தி துயரத்தை தருகிறது. ஆனால் அவர் சாவதற்கு தயாரானவர். நறுமுகை அப்பிடியில்லை. அவளுக்கு கால்களிரண்டும் போய்விட்டது. அவளது புல்லாங்குழல் எரிந்துவிட்டது. தாவீது அண்ணாவிற்கு வீரவணக்கம். எனக்கு புல்லாங்குழல் வேண்டும். அவர் வாங்கித் தருவதாகச் சொல்லிவிட்டுப் போனவர். நீங்கள் அவரின் கனவுகளை, சத்தியங்களை பின் தொடர்பவர்கள் தானே. எனக்கு அந்த வாத்தியக்காரரிடமிருந்து புல்லாங்குழலை வாங்கித் தாருங்கள்" என்றேன்.

போராளியொருவர் கைதட்டிச் சிரித்தார்.

தாவீது அண்ணா வாகனத்தை விட்டு இறங்கி வந்தார்.

"ஏனடா நான் செத்துப்போனாலும் பரவாயில்லை. உன்ர ஆளுக்கு புல்லாங்குழல் வேணும். அப்பிடித்தானே"

"உறுதியாய் அப்பிடித்தான் அண்ணா" என்றேன்.

என்னை இறுக கட்டியணைத்து "உன்னோடு கதைத்து வெல்ல முடியாது" என்றார். பையிலிருந்து புல்லாங்குழலை எடுத்துத் தருவித்து "உன்ர நறுமுகையிட்ட கொண்டு போய்க் குடு" என்றார்.

நள்ளிரவில் புறப்பட்டேன். வீதியில் சனங்களின் நடமாட்டம் பெரிதாகவில்லை. போராளிகளின் வாகனங்கள் நிமிடத்திற்கு நிமிடம் கடந்து போயின. போர்விமானங்களின் இரைச்சல் வானத்திலிருந்து இறங்கியது. ஈருருளியை நிறுத்தி மேல் நோக்கிப் பார்த்தேன். எதுவும் தெரியவில்லை. உக்கிரமான அதிர்வோடு இரவின் கனவு குலைந்தது. மீண்டும் மீண்டும் தாக்குதல்கள் தொடர்ந்தன. ஊகத்தில் திசையுணர்ந்தேன். விசுவமடு, வட்டக்கச்சி, நெத்தலியாறு, பிரமந்தனாறு இங்கே தான் எங்கேயோ என நினைத்தேன். வழியோரத்து மரங்களின் கீழே போராளிகள் சிலர் நின்று கொண்டிருந்தனர். போர் விமானங்களின் தாக்குதலை முறியடிக்கும் படைப்பிரிவைச் சேர்ந்தவர்கள். அவர்களது பாரத்தையும் சேர்ந்து சுமந்தது இரவு.

பத்து நிமிடங்கள் கழித்து காயக்காரர்களை ஏற்றிக்கொண்டு வாகனங்கள் விரைந்து போயின. அழுகுரல்களால் நிறைந்த வழியில் தனியனாக நின்று கொண்டிருந்தேன். தெய்வமே! குழந்தைகளுக்கு எதுவும் நேர்ந்து விடக்கூடாது என்று வேண்டினேன். நான் நெத்தலியாற்றுப் பாலத்தை தாண்டும்போது வீதியில் நின்ற ஒருதொகைச் சனங்கள் "தர்மபுரம் ஆசுபத்திரியல தான் கிபிர் அடிச்சிருக்கு" என்றார்கள்.

அய்யோ! என் நறுமுகையென ஈருருளியை வேகங்கொண்டு உழக்கினேன். மருத்துவமனை எரிந்துகொண்டிருந்தது. போராளிகள் சனங்களுக்கு உதவிக்கொண்டிருந்தனர். "நறுமுகை... நறுமுகை..." என்று கதறியழுதபடி அனல் ஊற்றுக்குள் புகுந்தேன். அவள் கிடத்தப்பட்ட இடத்திலேயே இருந்தாள். தீயின் வெக்கையில் சிவந்திருந்தாள். அவளுடைய கைகளில் புல்லாங்குழலை வைத்தேன். "நறுமுகை! உனக்காக வாங்கி வந்த புல்லாங்குழல். நீ இசையடி. என்னுயிரை நீ இசையடி நறுமுகை" என்று சொன்னேன். அவளுடைய உதடுகள் திறவாமல் கிடந்தன. கண்கள் புல்லாங்குழலின் துளைகளைப் போல விழித்திருந்தன. யுத்தத்தின் எலும்புகள் நாம். எம்மைத் துளையிட்டு விரல் வைத்து அது ஊதுகிறது. எல்லாமும் சூனிய இரைச்சல். எல்லாமும் சூனியச் சுரம்.

குருதிப் பூவென விரிந்து தகிக்கும் இந்தத் தீ வெளியில் நறுமுகையை அணைத்துக்கொண்டு உதடுகளை முத்தமிட்டேன். புல்லாங்குழலிலிருந்து எழுந்தது அவளது நாதம். யுத்தம் தப்பி ஓடும் சாத்வீகத்தின் இழையை இசையால் நெய்தாள்.

“மனிதக் காயங்களில் எரியும் யுத்தம் நாதத்தினால் அழியும்”

“யுத்தம் அழியட்டும் சகியே!”

“என் குருதிக்காயத்தின் புல்லாங்குழல் துளைகளை மூடவும் திறக்கவும், யுத்தம் அழியும்”

“யுத்தம் அழியட்டும் என் குருதிப் பூவே” என்றது நானா? நிலமா? யாரறிவார்!

21

அதிபத்தன் இயக்கத்திலிருந்தவர். அம்மாவுக்கு நெருக்கமான ஸ்நேகிதன். என்னுடைய சிறுவயதில் அதிபத்தனோடு சுற்றிய இடங்கள் இப்போதும் நினைவிலுள்ளன. நீந்துவதற்குப் பயந்த என்னைக் குளங்களிலும் வாய்க்கால்களிலும் கொண்டு சென்று பயிற்றுவித்தார். ஒருநாள் செம்பியன்பற்று கடலுக்கு அழைத்துச் சென்று நீந்து என்றார். அலைகள் பொங்கி ஆர்ப்பரிக்கும் வெயில் பொழுதில் நீந்தத் தெரியாது என்றேன். “அலைக்குள்ள இறங்கினால் தான் நீந்த வரும். உள்ள போ” என்று தூக்கி வீசினார். கால்களை அடித்து, கைகளை வீசி மூச்சுத்திணறி எழுந்து நின்றேன். கரையில் அமர்ந்திருந்த அதிபத்தன் நீந்து... நீந்து... என்றார். அலைசுருட்டி என்னை இழுத்துச் சென்றுவிடுமோவென அஞ்சி அழுதேன். “என்னைக் காப்பாற்றுங்கள்” என்று கதறினேன். கடலின் பேரோசையில் ஒரு குழந்தைத் தும்மலென அடங்கியது என் குரல். “நீந்திக் கரைக்கு வா” என்றார். உடலை நீரில் கிடத்திக் கால்களை அடித்து, கைகளை மாறி மாறி வீசினேன். அதிசயமாகவே இருந்தது. ஒரு கலமென என்னுடல் தண்ணீரில் நகர்ந்தது.

"இவ்வளவு தான் நீச்சல், இன்னும் வேகத்தைக் கூட்டு" என்றார். கரைக்கு வந்ததும் கடலைப் பார்த்தேன். வடிவு வனைந்த திரவக்கோலமென அமைதியாய் அசைந்தது.

இரண்டாயிரத்து ஆறாம் ஆண்டில் யாழ்ப்பாணத்தை கைப்பற்றும் பாரிய போர் நடவடிக்கையொன்றை தமிழீழ விடுதலைப் புலிகள் செய்தனர். அதே நாளில் யாழ்ப்பாணத்தில் நிலைகொண்டிருந்த வன்கவர் வெறிப்படையினர் ஆனையிறவை கைப்பற்றும் முகமாக தாக்குதல்களைத் தொடர்ந்தனர். ஆனால் தரைவழியாகவும், கடல் வழியாகவும் இயக்கம் முன்னேறிச் சென்றது. யாழ்ப்பாணத்தின் கடலோரக் கிராமங்களில் வதியும் சனங்களை இடம்பெயர்ந்து பாதுகாப்பான இடத்திற்குச் செல்லுமாறு புலிகளின் குரல் பண்பலை அறிவிப்புச் செய்தது. யாழ் செல்லும் படையணியினரின் வியூகங்கள் வெற்றி அடைவதாக வன்னி முழுதும் பேச்சுக்கள் புரண்டன. பண்பலையில் யுத்தம் நேரடி வர்ணனை செய்யப்பட்டது. நாகர்கோவில், கண்டல், முகமாலையென போராளிகளின் தாக்குதலுக்கு ஈடு கொடுக்க இயலாமல் வன்கவர் வெறிச் சேனைகள் பின்வாங்கிய செய்தி வந்து சேர்ந்தது. கடல் வழியாக படையணிகளை தரையிறக்கும் முயற்சியில் இயக்கம் தீவிரம் காட்டியது. அலைகளில் யுத்தப் பேரிகைகள் எழுந்தன. கடும்புயல் திகைப்போடு கந்தகம் குடித்தது கடல். போரிடும் பொருட்டுப் போராளிகளைப் பெருக்கினார்கள். பளையிலுள்ள வடபோர்முனை கட்டளைப் பணியகத்தில் கூடினார்கள். அவர்கள் கூடிய பளை எனும் இடம் யாழ்ப்பாணத்திற்கும் ஆனையிறவுக்கும் இடையில் இருந்தது.

அந்த நாட்களில் ஓரிரவு அவருக்குப் பிடித்தமான நெஞ்சொட்டி பாரை மீனுடன் வீட்டிற்கு வந்திருந்தார் அதிபத்தன். சமையல் முடித்து உணவைப் பரிமாறிய அம்மா "வெள்ளனவா, யாழ்ப்பாணம் போயிடுவமோ" என்று கேட்டாள். உறக்கம் கண்களைச் சொருக அவருக்குப் பக்கத்தில் அமர்ந்திருந்த என்னைப் பார்த்தார். அம்மா எதையோ புரிந்து கொண்டவளைப் போல சரி, "மீன் துண்டைப் போட்டுச் சாப்பிடுங்கோ" என்றாள். அதிபத்தன்

விடைபெறும் போது "சோதி பார்க்கலாம். போயிட்டுத் திரும்ப வாறனோ தெரியாது" என்றார்.

"இதென்ன புதுப்பழக்கம். போனால் வரத்தானே வேணும். வாங்கோ" அம்மா சொன்னாள்.

"நாளைக்கு கடலூடாக ஒரு அணியைக் கூட்டிக்கொண்டு வெளிக்கிடுகிறன். உயிர் மிஞ்சினால் ஆச்சரியம் தான்" என்றார்.

நற்செய்திக்காய்ப் பொருதும் வாழ்வு. சனங்களுக்கு எதிரான அக்கிரமக்காரர்களை அஞ்சாமல் வதம் செய்யும் அதிபத்தன் போன்றவர்களின் நெஞ்சுரத்தில் நிலம் விளைகிறது. சாவினைப் பற்றிய கவலை நெரிக்க, எங்கள் பகைவர்கள் இழப்புக்குள்ளாவர். தாய்மண் விடுதலையால் இரட்சிக்கப்படுமென்ற ஆசையோடு வழியனுப்பினோம். அம்மா வீட்டிற்குள் நுழைந்து படத்தட்டிலிருந்த விளக்கை ஏற்றிவைத்தாள். சுடர் பெருத்த நள்ளிரவின் வெளிச்சம் காலாதீதமாய் சுடர்ந்து எரியட்டும் என்றாள். "அதிபத்தனுக்கு எதுவும் நடக்காது. அவன் திரும்பி வருவான். அவன் வரும்வரை அணையாமல் எரியட்டும் இச்சுடர்" என்ற அம்மாவிடமிருந்து உயிர் உருகி கண்ணீராய்ச் சிந்தியது. வன்னியெங்கும் இச்சுடரின் ஒளி பெருகியது. போர்ப் படகுகள் அலைகளைப் பிளந்தன. அதிபத்தன் விண்மீனை வணங்கினான்.

மூன்று நாட்களாக நடந்து வந்த மோதல்களில் போராளிகள் வாகை சூடினார்கள். நூற்றுக்கணக்கான பகைவர்கள் கொன்று குவிக்கப்பட்ட செய்தியறிந்து வன்னிச் சனங்கள் பெரிதும் மகிழ்ந்தனர். அதிபத்தன் கடலில் நின்றான். வன்கவர் வெறிப்படையின் போர்க்கப்பல்கள் கடற்புலிகளின் படகுகளை முற்றுகையிட்டன. எங்கும் தப்பவியலாதவாறு இருதரப்பினரும் அழியும் வரை போரிட்டனர். அதிபத்தனின் கட்டளையேற்று நடந்த முறியடிப்புச் சமரில் போராளிகள் வென்றனர். இரண்டு போர்க்கப்பல்கள் மூழ்கடிக்கப்பட்டன. வானிலிருந்து அக்கினி வீழ்ந்த கடலின் மீது போர்

விமானங்கள் பறந்து போயின. போராளிகளின் படகுகள் சுக்குநூறாய் சிதறின. தகன பலியிடும் பீடமென கடலில் ஆயுதமும் மாமிசத் துண்டங்களும் மிதந்தன. அதிபத்தனின் படகு சேதமடைந்திருந்தது. அவருடைய முழங்கையில் சிறிய காயம் ஏற்பட்டிருந்தது. தேசத்தின் சிறப்புக்குரிய ஊழியன் போரில் காயப்படுகிறான். நிலம் விசுவாசித்தவன் உயிர் துறக்கிறான். அடுத்தடுத்த நாட்களிலேயே களமுனையின் நிலவரம் பீதியாயிற்று. போராளிகளில் ஒரு தொகையினர் காயப்பட்டனர். யாரும் எதிர்பாராத முற்றுகை அகழிக்குள் அகப்பட்ட போராளிகளை பகைவர் கொன்று தீர்த்தனர். தரைவழியாகவும், கடல் வழியாகவும் பலவீனப்பட்டு இயக்கம் பின்வாங்கியது. தெய்வமே! உன்னுடைய சனங்களுக்கு நல்லவராயிருமென்று வன்னிச் சனங்கள் சோகம் தாளாது வேண்டினர். பார்க்கிறவர்களின் எலும்புகள் நடுங்குமளவுக்கு போராளிகளின் வித்துடல்கள் குவிக்கப்பட்டன. குணப்படுத்த முடியாதளவு நிலத்தின் சித்தம் பிறழ்ந்திருந்தது. மகா உன்னதமான தியாகம் தனது சிரசில் இத்தனை வித்துடல்களாலேயா மகுடம் அணிய வேண்டும்!

அணையாமல் எரிந்து கொண்டிருந்தது விளக்கு. இரும்புத் தடியால் மண்குடத்தை உடைப்பதைப்போல எங்கள் தேசத்தை அழிக்கமுடியும் என்ற பகையின் இறுமாப்பை சில்லுச்சில்லாக உடைத்தவருள் அதிபத்தன் தலையாயவர். வீரச்சாவு அடைந்தவர்களின் விபரங்களை வாசித்து அறிந்தோம். அதிபத்தனின் பெயரில்லை. “வந்திடுவான். இப்பிடித்தான் இந்தியாமி காலத்திலையும் அவனுக்காக காத்திருந்தனாங்கள்” என்றாள் அம்மா. நாங்களிருந்த கிராமத்தை விட்டு வெளியேற வேண்டியிருந்தது. எறிகணைகள் வீழ்ந்து வெடித்தன. வேறொரு திசையிலிருந்து பகைவர் முன்னேறத் திட்டமிட்டிருப்பதாக போராளிகள் கூறினர். அந்த விளக்கை ஏந்தியபடி அம்மா இடம்பெயர்ந்தாள். காற்றிலும் அணையாதவாறு தன்னுடைய வலது உள்ளங்கையைப் பக்கவாட்டில் குவித்து நடந்தாள். இடம்பெயர்ந்து வாழ்ந்து வந்த, கிளிநொச்சியில் “அதிபத்தனின் அணையா விளக்கு” வைப்பதற்கு அம்மாவொரு பீடத்தைக் கட்டினாள். வேப்பமரத்தின் கீழே எல்லாப்பொழுதும் சுடரும் விளக்கைப்

பார்த்து இது எந்தத் தெய்வத்திற்கு என்று கேட்காதவர்கள் மிகக் குறைவு. "இது எங்கட தெய்வம். என்ர ஸ்நேகித தெய்வம் அதிபத்தன்ர அணையா விளக்கு" என்றாள். "சமுத்திரத்தின் நட்சத்திரமே அதிபத்தா!" என்று அடிக்கடி உச்சரிக்கத் தொடங்கினாள். போர் சகிக்கவியலாத அகோர வேதனை.

அம்மாவிடம் வந்திருந்த முக்கிய போராளியொருவர் இயக்கத்தின் போக்குகள் பிடிக்கவில்லையென கூறினார். ஆயுத, ஆளணி பலமற்று சண்டையில் இறங்கினால் இப்படித்தான் விளைவுகள் தொடருமென்றார். அவரின் சொற்கள் உண்மையும் தூய்மையுமானவை. நெருப்பில் ஏழுமுறை உருக்கித் தூய்மையாக்கப்பட்ட வெள்ளியைப் போல தூய்மையானவை. அம்மா எதுவும் கதையாமல் உணவைப் பரிமாறினாள். நடந்து முடிந்த சண்டையில் அதிபத்தன் வீரச்சாவு என்ற செய்தியைச் சொன்ன போதுதான், அவரைக் கடிந்துகொண்ட அம்மா "அவன் வீரச்சாவில்லை. வருவான்" என்றாள். எனக்குமே அவர் சொன்னதில் உடன்பாடில்லை. வீரச்சாவு என்றால் இயக்கமே அறிவித்திருக்கும். மறைப்பதற்கு ஏதேனும் காரணங்கள் இருக்குமாவெனக் கேட்டேன். "ஆள் காயப்பட்டிருக்கு. அவரோட படகில இருந்த ஒரேயோருத்தர் மட்டும் வந்திருக்கிறார். அவன்ர தகவலின் படி ஆள் மிஸ்சிங்" என்றார்.

"மிஸ்சிங்கா?"

"கடுமையான சண்டை நடந்து, சிதறிப் போயிருக்கினம். அதிபத்தன் மட்டும் தனியொரு படகில நிண்டு சண்டை செய்திருக்கிறார். அதுமட்டுந்தான் இறுதித் தகவல்." என்றார். அம்மா விளக்கிற்கு எண்ணெய் விட்டதும் திரிச்சுடர் பிரகாசம் கொண்டது. பகலின் மீது சிறிய விதையென அது வளர்ந்து அசைந்தது.

ஒரு வேலையாக மாங்குளம் சென்று வீட்டிற்குத் திரும்ப இரவாகியது. அம்மா வெளியே அமர்ந்திருந்தாள். "முகம், காலைக் கழுவிட்டு வா. சாப்பிடலாம்" என்ற அவளுடைய குரலில் வருத்தம் தோய்ந்திருந்தது. அன்றிரவு படுக்கையில் கேவி அழுத அம்மாவுக்கு ஆறுதல் சொன்னேன். அவருக்கு

எந்தத் தீமையும் நேர்ந்திருக்காதென்று தெம்பூட்டினேன். அதிகாலையில் எழுந்து விளக்கு வைத்திருக்கும் பீடத்திற்குப் போனாள். அவளுடன் நான் செல்லாமல் படுக்கையில் விழித்திருந்தேன். அம்மா விளக்கில் திரிதீண்டி எண்ணெய் விட்டாள். “அதிபத்தா! உனது கால்களால் அளந்த வன்னி நிலம் பதைபதைக்கிறது. நீ களமாடி வென்ற மண்ணின் பகுதிகள் பல பறிபோய்விட்டன. ஏன் இந்த நிலத்திற்கு நீயும், உனக்கு நிலமும் முக்கியமானது? ஏன் இந்தச் சனங்கள் முக்கியமானவர்கள்? உன்னை அவர்கள் பிரிந்து தவிக்கிறார்கள். சிலர் நினைவுகூருகிறார்கள். ஆனால் நீயோ நிலவாகவும் சூரியனாகவும் வானில் எழுந்து ஆச்சரியப்படுத்துகிறாய்! உன் வருகைக்காய் காத்திருக்கிறது இந்தச் சுடர் பீடம். நீ கெதியாக வா. உனக்குப் பிடித்த நெஞ்சொட்டி பாரை மீன்கள் என் கனவில் நீந்துகின்றன” என்றாள்.

கிளிநொச்சியை விட்டு இடம்பெயருமாறு சனங்களுக்கு உத்தரவு வந்தது. அம்மா அதிபத்தனின் அணையா விளக்கை ஏந்திக்கொண்டு நகர்ந்தாள். கிளிநொச்சி பகைவரிடம் அணைந்தது. தரையிலிருந்த மக்கள் கடல் நோக்கி ஒதுக்கப்பட்டனர். இயக்கத்தினர் ஆயுதங்களையும் முகாம்களையும் மாற்றிக்கொண்டனர். சனங்கள் வீதிகளிலும், காடுகளிலும் கூடாரங்களை அமைத்தனர். போர் விமானங்கள் தினமும் நான்குமுறை மக்கள் குடியிருப்புக்களின் மீது குண்டுகள் வீசின. அவலப் பேராற்றின் தெருக்களில் அணையா விளக்கோடு நடந்து சென்ற அம்மாவை எல்லோரும் புதினமாகப் பார்த்தார்கள். என்ன வேண்டுதலோ என்று சிலர் குசுகுசுத்தார்கள். முள்ளிவாய்க்கால் கடற்கரையில் நான்கடி நீளமும் மூன்றடி ஆழமுமான பதுங்குகுழிக்குள் நானும் அம்மாவும் விளக்கை பாதுகாத்திருந்தோம். அம்மாவுக்கு விலக்கான நாட்களில் பதுங்குகுழிக்குள் சிறிய குழி தோண்டி விளக்கை வைத்தாள்.

“நிலத்துக்கு கீழ இருந்தால், அதை மனுஷத் தீட்டு தீண்டாது” என்றாள்.

முள்ளிவாய்க்காலில் விளக்கெரிக்கும் எண்ணெய் தீர்ந்து கொண்டிருந்தது. விளக்கை அணையவிடக் கூடாதென அம்மா உறுதி பூண்டிருந்தாள். ஒரு போராளியிடம் கோரிக்கையாக “விளக்கெரிக்க எண்ணெய் வேண்டும், உங்களிடம் இருந்தால் தாருங்களேன்” என்றாள். “இருந்தால் கொண்டுவந்து தரச்சொல்லுகிறேன்” என்றார். மூன்று நாட்கள் கழித்து அம்மாவுக்கு ஒரு யோசனை தோன்றிற்று. “நந்திக்கடல் போய் நீரெடுத்து வரலாம். அந்த உப்பு நீரில தானே, வற்றாப்பளை கண்ணகி அம்மன் கோவில் விளக்கெரிக்கிறவே” என்றாள்.

“அம்மா அது கோவிலுக்கு எரியும். இந்த விளக்குக்கு எரியுமே” கேட்டேன்.

“அந்தத் தெய்வத்துக்கே தெரியுமடா, சனங்களைக் காக்கிறது எந்த தெய்வமெண்டு. இந்த தண்ணியில விளக்கு எரியாட்டி கண்ணகியின்ர அற்புதமெல்லாம் பொய்யிலதான் சேர்மதி கேட்டியோ” என்றாள்.

நானும் அம்மாவும் விளக்கை எடுத்துக் கொண்டு நந்திக்கடலுக்கு போகும் பாதையில் நடக்கத் தொடங்கினோம். கடுமையான மோதல் நடந்து கொண்டிருந்தது. தலையைத் தூக்கி நடந்தால் மரணம். சிறிது தூரத்திலேயே நானும் அம்மாவும் நிலத்தோடு நிலமாக ஊர்ந்தோம். அம்மா தன்னுடைய கையில் விளக்கைச் சுமந்திருந்தாள். நாங்கள் நந்திக்கடலை அடையமுடியாதவாறு கடுமையான மோதல் தொடர்ந்திருந்தது. அப்படியே நானும் அவளும் நிலத்திலேயே படுத்துக்கொண்டோம். போராளிகள் சிலர் எங்களைப் பார்த்ததும் “ஓடுங்கோ அம்மா. இனிமேலும் இஞ்ச இருக்கமுடியாது. நாங்கள் குப்பி கடிக்கப்போகிறோம்” என்றனர். அம்மா ஒரு போராளி அக்காவை அழைத்து “எனக்கு கொஞ்சம் நந்திக்கடல் தண்ணி வேணும் மோளே, எடுத்து தருவியளோ” என்று கேட்டாள். “அந்தத் தண்ணி எதுக்கென இப்ப” கேட்டாள். அம்மா விளக்கை காட்டி, “இந்த விளக்கை அணையவிடக்கூடாது மோளே, இது அதிபத்தன்ர அணையா விளக்கு” என்றாள்.

அந்த அக்காவுக்கு அம்மா சொன்னது விளங்கவில்லை. ஆனாலும் அவள் நந்திக்கடல் தண்ணீரை ஒரு வெடிகுண்டின் வெற்றுக் கோதில் நிரப்பிக்கொண்டு வந்து கொடுத்தாள். கடுமையாய் சுடுகுது என்றாள் அம்மா. அணையத் துடிக்கும் சுடரின் அடித்திரி வேரில் நீரூற்றினாள். சுடர் எழுந்தது. வெற்றுக்கோதில் இருந்த மிச்சத் தண்ணீரை தாங்கியபடி அப்படியே நிலத்தில் கிடந்தோம். நந்திக்கடல் நீரில் அதிபத்தனின் அணையா விளக்கு நின்றெரிந்தது. நிணத்தில் எரிந்த நிலம் கருகி வீழ்ந்தது.

அம்மாவின் ஆடைகளைக் கழற்றி நிர்வாணமாக்கிய சிப்பாய், அவளது அடிவயிற்றில் சிவந்து தகிக்கும் பகுதியை சந்தேகித்து துப்பாக்கியின் நஞ்சுக் கத்தியால் குத்திக் கிழித்தான்.

அவளினுள்ளே ரத்தத்தில் எரியும் சுடர் விளக்கு அசைந்தணைய அதிபத்தனின் நெஞ்சொட்டிப் பாரைகள் நந்திக்கடலில் செத்து மிதந்தன.

22

கடலின் முன்னே விரிந்திருக்கும் அடர்ந்த காட்டினுள்ளே குருதி கசிந்துலரா சரீரத்தோடு மூச்சடங்கி கிடந்தாள். அவளது வலதுகரம் திடுமென உயர்ந்து என்னை அழைத்தது. குண்டியிலிருந்து வழியும் காற்சட்டையைப் பிடித்தபடி அவளிடம் ஓடினேன். எனது கையைப் பற்றி சிரசில் வைத்தாள். அவளது உச்சியில் உலோகத்தின் கொதி. பிடரி பிளவுண்டு மண்ணால் அடைக்கப்பட்டிருந்தது. சரீரத்தை தூக்கியபடி கடலை அடைந்த கணத்தில் மூச்சற்றாள். கடலில் வீசினேன். அலையின் ஒவ்வொரு மடிப்பிலும் உடல் சுருண்டு கடலுக்குள் போவதும் கரையொதுங்குவதுமாயிருந்தது. கழுகுகள் வானத்திலிருந்து கடல் நோக்கிச் சரிந்தன. அவற்றின் கால்களிலிருந்து ராட்சதக் குண்டுகள் வீழ்ந்து வெடித்தன. ஒரு பேரோசை எழுந்தது. அவளின் குரல் எழுந்து மடிந்தது. காலுக்கடியில் கிடந்த சிப்பியையெடுத்து கடல் மீது வீசினேன். கடலில் மிதக்கும் சரீரத்தில் அந்திச் சூரியன் சாய்ந்தது. அவளது கைகள் வான்நோக்கி உயர்ந்து சூரியனை அறைந்தன. ஒளி

மங்கியது. இருண்ட பூமியில் மிதந்துகொண்டே இருந்தாள் சித்தி. இக்கனவை அம்மாவிடம் சொன்னேன்.

“எப்ப பாத்தாலும் உன்ர கனவிலதான் அவள் வாறாள். என்ர கண்ணிலேயே அவளின்ர உருவத்தைக் காட்டமாட்டாள் போல” அம்மா சொன்னாள்.

“நாளைக்கு கனவில சித்தி வந்தால், அம்மா இப்பிடி சொல்லிக் கவலைப்படுகிறா, அவாவிட்டையும் போங்கோ என்று சொல்லுறன்” என்றேன்.

“உந்த வாயாடித்தனம் அவளிட்ட இருந்துதான் உனக்கு தொத்தினது. அவளும் இப்பிடிக் கிரந்தங்கள் கதைச்சு கடுமையா பேச்சு வாங்கியிருக்கிறாள்”

“ஆரிட்ட?”

“ஆரிட்ட வாங்கேல்ல சொல்லு. ஒருக்கால் தம்பியின்ர சந்திப்பில தளபதிமாரவே கூடி நிக்கேக்க ஈகை சொல்லி யிருக்கிறாள். அண்ணை, உந்தக் குடாரப்பு தரையிறக்கச் சண்டை வெற்றியில ‘லீமா’ன்ர புத்தி எவ்வளவு முக்கிய மானதோ, அதுமாதிரி இராணுவத்தின்ர புத்தியின்மையும் முக்கியமானது. ஏனெண்டு சொன்னால் அவங்கள் சண்டை செய்யிறதப் பார்த்தால் எங்களுக்கு பாவமாய் இருந்தது. ஏதோ வேட்டைத் திருவிழாவுக்கு வேஷம் போட்டுக்கொண்டு திரியிறவே மாதிரியெல்லே வந்தவே” என்றிருக்கிறாள். அதில நிண்ட தளபதியொருத்தர் முகம் மாறி, கோபப்பட்டிருக்கிறார்.

“தலைவர் என்ன சொன்னவராம்?”

அண்டைக்குப் பிறகு கனநாளாய் சந்திப்புக்கு ஆளை எடுக்கிறதில்லை. அதுக்குப் பிறகு ஒருநாள் வேறொரு சந்திப்பில ஈகையைக் கூப்பிட்டு “உன்ர பகிடியை விளங்கிச் சிரிக்கிற நேரத்தில, நாங்கள் இன்னொரு சண்டைக்கு வரைபடம் அடிச்சிடுவம். கொஞ்சம் வாயைக் குறை” என்றிருக்கிறார். “அதுக்கு இவள் சொன்ன பிரபலமான பதில கேள்விப்பட்டிருக்க மாட்டாய்” என்ற அம்மா என்னைப்

பார்த்தாள். நான் பதிலென்னவென்று கேட்பதற்குள் தொடர்ந்தாள்.

"அண்ணை, எங்கட தளபதிமாருக்கு பகிடி விடுகிறது, சிரிக்கிறது எல்லாம் தேசத்துரோகம் இல்லையெண்டு உறுதிப்படுத்திச் சொல்லுங்கோ. அதுவும் உங்களுக்கு முன்னால சிரிக்க சிலர் அம்மானிட்ட கடிதம் வாங்கோணுமெண்டு நினைக்கினம்" என்றிருக்கிறாள். சுற்றியிருந்த ஏனைய போராளிகளும் ஈகை சொன்னதைக் கேட்டுச் சிரித்தனராம்.

ஈகை சமர்க்களத்தில் பகைவர்க்கு கொடியவள். எளிய வியூகங்களால் எதிரியின் முன்னேற்றத்தை முறியடிப்பவள். வேவு அணியிலிருந்த அனுபவம் அவளது படையியல் வலிமை. ஒருமுறை பூநகரியில் நடந்த வன்கவர் படையினருடனான மோதலில் ஈகையின் சிறப்பான முடிவுகள் இயக்கத்துக்கு பாரிய வெற்றியைப் பெற்றுத்தந்தது. ஈகை புலியில்லை சூழலுக்கு ஏற்றவாறு வேட்டையாடும் சிறுத்தை.

ஒருநாளிரவு போராளிகளின் காவலரண்கள் மீது தாக்குதல் தொடங்கியது. நிலை கொண்டிருந்த தனது அணியினரிடம் பதிலுக்கு தாக்காமல் அமைதியாக இருக்குமாறு கட்டளை பிறப்பித்திருக்கிறாள் ஈகை. அந்தப் போர்முனையின் தளபதி ஈகையை அழைத்து இப்படி முட்டாள்தனமாக எதுவும் செய்யாதே என்று திட்டித் தீர்த்திருக்கிறார். தான் நினைத்தது போலவே எதிரியானவர்கள் தாக்குதலில் மும்முரமாக இருந்த வேளையில், தன்னுடைய சிறப்பு அணியினரை ஈகை முன்னேறச்செய்திருக்கிறாள். ஒரு கள்ளப்பாதை வழியாக உறுமறைக்கப்பட்ட இருபது போராளிகள் காட்டிலுள்ள மரங்களைப் போல நின்றிருந்தனர். பின்னர் ஒரே நேரத்தில் பின்னணிச் சூட்டு ஆதரவோடு பதுங்கியிருந்த அணியினர் தாக்குதலை தொடங்கினர். ஈகைக்கு இந்தச் சமரில் பெரிய பெயர் கிட்டிற்று. கிட்டத்தட்ட நாற்பது சடலங்களையும், ஒரு வன்கவர் வெறிப்படையினனை உயிரோடும் கைப்பற்றினார்கள். அவனை உரிய மரியாதையோடு பின்தளத்துக்கு அனுப்பி வைத்தாள். பிறகொரு நாளில் கைதிப்பரிமாற்றம் செய்யப்பட்ட அந்தப் படையினன்

தன்னுடைய சொந்தவூருக்குச் சென்று, இயக்கத்திற்கு ஒரு கடிதம் எழுதினான். அதில் ஈகையாளின் போர் அறத்தைப் பற்றி அவன் நினைவு கூர்ந்தது மறக்க இயலாதது" என்றாள் அம்மா.

ஈகையாள் சித்தியை உங்களுக்குத் தெரிந்திருக்காது. வன்னியிலிருந்தவர்களே பெரியளவில் அறிந்திருக்கவில்லை. இயக்க உறுப்பினர்களுக்கும் அதே கதிதான். இறுதியாக ஈகையாள் சித்தியை முள்ளிவாய்க்காலில் வைத்துச் சந்தித்தோம்.

"இனி மிச்சமிருக்கப்போவது தாய் நிலமல்ல, ஓர் உன்னதச் சகாப்தத்தின் நிர்மலமான இறந்தகாலம் மட்டுமே. வெறுமென அதற்காகவே காத்திருக்கிறோம்" என்றாள்.

சிறகாறா பறவையின் சோர்வு சித்தியில் கிளையோடியிருந்தது. அவளுக்கு அனைத்தும் அர்த்தமற்றதாக தோன்றிவிட்டதா? தியாகமென்பது இனி சொல்லின் ஞாபகமா? விடுதலையென்பது இனி கொடுஞ்சூட்டின் சீழா? பலவீனமடைந்த வீரயுகத்தின் நிர்மலம் தேயாதிருக்கட்டும். நம் வாழ்வு புதைக்கப்படுவதற்கும், விதைக்கப்படுவதற்கும் படைக்கப்பட்டது. நிதமும் துக்கத்தில் தத்தளிக்கும் பூர்வீகரோ நாம் என்று யாரோடு நோவது? யார்க்கெடுத்து உரைப்பது!

போரின் குமுறல் ஓசை கூவி முழங்கியது. அம்மா கஞ்சி வைத்தாள். சேமிப்பிலிருந்த குத்தரிசியின் கடைசிச் சுண்டு உலையில் கொதித்தது. கொடூரமான ஏவுகணைகள், பீரங்கிகள் சிதறி வீழ்ந்தன. கஞ்சி கலயங்களோடு சித்தியும், நானும், அம்மாவும் பதுங்குகுழிக்குள் இருந்தோம்.

"இந்த நாட்கள் சாய்ந்துபோகிற நிழலைப்போலவும் உலர்ந்து போகும் புல்லைப் போலவும் இருக்கின்றன" என்றேன்.

"ஓமடா தம்பி! எங்கள் பிதாக்கள் யுத்தத்தின் விளைவுகளை அசட்டை செய்தனர். ரத்த தாகத்தோடு வல்லமையோடிருந்த யுத்தமோ தன் புழுதியால் நம்மை அழிவிக்கிறது. சிவந்த சமுத்திரத்தின் ஓரத்திலே பொஸ்பரஸ்களால் கொல்லப்பட்ட

குழந்தைகள் மிதக்கின்றனர். இவ்வுலகில் எங்களுக்கு நன்மை செய்கிறவன் ஒருவனுமில்லை. அக்கிரமக்காரர் பால்சோற்றைப் பட்சிக்கிக்கிறதைப் போல் சனத்தைப் பட்சிக்கிறார்கள். யுத்தம் எங்களை வெறுத்து தோல்வியை தண்டனையாக அளித்தது. எங்கள் பிதாக்களை அது வெட்கப்படுத்தியது. கரைந்துபோகிற நத்தையைப்போல ஒழிந்துபோகாத பெருங்கனவின் பாதத்தில் சந்ததியைப் பணிய வைத்தார்கள். இன்னும் சில தினங்களில் பட்டயத்தின் கருக்கை மழுக்கிப்போட்டு திக்கற்ற யுத்த அநாதைகளாக ஆகுவோம்" என்ற சித்தியை அன்றிரவே கட்டியணைத்து வழியனுப்பினாள் அம்மா.

இரண்டு நாட்கள் எங்களோடு இருங்கள், அதன்பிறகு போகலாமென்று சொல்லியும் சித்தி கேட்கவில்லை. கூடாரங்களும் அழுகுரல்களுமாய் பரவியிருந்த நிணவெளியை ஊடறுத்து தனது கைத்துப்பாக்கியோடு நடந்து மறைந்தாள்.

மானுடத்திற்கு விரோதமான பெலனுடன் யுத்தம் தொடர்ந்தது. மண்ணின் விடுதலைக்காய் நீதிமானாய் களம் புகுந்தவர்கள் வெட்டுண்டு விழுந்தார்கள். சுழல்காற்றின் பழிவாங்கல் போலவே கந்தகத் தீயின் சுவாலைகள் ரத்தத்தில் மூண்டன. நாங்கள் யுத்தத்தின் மீது சிறுசொட்டும் நம்பிக்கையாயிராமல் எதன் மீது நம்பிக்கையாயிருக்க வேண்டுமென தீர்மானிக்கமுடியாத அபயமற்றவர்கள். மெய்யாய் பூமியிலே யுத்தம் அழியட்டுமென சபித்து அழும் மனுஷத் திரளின் பட்டயத்தை எதனாலும் தாக்க இயலாது. ஈகையாள் சித்தியை நினைத்து அழுதபடியிருந்தேன். என்னைத் தூக்கி வளர்த்த வரிப்புலித் தாயவள். ஆய்ந்த விரல்களில் வாசம் வீசும் காட்டுப் பூ அவளது நறுமணம். என் தலையில் பேன் பார்த்து, குளிப்பாட்டி என்னையே மகவென தரித்தவள். அவள் எப்போதும் இறந்து போகமாட்டாள் என்று எண்ணிய என் குழந்தைப் பருவத்தின் ஒரு பௌர்ணமி நாளில் சித்தி சொன்னாள்.

"மகன், நீ வளர்ந்து வந்ததுக்குப் பிறகு, உனக்கொரு சித்தப்பா வருவார். அவரிட்ட நீதான் என்ர பிள்ளையெண்டு நான் சொல்லுவன்."

“நான், உங்கட பிள்ளைதானே சித்தி “என்றேன்.

சமர்க்களத்தில் காயப்பட்டு கருப்பை முற்றாகச் சிதைந்து உயிர் மீண்ட ஈகை சித்தி என்னையே கருவாகச் சுமந்தாள்.

சித்தி புறப்பட்டு எட்டாவது நாளில் எல்லாமும் அழிந்திற்று. அழிவின் வெறுங்காலில் மிதிபட்டோம். கடலோரம் மண்டியிட்டவர்களை கண்முன்னே கொன்று போட்டனர். நாயகர்களின் பட்டயங்கள் மண்ணில் புரண்டு வீழ்ந்திருந்தன. பெருத்த காயங்களுக்கு உள்ளானவர்கள் தங்களுடைய ஆயுதங்களால் தம்மையே கொன்றனர். பிள்ளைகளை ஒருமிக்கச் சாகக்கொடுத்த தாய்நிலமும் தன்னையே வெடிவைத்து தகர்த்துக் கொண்டது. அம்மா, சித்தியை தேடிக் கொண்டிருந்தாள். அவளுக்கு நெருக்கமான மிகச்சிலரில் ஒருவரை மட்டுமே காணக்கூடியதாய் இருந்தது. ஈகை பற்றி எந்தத் தகவலும் தெரியாதென கை விரித்தார். பிறகு இன்னொருவரின் தகவலின்படி, முக்கியமான இடத்தில் நேற்றுவரை இருந்ததாக அறியமுடிந்தது.

அம்மாவும் நானும் கடைசித் தடவையாக ஒரு சுற்றுத் தேடிவிட்டு வன்கவர் வெறிப்படையின் வேலிக்குள் போகலாமென முடிவெடுத்தோம். நந்திக்கடல் கண்டல் காடு வரை நடந்து போகலாமென எண்ணினேன். அம்மா வேறொரு திசையில் நடக்கத் தொடங்கினாள். சனங்களின் அழுகுரல் வெடியோசைகள் எல்லாமும் வெறுமை கப்பிய பதற்றத்தை தந்தது. கும்பி கும்பியாக காயப்பட்ட போராளிகள், உப்புக் களிமண்ணையள்ளி காயத்தில் திணித்தனர். எவ்வளவு காயங்களால் அரண் அமைக்கப்பட்டிருந்த மண். ஒரு காயத்தின் குருதியைக் கட்டுப்படுத்த முடியாமல் வெட்கித்து அழுதது.

ஈகை உயிரோடுதானிருக்கிறாள். ஆனால் எங்கேயோ தப்பி போயிருக்கலாமெனத் தோன்றுகிறது என்று அம்மா சொல்லத்தொடங்கினாள். நடந்தவற்றை சொல்லுவதா வேண்டாமா என்ற குழப்பம். அம்மாவுக்கு ஈகை சித்தி உயிரோடு இருக்க வேண்டுமென ஆசை. எப்பிடியாவது

ஒருநாள் ஈகை வந்துவிடுவாள் என்று அடிக்கடி சொல்லிக் கொள்ளவும் செய்கிறாள்.

ஆனால் இத்தனை வருடங்களாகியும் அம்மாவிடம் சொல்லாத சேதியொன்றை உங்களிடமும் சொல்லவேண்டும். அன்றைக்கு முள்ளிவாய்க்காலில் நானும் அம்மாவும் திசைக்கொன்றாக பிரிந்து தேடினோம் அல்லவா! நான் போன திசையிலிருந்த கண்டல் பற்றைக்குள் ஈகை சித்தியைக் கண்டேன். அவளது வயிற்றை ரத்தம் மூடியிருந்தது. சித்தியின் மூச்சு சீரற்றுத் திணறியது. அவள் என்னை இனங்கண்டு கொண்டாள்.

தன்னுடைய கழுத்தில் கிடக்கும் சயனைட் குப்பியை எடுத்து வாய்க்குள் திணிக்குமாறு கன்களால் இரந்து கேட்டாள். வீரயுகத்தின் கம்பீர மாண்பையும், எக்கணத்திலும் அஞ்சாத திண்மையையும் தந்தருளிய ஆலம். வாழ்நாள் முழுவதும் சமரில் எதிரிகளையும், துரோகிகளையும் துளி அச்சமுமின்றி நேராய் சந்தித்த அதே கண்களால் சித்தி என்னிடம் கெஞ்சினாள். என்னால் முடியாது சித்தியென்று கதறியழுதேன். ஊழி பெருத்தோடும் கணம்.

மீட்சியற்ற பாழ்வெளியில் நாமிருந்தோம். முலையூட்டாத என் தாயின் மகிமைக்கும் மேன்மைக்குமாய்! ஒரு மகவூட்டும் அமிழ்தமென மண்ணோடு அவளையும் சேர்த்து அள்ளிக்கொண்டேன். முத்தமிட்டேன். அவளது மார்பின் மீது கிடந்த குப்பியை வெளியே எடுத்துக் கொடுத்தேன். கண்களை மூடினேன். உயிர் நொருங்கியது. ஒளிபொருந்திய முகம் திரும்பிய ஈகையாள் சித்தி கண்களை விரித்து என்னையே பார்த்தாள். அசைவற்ற ஒரு இறுமாப்புடன் அவள் மானத்துடன் தப்பித்திருந்தாள். அவளுடைய வயிற்றின் மீதிருந்த குருதியை என் உடலெங்கும் பூசிக்கொண்டு நந்திக்கடலில் இறங்கினேன்.

காலத்தின் ஊழ், போரின் பலியாடுகளாய் தோற்ற சனங்களை மேய்த்தது.

23

அம்மாவை விசாரணைக்கு வருமாறு வற்புறுத்தினார்கள். சனங்கள் திரண்டனர். வீட்டில் வைத்தே விசாரிக்குமாறு வன்கவர் வெறிப்படையினரிடம் கூறினார்கள். ஆனால் அவர்களோ தரையோடு தரையாக பலாத்காரமாக இழுத்துச் செல்லவும் தயாராக இருந்தார்கள். வீட்டிலிருந்த மிகச்சொற்பமான சாமான்களையும் கிண்டிக்கிளறி எறிந்தனர். முள்ளிவாய்க்காலில் உயிரைத் தவிர எல்லாவற்றையும் இழந்த பின்பும், எம்மிடமிருந்து எதனைப் பறிக்க நினைக்கிறார்கள்? மீளக்குடியமர்த்தப்பட்ட ஒவ்வொரு கிராமங்களிலும் இப்படியான வன்முறைகள் அப்பாவிச் சனங்கள் மீது தொடர்ந்தன. வீட்டின் பின்புறமிருந்த சிறிய கோவிலுக்குள் சென்றனர். அதற்குள் எதுவுமில்லை. மூலஸ்தானத்திலிருந்த சிறிய கலசத்தை தங்களுடைய காலணியால் ஓங்கி உதைந்தனர். வன்கவர் வெறிப்படை வீட்டிலிருந்து அம்மாவை கூட்டிச்சென்றது. விசாரணை முடிந்ததும் அனுப்பி வைப்போமென என்னிடம் சொன்னார்கள். அம்மாவின் முகத்தில் வாட்டமில்லை. கண்களில் தீயின் நிழல். என்னை அழைத்து முத்தமிட்டு “அம்மா

திரும்ப வந்திடுவன். நீ பசி கிடக்காமல் சாப்பிடு. தவறாமல் கோவிலுக்கு ஒரு பிடி அரிசி படை" என்றாள். அம்மா என்னிலிருந்து வெகுதூரத்தில் மறையும் வரை, வீதியிலேயே நின்றேன். சனங்கள் பதற்றத்தில் ஏதேதோ சொல்லினர்.

அன்றிரவு கோவிலுக்குள் நுழைந்து சாதுவாய் நெளிந்திருந்த கலசத்தை சரியாக்கினேன். ஒரு பிடி அரிசியை எடுத்து படைத்தேன். அம்மாவை நினைத்துச் சொல்லியழ எவருமில்லாது தனித்திருந்து தீபத்தை ஏற்றினேன். சொந்தக்காரர்கள் வந்து ஆறுதல் சொல்லிப்போயினர். அம்மாவின் நிலையறிய அரச உத்தியோகத்தர்களின் உதவியைத் தேடி சிலர் சென்றனர். எதுவும் துணைக்கு வராது விலகின. கோவில் வாசலிலேயே படுத்திருந்தேன். வணங்கிச் செல்பவர்களுக்கு ஒரு பிடி அரிசியை வழங்கிவிட்டு அங்குதான் அம்மாவுக்காக காத்திருந்தேன். மூன்றாவது நாள் மாலைப்பொழுதில் அம்மா வீட்டிற்கு வந்தாள். சனம் கூடித் திரண்டது. எதற்காக விசாரணை? என்ன கேட்டார்கள்? என்றெல்லாம் அறிய முண்டியடித்தனர். "இயக்கத்தின் ஆதரவாளராக நீங்கள் இருந்தீர்களா?" என்று கேட்டார்கள். "இயக்கம் இல்லாத இன்றைக்கும் ஆதரிக்கிறேன். என்றைக்கும் ஆதரிப்பேன்" என்றேன். "உங்களுக்குத் தெரிந்து ஆயுதங்கள் எங்கேயோ புதைக்கப்பட்டிருப்பதாக தகவல், எங்கேயென்று சொல்லுங்கள்" என்றனர். "அப்படி எதுவும் எனக்குத் தெரியாது" என்றேன். பொய் சொல்லாதீர்களென அடித்தார்கள். வதைத்தார்கள். ஒரு தகரத்தில் உப்பைக்கொட்டி அதன் மீது கட்டிப்போட்டார்கள். நீங்கள் கேட்பது எதுவும் எனக்குத் தெரியாதென சொல்லிக்கொண்டிருந்தேன். அதனை அவர்கள் நம்பிக்கொள்ள மூன்று நாட்கள் ஆகிவிட்டன. அவ்வளவுதான் என்றாள்.

அம்மா கலசத்திற்கு நீரள்ளி ஊற்றினாள். மண்ணால் கழுவி மண்ணெடுத்துச் சாற்றினாள். பூசை செய்வித்து எல்லோருக்கும் நெற்றியில் மண்ணைப் பூசினாள். எல்லோரும் சென்றதற்கு பிறகு நானும் அம்மாவும் அமர்ந்திருந்து கதைத்தோம். அவள் தன்னுடைய முதுகைக் காண்பித்தாள். தோலுரிந்த சிகப்புக் காயங்கள். முள்ளுக்கம்பியால் அடித்து

இழுத்தார்கள் என்றாள். மஞ்சளை தேங்காய் எண்ணெயுடன் சேர்த்துக் குழைத்து காயத்தில் இட்டேன். "அம்மா உங்களை நன்றாக கொடுமைப்படுத்தி விட்டார்கள்" என்றேன். அவள் எதுவும் கதையாமல் உறைந்திருந்தாள். அன்றிரவு முழுவதும் அம்மாவை இறுகக் கட்டியணைத்து உறக்கமில்லாது விழித்திருந்தேன். அம்மா புரண்டு படுக்க முடியாமல் தவித்தாள். நோவும், கொதிப்பும் உடலை ஆக்கிரமித்திருந்தது. "ஆர்மிக்காரங்களுக்கு ஏதோவொன்று அரசல்புரசலாய் போயிருக்கு, அதுதான் தேடி வந்திருக்கிறாங்கள்" என்றாள். "அப்பிடி என்னத்தையம்மா நாங்கள் மறைச்சு வைச்சிருக்கிறம்" கேட்டேன். "விஷயம் அதுவில்லை. அவங்களுக்கு எப்பிடி சந்தேகம் வந்தது. எப்பிடி என்னை நெருங்கினவங்கள் எண்டுதான் யோசனை. அப்பா ஆரோ ஒருத்தன் அவங்கட பிடிக்குள்ள இருக்கிறான்" என்றாள். அம்மா சுயநினைவற்று ஏதேதோ கதைத்தாள். அவளை இறுக்கி கட்டியணைத்து அம்மா... அம்மா... எனக்குப் பயமாயிருக்கு என்று சொல்லியும் கதைப்பதை நிறுத்தவில்லை. ஆங்காரமாய் படுக்கையிலிருந்து எழுந்தவள், எனது கையைப் பிடித்திழுத்தபடி கலச கோவிலுக்கு ஓடினாள்.

தீப விளக்குகள் காற்றில் அசையாமல் நின்றிருந்தன. அம்மா உள்ளே நுழையாமல் "ஆரது, எனக்குச் சொல்லு" என்றாள். உள்ளிருந்த ஒருருவம் தனது கைகளை வெளியே நீட்டியது. இடது கையின் நடுவிரல்கள் மூன்றுமற்றிருந்தது. அறம்பாவை அத்தையின் கைகள். அம்மா, மீண்டும் "ஆரது சொல்லு" என்றாள். அறம்பாவை அத்தை எதுவும் சொல்லவில்லை. அம்மா ஒரு பிடி அரிசியை எடுத்துவந்து கலசத்தின் முன்னே படைத்தாள். அறம்பாவை அத்தையின் கை அரிசி வரை நீண்டு வந்தது.

முள்ளிவாய்க்காலிலும் அம்மாவுக்கு நெருக்கமானவர்கள் பலர் வீரச்சாவு எய்தினர். கொழிஞ்சி, திகழினி, நிலான், வெள்ளையன், முல்லை, தென்னவன் என இழப்புக்களின் பெருக்கு. பொலித்தீன் பைகளுக்குள் அடைக்கப்பட்ட வித்துடல்களுக்கு சனங்கள் மரியாதை செலுத்தினர். மிஞ்சியிருக்கும் நிலத்தின் ஒரு கைப்பிடிப் பரப்பிலும்

விதைப்பதற்கு வித்துடல்கள் வந்து கொண்டேயிருந்தன. நானும் அம்மாவுமாக வித்துடல்கள் வைக்கப்பட்டிருக்கும் இடத்திற்குச் சென்றோம். இலைகள் உதிரும் பெருமரத்தின் கிளைத்தழும்பை போல ஒருவரையொருவர் வெறித்தனர். சொற்களற்ற திகைப்பும் ஆற்றாமையும் ஒவ்வொருவரின் மூச்சையும் நடுக்குவித்தது. அழுகிக் கிடந்த நிலானின் வித்துடல் மீது விழுந்து புரண்டு ஓலம் ஏற்றினாள் அம்மா. அது பிடுங்கப்பட்ட திசையறையைச் சென்றது. ஒவ்வொரு தாய்மாரின் வயிற்றிலும் பற்றியெரியும் நெருப்பை எங்கே கொட்டினால் ஊழி கருகும்? தம் பிள்ளைகளின் குருதியில் ஏளனமாய் புழுதி வீசும் கடல் காற்றைச் சாம்பலாக்குவது எப்படி? வானுயரும் ஊளையின் அடர்த்தி யுத்தத்தை விடவும் குழந்தைகளின் இதயத்தை பெரியதாய் துளைத்தது.

ஆனந்தபுரத்தில் நடைபெற்ற மோதலில் இயக்கம் கடுமையான இழப்புக்களை சந்தித்தது. வன்கவர் வெறிப்படையின் முற்றுகைக்குள் வீரயுகத்தின் தேவாதி தேவர்கள் அனைவரும் அகப்பட்டுப் போயினர் என்பது பேரிடியாக இறங்கிற்று. முற்றுகையைத் தகர்க்க உக்கிரமான தாக்குதலை போராளிகள் முன்னெடுத்தனர். ஆயினும் அற்புதங்கள் நிகழ மறுத்தன. பிசாசின் தந்திரங்களை எதிர்த்து உயிர் ஈகம் செய்யத் திராணியுள்ளவர்களாயிருந்தவர்களை சுள்ளிகளைப் போல முறித்துப்போட்டது படுகளம். தலைவரும் அகப்பட்டுக் கொண்டார். மீள்வது கடினமென பேச்சுக்கள் பரவின. பல தளபதிகளும், நூற்றுக்கணக்கான போராளிகளும் வீரச்சாவைத் தழுவிய களமாக ஆனந்தபுரம் உத்தரித்தது. தகிக்கும் மூச்சுக்கள் ஓய்ந்தன. ததும்பிய குருதியாற்றில் ஆயுதங்கள் சூடடங்கிக் குளிர்ந்தன. மாபெரும் வனாந்தரத்தின் மீட்பர்கள் உயிர்த்தெழ வழியற்று வீழ்த்தப்பட்டனர். முற்றுகைக்குள்ளால் அதிஷ்டவசமாக உயிர் தப்பியவர்களுள் அறம்பாவை அத்தையும் அடக்கம்.

நாங்களிருந்த பதுங்குகுழிக்கு மேலிருந்து அம்மாவின் பெயரைச் சொல்லி, அழைக்கும் சத்தம் கேட்டது. பதுங்கு குழியின் மேற்கூரையை திறந்து பார்த்தோம். அறம்பாவை அத்தை நின்றாள். நட்சத்திரங்கள் அற்ற வானத்தின் இருளில்

ஒளி பிறந்திற்று. பதுங்குகுழிக்குள் குதித்து இறங்கினாள். அறம்பாவை அத்தைக்கு முதுகிலிருந்து அடிவயிறு வரை ஒரு காயமிருந்தது. ஏதோவொரு சீலையால் அதனைக் கட்டியிருந்தாள். "எல்லாமும் சாம்பலாய் போச்சு. எண்ணுக்கணக்கில்லாமல் பூமிக்கு தின்னக் குடுத்தாச்சு" என்று கொந்தளிப்பாக இருந்தாள். "குடிக்கக் கொஞ்சம் தண்ணி தா..." என்று அறம்பாவை அத்தை கேட்டார். அம்மாவுக்கு இல்லையென்று சொல்ல மனம் வரவில்லை. இரண்டு நாட்களாக தண்ணியும் சாப்பாடும் இல்லாமல் பதுங்குகுழிக்குள்ளேயே இருந்தோம். எறிகணையும், சிறிய ரக ஏவுகணை தாக்குதல்களும் தொடர்ந்த வண்ணமிருந்தன. போர்விமானங்கள் தமது ராட்சத நிழல் தரையில் விழுமளவுக்கு தாழப்பறந்து தாக்குதல் செய்தன.

என்னிடம் சிறிய வாளியைத் தந்து "குடிக்கும் நீரை எடுத்துக் கொண்டு வா" என்றாள் அம்மா.

"தண்ணி வேண்டாம், நீ பெடியனை வெளியால விடாத" அறம்பாவை அத்தை சொன்னாள்.

"அது ஒண்டுமில்லை. அவன் போய்ட்டு வந்திடுவான். கடுஞ்சுழியன். ஷெல்ல அவங்கள் குத்துற சத்தம் கேட்டாலே, இவன் இஞ்ச விழுந்து படுத்திடுவான்" என்றாள் அம்மா.

"இப்ப ஷெல்லுக்கு மட்டுமே பயம். உவனை மாதிரி சின்னஞ் சிறுசுகளை பிடிச்சுக்கொண்டு போய், பயிற்சியுமெல்லே கொடுக்கிறாங்கள். இஞ்ச நிண்டு இந்த வேலை செய்யிறவனுக்கு என்ன நடக்குது. என்ன நடக்கப்போகுதெண்டு எதுவும் தெரியாது. ஆனால் உதைச் செய்துகொண்டே இருக்கிறாங்கள்"

"இவனிட்ட மாவீரர் குடும்ப அட்டையிருக்கு. அதைக் காட்டினால் விட்டிடுவாங்கள். நீ ஒண்டுக்கும் பயப்பிடாத"

"இப்ப அதெல்லாம் செல்லாது. ஒரு கதைக்கு மாவீரரே எழும்பி வந்தாலும், இவங்கள் பிடிச்சுக்கொண்டு போய் பயிற்சி குடுப்பாங்கள்" அறம்பாவை அத்தை சொன்னாள்.

மூவரும் அமரமுடியாதளவு சிறிய பதுங்குகுழி. அவரும் அதிகாலை வரையும் எங்களோடு இருந்தார்கள். இருபது வருஷங்களுக்கு மேலான இயக்க வாழ்வில் துயர் புலம்பும் ஓரிரவாக ஆக்கிக்கொண்டார் போலும். முற்றுகையை விட்டு வெளியேறும் போது, கையில் கிடந்த ஆயுதத்தை தூக்கி எறிந்தாளாம். அந்தச் சனியனை இனிமேலும் கையால் தொடமாட்டேன் என்றார். ஒரு கைப்பிடி அரிசியை எடுத்து அறம்பாவை அத்தைக்கும் எனக்கும் தந்த அம்மா, தண்ணியில்லை நல்லாய் அரைச்சு சாப்பிடுங்கோ. விக்கலெடுத்துச் செத்துப்போனால் ஒருத்தனும் உங்களைத் தூக்கிப் போடவும் வரமாட்டங்கள் என்றாள்.

“அக்கா, நீயும் சாப்பிடு” என்றாள். “இல்லை, எனக்கு வேண்டாம். ஒரேயடியாய் காலமைக்கு கஞ்சி வைச்சு குடிக்கலாம்” என்றாள்.

“தப்ப கிடைச்சால் உள்ள போங்கோ. இனி இங்க எதுவும் இல்லை. மண்ணை விசுவாசித்தவன் மரித்தாலும் பிழைப்பான் என்ற வீரயுகமோ, அவயவங்களாயும் மாம்சங்களாயும் எலும்பு களாயும் யுத்தத்திற்கு உரிமையுடைதாயிற்று. எப்போதும் யுத்தத்தைப் பற்றி மரணத்தை மகிமைப்படுத்தினோம். வாக்குத்தத்தம் அளிக்கப்பட்ட தியாகத்தின் சாட்சிய மானோம். மரித்தவர்களை குழியிலிருந்து உயிர்ப்பித்து கட்டவிழ்த்துவிடுகிற தெய்வங்களை எப்போதோ பிரேதச்சீலைகளால் சுற்றி அடக்கம் செய்திருந்தோம். இரத்தத்தினாலே சமீபமானது யுத்தம். வெறும் யுத்தத்தினால் அநாதரவானது தியாகம் என்று சொல்லியபடி பதுங்குகுழியின் மேற்கூரையைத் திறந்து அதிகாலையில் இருவரும் விடைபெற்றனர். மேகத்தின் அலைவு சனங்களைப் போல ரூபமளித்தது. பெண்ணொருத்தி தன்னுடைய தலைமுடியில் அலைமேவும் கடலை கட்டியிழுத்துச் செல்வதைப் போல பிறிதொரு மேகத் தரிசனம் தோன்றியது. அறம்பாவை அத்தை இருந்த இடத்தில் ரத்தம் வடிந்திருந்தது. மண்ணோடு அதையள்ளி ஒரு பிடியாகக் குழைத்து, நகைகள் வைத்திருக்கும் பையில் போட்டாள் அம்மா.

அறம்பாவை அத்தை மீண்டுமொருதடவை வந்திருந்தார். பைநிறைய விசுக்கோத்துக்களைத் தந்தார். அம்மாவை தனியாக அழைத்துச் சென்று சிறிது நேரம் ஏதேதோ கதைத்தார். என்னை பதுங்குகுழிக்குள்ளேயே இருக்குமாறும், தான் ஒரு வேலையாக சென்று திரும்பி வருவதாகவும் சொல்லிப் புறப்பட்டாள் அம்மா . மூன்று மணித்தியாலங்கள் போயிருந்தன. எறிகணைகள் வீழ்ந்து வெடித்தன. அம்மாவுக்கு எதுவும் நேர்ந்து விடக்கூடாதென வேண்டி கந்தசஷ்டி கவசத்தைப் பாடினேன். அறம்பாவை அத்தையும், அம்மாவுமாக மீண்டும் வந்திருந்தனர். அத்தை என்னைத் தூக்கி முத்தமிட்டார்.

சிலநிமிடங்கள் நமக்கிடையே நிலவிய அமைதி ஒரு எரிபந்தின் அந்திமப் புகையென கண்ணீரை வரவழைத்தது. சூன்யத்தின் கையசைப்பு. விடைகொடுப்பு. அறம்பாவை போனார். பிறகு எல்லாமும் போயிற்று. தீராத ரணம். சகிக்க இயலாத குரூரமான ஓவியத்தில் அனாதைகளாக நிறுத்தப்பட்டிருக்கும் தாயும் மகனுமாய் பதுங்குகுழிக்குள் உறைந்திருந்தோம். உலர்ந்த உதடுகளை எச்சிலால் நனைத்தோம். அது தாகத்திற்கு தீர்வாகாத தகுதியற்ற சடங்கு. அம்மாவின் மடியில் தலைவைத்தேன். சிறிதாய் ஒரு சுகம். பெருந்துணைக் கவசமென தலையைத் தடவிக் கொடுத்தாள். எங்களுடைய கைகளைத் தூக்கி மண்டியிட்டு பகைவர் அறையும் சிலுவைக்காக முள்ளிவாய்க்கால் பதுங்குகுழிக்குள் பத்திரமாயிருந்தோம். ஒரு பகலுக்கும் இரவுக்குமிடையேயான நாளின் தலையில் இறங்கி மூண்டது எரியுகம். எல்லாத் தருணங்களும் அவமானத்தினால் போர்த்தப்பட்டன. எல்லோரும் ஒரு குரலுக்காக காத்திருந்தார்கள். கொடிய தோல்வியின் நகரத்தில் எல்லாவற்றாலும் கைவிடப் பட்டவர்கள் கடலுக்குள் இறங்கினர். சீழும் ரத்தமும் நிரம்பிய பிணங்கள் புராதனமானவொரு வரலாற்றின் அந்திம அத்தியாயத்தின் மீது குவிந்திருந்தன.

பிணங்கள் பாதையானதொரு மத்தியானத்தில் ஒன்றின் மீது ஏறி இறங்கினேன். கால்களில் தளும்பிய உடலத்தைப் பார்த்தேன். அறம்பாவை அத்தை. பின்னே வந்துகொண்டிருந்த

அம்மாவிடம் அத்தை... அறம்பாவை அத்தை என்றேன். அவள் அத்தையின் வாயில் ஒரு பிடி அரிசியை இட்டாள். லேசாக முகத்தை மூடிக்கிடந்த கூந்தலை விலக்கினாள். அத்தையின் நடுவிரல்கள் மூன்றுமற்ற கையை எடுத்து முத்தமிட்டேன். தீயுழின் நொடிகள் பெருகின. அம்மாவின் நகைப்பையை வாங்கிய வன்கவர் வெறிப்படையாளன் ஒருவன் எல்லாவற்றையும் அபகரித்தான். அந்தப் பையிலிருந்த குருதி நாற்றத்தை அவனால் தாங்கமுடியாதிருந்திருக்க வேண்டும். தூக்கி வீசினான். "அது எங்கட முதுசம். அதை எடுத்துக் கொண்டு வா" என்றாள். அறம்பாவை அத்தையின் குருதியும் முள்ளிவாய்க்கால் கடல் மண்ணுமாய் ஒரு வீரயுகத்தை வழியனுப்பி வைத்தோம்.

நாங்கள் மீளக்குடியமர்த்தப்பட்டதும் யாழ்ப்பாணத்திலிருந்து சிறிய கலசத்தை வாங்கிவந்து, அதற்குள் அறம்பாவை அத்தையின் குருதியால் குழையுண்ட மண்ணைப் போட்டு பீடத்தில் வைத்தாள். சிறிய கோவிலாக கட்டி பூசைகள் செய்தாள். வருவோர்க்கு ஒரு கைப்பிடி அரிசியை மட்டும் பிரசாதமாக வழங்குவது வழக்கமாயிருந்தது. தண்ணி குடிக்காமல் அதனைச் சாப்பிடவேண்டுமென நிபந்தனையும் இருந்தது. ஏனென்று எல்லோரும் கேட்டார்கள். அம்மா அப்படித்தான், அதற்கு பதிலில்லை என்றாள். சில நாட்களில் நான் உறங்கப்போனதற்கு பிறகு அம்மா, கோவிலுக்குச் சென்று புசுபுசுப்பது கேட்டிருக்கிறது. ஆனால் அறம்பாவை அத்தை அங்கே வருகிறாள் என்று அம்மா எனக்குச் சொன்னது கிடையாது.

ஒருநாளிரவு வீட்டைச் சுற்றிவளைத்து ராட்சத இயந்திரங் களால் பூமியைத் தோண்டினார்கள். சனங்கள் மிரண்டு கூடியிருந்தனர். அம்மாவிடம் மீண்டும் விசாரணைகள் தொடர்ந்தன. நீங்கள் கேட்பது எதுவும் எனக்குத் தெரியாது என சொன்னாள். தோண்டப்பட்ட பூமியிலிருந்து அரிசியும், குருதியால் குழைந்த மண்ணுமே வந்தது. கலசக் கோவிலினுள்ளே சுடரொழுகும் விளக்கொளியில் அமர்ந்திருந்து அரிசியுண்ணும் அறம்பாவை அத்தையிடம் ஓடிச்சென்றேன்.

“அன்றைக்கு அம்மாவை அழைத்துக் கொண்டு போனது நீங்கள் தானே, அப்பிடி என்னத்தை அத்தை தாட்டணியள்?”

“எங்கட முதுசமாய் இருக்கிற ஒரு வித்துடலை. அது எண்டைக்கோ ஒருநாள் உயிர்த்தெழுமடா தம்பியா”

“இவங்களால கண்டுபிடிக்க முடியாதோ?”

“அம்மாவைத் தவிர ஆருக்கும் தெரியாத இடம். அம்மாவுக்கு மட்டுமே தெரிந்த இறுதி ரகசியம்”

“ஆரின்ர வித்துடல்?” என்று அறம்பாவை அத்தையிடம் கேட்டதும், என் பின்னே வந்துநின்ற அம்மா “எங்கட மண்ணோட வித்துடல்” என்றாள்.

24

அனலி வீரச்சாவு அடைந்தாள். வித்துடல் திறக்கமுடியாதபடி பேழையில் அடைக்கப்பட்டு வந்தது. கொடுநாற்றத்துடன் பேழைக்குள்ளிருந்து நிணம் கசிந்து வெளியேறியது. அமைக்கப்பட்ட பந்தலுக்குள் வெயில் வராமல் கம்பளங்கள் தொங்கவிடப்பட்டன. வாசனைத் திரவியங்கள், சந்தன நறுமண ஊதுபத்திகளென மூச்சுவிட உபாயங்கள் அளித்தும் வெயில் ஏற ஏற சுற்றியிருந்தவர்களின் குடல் புரண்டது. சிலர் மூக்கைப் பொத்தியபடியே இருந்தனர். வயிற்றைக் குமட்டி வெற்றிலையைப் போட்டு அதக்கினேன். நான்கு நாட்களுக்குப் பிறகு களத்தில் மீட்கப்பட்ட வித்துடல் இப்படித்தான் இருக்குமென இயல்பாகச் சொல்லினர். கப்டன் அனலி என்று அச்சிடப்பட்டு வழங்கப்பட்ட பெரிய புகைப்படத்தில் மலர்ந்திருந்தாள். வித்துடல் மாவீரர் துயிலுமில்லம் நோக்கி புறப்பட்டது. வீதியில் சனங்கள் கூடி மலரஞ்சலி செய்தனர். சிவந்தொழுகும் அந்தியின் வண்ணத்தில் மழை தூறிற்று.

அனலியின் தாயார் மயக்கமடைந்து ஓய்ந்திருந்தாள். அனலியின் சகோதரனான

அமலன் என்னுடைய கைகளைப் பற்றி துடிதுடித்தான். “தங்கா, என்னை மன்னிக்கவே மாட்டாள். அவளை நாந்தான் கொலை செய்திட்டன்” என்றான். அவனைத் தழுவி ஆறுதல் சொன்னேன். அனலியின் வித்துடலை விதைத்து திரும்பினோம். இருண்ட சொற்களால் எழுதப்பட்ட நீண்ட வரியைப்போல வெறித்திருந்தது வீட்டிற்கு செல்லும் வீதி. கனவிற்காக உயிர்துறப்பதா? உயிர் துறப்பதுவே கனவா? வன்னிநிலம் முழுதும் அதே இருண்ட சொற்களாலான வீதியில் சனங்கள் வீடுகளுக்குத் திரும்பினர்.

அனலியின் கைகளைப் பற்றிக்கொண்டு சென்ற கோவிலும் குளமும் களையிழந்தன. “நீ வளர்ந்து வந்து என்னைத் தான் கலியாணம் செய்து கொள்ளவேண்டும் வடுவா” என்பாள். என்னுடைய தலையில் பேன் பொறுக்கி விரல் நகத்தில் மெழுகுப் பசையாய் ஆகும் வரை குத்திக்கொண்டே இருப்பவளை இழந்தேன். அவளின் வாசனை எனக்குப் பிடித்திருந்தது. கூந்தலும், நெற்றியில் பொட்டென அமைந்திருக்கும் சிறிய மச்சமும் அவள் வடிவின் அடவு. இப்படி ஏன் உயிர்களை இழக்கிறோம்? எத்தனை எத்தனையாய் அவலப்படும் பிறவியிது? அனலியையும் மண் பிளந்து வாங்கிற்று. அவளது மேனியில் ஒரு பிடி மண்ணை அள்ளிப்போட்டேன். வரலாற்றின் முகப்பில் விதைகுழிகள் வரவேற்கும்.

வன்னியிலுள்ள சனங்களுக்கு இயக்கம் ஒரு அறிவிப்பை வெளியிட்டது. “வீட்டுக்கு ஒருவரை நாட்டுக்கு தருவீர்” என்று பதாகைகள் எழுந்து நின்றன. பரப்புரைகள் முடுக்கி விடப்பட்டன. வீடு தோறும் அரசியல்துறைப் போராளிகள் படையெடுத்தனர். வீடுகளில் பிரச்சனை தோன்றியது. எந்தப் பிள்ளையை போருக்கு அனுப்புவதென்று பெற்றோர்கள் குழம்பினர். எப்போதும் வீடுகளில் விளக்குகள் சுடர்ந்தன. சனங்களிடமிருந்து உறக்கம் எரிந்து போயிற்று. அண்ணனை வீட்டிலிருக்கச் சொல்லிவிட்டு பாசறை நோக்கிப் புறப்பட்ட தம்பிகளும் தங்கைகளும் நாளேட்டில் வெளியாயினர். பிள்ளைகளை போராட்டத்தில் இணைத்த பெற்றோர்களின் பேட்டிகள் இயக்கத்தின் அனைத்து ஊடகங்களிலும் வெளியானது.

தேய்பிறை நிலவின் ஒளிமங்கும் நள்ளிராப் பொழுதில் உறக்கத்திலிருந்து விழித்து நீரருந்திய அனலியிடம் "அமலன் என்னோட இருக்கட்டும், நீ போ மோளே..." என்ற தாயாரின் சொல்லை ஆமோதித்தாள். தேயும் நிலவுடன் அவளது உறக்கம் மெலிந்தது. கண்களை மூடமுடியாமல் மூச்சின் வேகம் அதிகரித்தது. நெஞ்சைப் பிடித்தபடி எழுந்தாள். அவள் எழுப்பிய சத்தம் கேட்டு அமலன் திடுக்கிட்டான்.

"தங்கா, என்னடி செய்யுது?"

ஒன்றுமில்லையென தலையை ஆட்டினாள். தாயார் அவளுக்கு சுடுதண்ணி கொடுத்தாள். "என்னில எதுவும் கோபிக்காத மோளே, கொண்ணா வருத்தக்காரன். அவனை அனுப்பிப் போட்டு என்னால உயிர் வாழ ஏலாது" அனலியின் கால்களை தொழுதெழுந்தாள்.

அடுத்தநாள் காலையிலேயே கிளிநொச்சியிலுள்ள அரசியல் துறையினரின் முகாமுக்குச் சென்று இயக்கத்தில் இணைந்து கொண்டாள். ஒவ்வொரு வீட்டிலிருந்தும் புறப்பட்டுப் போகும் பிள்ளையை எல்லோருமாக நின்று வழியனுப்ப பழகினர். அனலிக்கும் அது வாய்த்தது. அமலன் கொஞ்சநாட்கள் வீட்டுக்குள்ளேயே முடங்கி கிடந்து விம்மினான். ஊரோடு ஒத்த துயர். போருக்கு மகவுகளை அனுப்பி வைத்துவிட்டு, எரிமலை கொதிக்கும் கருவறையோடு விரதமிருந்தனர். பிள்ளைகளின் உயிருக்கு எதுவும் நேரக்கூடாதென கோவில்களுக்கு நேர்த்தி வைத்தனர். அனலி இயக்கத்திற்குச் சென்று ஆறுமாதத்திலேயே வித்துடலாக திரும்பி வந்தாள். அன்றிரவு அவள் ஆசை ஆசையாக வளர்த்த பசு, வெள்ளை நிறத்தில் கன்றை ஈன்றது.

"என்ர தங்காவை நாந்தான் கொலை செய்திட்டன். அவள் என்னை மன்னிக்கவே மாட்டாள்" அமலன் எட்டாம் நாள் செலவு வீட்டிலும் சொல்லியழுதான். அவனைத் தேற்றுவதே எங்களுக்கு வேலையானது. "அமலன் இனிமேலும் நீ இப்பிடிச் சொன்னதைக் கேட்டால், இயக்கம் உன்னை கொலைக்கேஸ்ல பிடிச்சுக் கொண்டு போய்டவும் வாய்ப்பிருக்கு. அவங்களுக்கு இப்ப ஆள் பற்றாக்குறை எண்டு

உனக்குத் தெரியும் தானே” என்றார் காசிப்பிள்ளை மாமா. கூடியிருந்தவர்களும் நடந்தாலும் ஆச்சரியமில்லை என்பதைப் போலவே ஆமோதித்தனர்.

“இயக்கத்துக்கு இப்ப எல்லாமும் பற்றாக்குறைதான். ஒரேயொரு வரவு இதுதான். வித்துடல்களை அடுக்கியடுக்கி நிலத்தையும் கைவிடீனம். மிஞ்சப்போறது என்னவெண்டுதான் தெரியேல்ல” என்ற காசிப்பிள்ளை மாமா பீடியைப் புகைத்து மூக்கினால் புகை எறிந்தார். உலாவ வழியற்ற பெருமரத்தின் நிழலென சனங்கள் உறைந்திருந்தனர். யுத்த அக்கினி வன்னிக் காட்டின் மேய்ச்சல்களையும் பட்சித்தது. அதன் சுவாலை வெளியின் விருட்சங்களையெல்லாம் எரித்துப்போட்டது. சொந்த மாமிசத்தின் துண்டங்களை சனங்கள் கூட்டிப் பெருக்கினர்.

மாதங்கள் உருண்டோடின. நடுச்சாமத்தில் கிளிநொச்சி யிலிருந்து வீட்டிற்கு வந்துகொண்டிருந்தேன். அனலியின் வீட்டினைக் கடந்து வருகிற அடுத்த ஒழுங்கையில் எனது வீடு. என்னுடைய ஈருருளியின் முன்சக்கரம் ஆட்டம் கண்டிருந்தது. தெருவில் நாய்கள் குரைத்து விரட்டின. சீமைக்கருவேல மரங்கள் காற்றில் அசையும் சத்தம் ஆசுவாசத்தை தந்தது. அனலியின் வீட்டின் முன்பாக கச்சான் விதைத்திருந்தனர். அந்த தோட்டத்தின் நடுவே யாரோ நின்று கொண்டிருப்பதை பார்த்தேன். அந்த உருவம் திடீரென மறைந்தது. திகைப்புற்று அங்கேயே நின்றேன். கையில் கிடந்த டோர்ச் லைட்டால் அடித்துப் பார்த்தேன். யாருமில்லை. ஈருருளியை மிதிக்கலானேன். பாரம் அழுத்தியது போலிருந்தது. நான் பின்னால் திரும்பிப் பார்த்தேன். எவருமில்லை. திடீரென பாதையின் ஓரத்தில் தன்னுடைய கூந்தலை இரட்டைச் சடையாக இறுக்கிப் பின்னிக் கொண்டிருந்தாள் அனலி. அவளுடைய முகம் பொலிவுற்ற பூசணிப்பூவாய் மஞ்சள் நிறத்துடனிருந்தது. அவளது பெயர் சொல்லி அழைத்தேன். எதையும் பொருட்படுத்தாமல் சடை பின்னிக்கொண்டிருந்தாள். நான் விடியும் வரை அங்கேயே மயக்கமுற்று கிடந்திருக்கிறேன்.

வீட்டிற்கு தூக்கிச் சென்றவர்கள் நடந்தவற்றைக் கேட்டார்கள். அனலி மஞ்சள் முன்னா மரத்தடியில் நின்றாள். ஆனால் எதுவும் கதைக்கவில்லை. அதன் பிறகு என்னால் அசையமுடியாது போயிற்று. பிறகு என்ன நடந்ததென தெரியவில்லையென்றேன். அனலி உன்னை ஒற்றைப் படையாக விரும்பினாள். அதனாலேதான் உனக்கு காட்சித் தந்திருக்கிறாள் என்றார் காசிப்பிள்ளை மாமா. அவள் என்னுடைய ஸ்நேகிதிதான். ஆனால் நீங்கள் சொல்வதைப் போலில்லை என்றேன். அனலியின் தாயாரும், அமலனும் வீட்டிற்கு வந்திருந்தார்கள். அனலியை இயக்கத்தில் இணையச் சொன்ன நாள்முதலாய் புழுங்கித்தவிக்கும் தாய்மை. அவள் பேயாக அலைவது உண்மையில்லையென சிலர் சொன்னார்கள். "அவள் பேயாக வந்தாலும் வரட்டுமே. இயக்கத்துக்கு போய் செத்தபிள்ளையள் இப்பிடி உலாவினம். அதில பயப்பிடுறதுக்கு என்ன இருக்கு" என்றாள் அம்மா.

"எடியே நீ இயக்கத்துக்கு குடுக்கிற அதே மரியாதையை இயக்கப் பேய்களுக்கு குடுப்பாய் போல" என்றார் காசிப்பிள்ளை.

"இயக்கப் பிள்ளையள். எப்பவும் எனக்கு பிள்ளையள்தான்"

ஊருக்குள் கொஞ்சம் பயம் வந்தது. கம்மாலையடுத்து இருக்கிற மரத்தடியைத் தாண்டும்போது எல்லோருக்கும் குழை சோறு மணந்தது. யாரோ கழிப்பு கழிச்சிருக்கிறார்கள் என்று நினைத்தார்கள். ஆனால் மாதக்கணக்கில் மணந்தது. இரவுகளில் அந்த வாசனை பலருக்கு மயக்கத்தை உண்டாக்கியது. வீட்டின் பின்பிருந்த மாட்டுத்தொழுவத்தில் அனலியின் குரல் கேட்டு எழும்பிப் போயிருக்கிறாள் தாய். கன்று துள்ளித் துள்ளி விளையாடியது. அது தனது உச்சியை யாருக்கோ தடவக்கொடுத்து சுகம் காண்பதைப் போல கிறங்கி நின்றது.

அன்றைக்கு என்னுடைய நன்பனின் சகோதரர் வீரச்சாவு அடைந்திருந்தார். விசுவமடுவுக்கு சென்று திரும்ப வேண்டியிருந்தது. பேருந்தில் இறங்கி, வீட்டிற்கு செல்ல வேண்டும். லேசாக மழையும் தூறிக்கொண்டிருந்தது.

ஆட்கள் நடமாட்டம் இல்லாதிருந்தது வீதி. கொஞ்சம் பயமாகவிருந்தது. நான் மதகைத் தாண்டி நடந்தேன். நாய்களின் கண்கள் வழமைக்கு மாறாய் நெருப்புக் கனிகள் போல சிவந்திருந்தன. காற்றில் ஒருவித வெக்கை. சோளம் வாட்டும் வாசனை உள் நாசியில் புகுந்தது. கம்மாலையைத் தாண்டினேன். குழைசோறு மணந்தது. கண்களை மூடிக் கொண்டு விறுவிறுவென நடந்தேன். மஞ்சள் முன்னா மரத்தடியை கடக்கும்போது அனலி என்னை அழைத்தாள். திரும்பக்கூடாதென மனம் சொல்லியும் திரும்பினேன். யாருமில்லை. மஞ்சள் முன்னா மரத்தின் மீதிருந்து குரல் கேட்டது. மேல் நோக்கிப் பார்த்தேன். நீலநிறத்தில் பாவாடை அணிந்து, கண்களுக்கு மை தீட்டி, கனகாம்பரப் பூக்களைத் தலைக்குச் சூடி அனலி அமர்ந்திருந்தாள். "கீழே வா..." என்றழைத்தேன். "இல்லை உனக்கருகில் நான் வந்தால், நீ மூக்கை மூடுவாய். என் நாற்றம் தாங்காது வெற்றிலையைப் போட்டு அதக்க வேண்டிவரும். இந்நேரத்தில் உனக்கு ஏன் சங்கடத்தை தருவான்" என்றாள்.

"நீயேன் இப்படி தேவையற்ற விஷயங்களைக் கதைக்கிறாய். இரு நானே மேலே வருகிறேன்"

"வேண்டாம், நீ கீழே நில். என்னுடைய உடல் வாசனை யில்லாதது. உன்னுடைய குடலைப் புரட்டிவிடும்" என்றாள்.

"அனலி... அப்படிச் செய்தமைக்காக நீ என்னைத் தண்டித்துக் கொள். ஆனால் மீண்டும் மீண்டும் அதையே சொல்லாதே. இரு வருகிறேன்" என்று மரத்தில் தாவினேன்.

மரத்திலிருந்து கீழே விழுந்த என்னை அதிகாலையிலேயே ஊரவர்கள் மீட்டனர். அந்த மரத்தில்தான் அவள் குடியிருக்கிறாள் என்று சிலர் கருதினார்கள். மரத்தை தீ வைத்துக் கொழுத்திவிட்டால் அவளது ஆன்மா சாந்தியடையும் என்றார்கள். எதுவும் செய்யவேண்டாம். அவளால் எங்களுக்கு ஒரு தீங்கும் நடவாது என்றாள் அம்மா. ஊரவர்கள் சிலர் தமது பிள்ளைகளை வெளியே அனுப்ப பயந்தனர். அமலன் பொழுது சாய்ந்தால் வீட்டுக்குள்ளேயே ஒடுங்கினான்.

என்னைச் சாக்கொல்லாதே சாக்கொல்லாதே என்று உறக்கத்திலிருந்து கதறி எழும்பி ஊரைக் கூட்டினான். அவனை அழைத்துச் சென்று ஒரு சாமியாடியிடம் நீறு போட்டு கறுப்பு நிறத்தில் கயிறும் கட்டிவிட்டேன். அவனுக்கு அந்தத் துணையும் காப்பும் ஆறுதலாயிருந்தது. அனலி ஆரையும் எதுவும் செய்யமாட்டாள் என்று அவனுக்குச் சொன்னேன்.

அன்றிரவு மாட்டுத்தொழுவத்தில் விளையாடிக்கொண்டிருந்த கன்று பெரிதாகச் சத்தமிட்டு அழுதது. விளக்குடன் ஓடிச்சென்ற தாயார் மல்லாந்து கிடந்த பசுவின் காம்பில் நீலம்பாரித்து கிடப்பதைக் கண்டாள். உயிருக்குப் போராடிய பசுவை காப்பாற்ற முடியாமல் விளக்கு வெளிச்சத்தில் பார்த்துக்கொண்டிருந்தார்கள். சில நொடிகளில் மஞ்சள் முன்னா மரம் தீப்பற்றி எரிந்தது. ஊரிலுள்ள விஷமிகள் யாரோ இதனைச் செய்திருப்பார்கள் எனவெண்ணி அம்மா கூச்சலிட்டாள். எவரொருவரும் செய்தேனென்று சொல்ல வில்லை. ஊரே கொஞ்சம் கதி கலங்கியது. தம் நிழலைக் கண்டு அஞ்சினர். மஞ்சள் முன்னா மரத்தின் கீழே ஆழமாய் மண்ணில் இறங்கியிருந்தன அழிவற்ற கால் தடங்கள்.

“அவள் போய்ட்டாள். இனி வரமாட்டாள். எல்லாமும் அடங்கிற்றுது” என்றாள் அம்மா. அனலி ஏன் இப்படி நடந்துகொள்கிறாள் என்கிற குழப்பமும் அச்சமும் எனக்குத் தோன்றியது. அவளும் நானும் சென்றுவரும் கோவிலில் வழிபட்டேன். நடுமதியத்தில் குளத்திற்குச் சென்று குளித்தேன். அவள் நின்று குளிக்கும் இடத்தில் குமிழ்கள் பொங்கின. சலவைக் கல்லில் பிழிந்து வைத்திருந்த ஆடைகள் அவளுடையது போலவே தோன்றின. ஓடிச்சென்று பார்த்தேன். அப்போதுதான் குளித்து பிழிந்த ஈரத்துடன் இருந்தவை அனலியின் ஆடைகள்தான். அவற்றை எடுத்துக் கொண்டு வீட்டிற்கு திரும்பினேன்.

அம்மா கேட்டாள், “ஆற்ற உடுப்படா இது?”

“அனலியின்ர”

“அவளின்ர உடுப்ப எங்கையிருந்து எடுத்துக்கொண்டு வந்தனி”

“குளத்தடியில”

அம்மா என்னிடமிருந்து ஆடைகளை வாங்கி வீட்டினுள்ளிருந்த கொடியில் காயப்போட்டாள். “அவள் இஞ்சதான் திரிகிறாள். பாவம் பிள்ளை” என்றாள் அம்மா.

சில நாட்கள் கழித்து ஒரு மதிய நாளில் வீட்டில் தனியாக விருந்தேன். வீட்டின் கதவை யாரோ தட்டினார்கள்.

“ஆர்?”

“கதவைத் திறவுங்கோ”

“ஆரெண்டு கேக்கிறன். பெயரில்லையோ”

“இருக்கு. ஆனால் சொல்லமாட்டேன். கதவைத் திறவுங்கோ”

எழுந்து கதவைத் திறக்கும் முன்பாக பல்லி சொன்னது. நல்ல சகுனம். கதவைத் திறந்தேன். பூசணிப் பூவின் முகப்பொலிவும், குழை சோற்றின் வாசனையோடும் அனலி நின்றுகொண்டிருந்தாள்.

“என்னடா இப்பிடி பார்க்கிறாய். என்ர உடுப்பைத் தா...” என்றபடி வீட்டிற்குள் வந்தாள். மடித்து வைக்கப்பட்டிருந்த உடுப்பை எடுத்து அவளிடம் கொடுத்தேன்.

அனலி “நீ வளர்ந்து வந்து என்னைத் தான் கலியாணம் செய்து கொள்ளவேண்டும் வடுவா” என்றாள்.

வெளியே வெயில் எறிந்தது. ஆனாலும் பூமி குளிர்ந்தது.

25

முன்னொரு காலத்தில் இந்திய அமைதிப் படையினருக்கு அதியமான் என்ற பெயரே கிலியூட்டியதாம். பதுங்கிப் பாயும் ருத்ர வேங்கையென்றால் இவர்தான். எதிரிகளானவர்கள் தப்பித்துப் போகாதபடி எல்லாத்திசையிலுமிருந்து போக்குக் காட்டி ஒருதிசையில் மட்டும் அணியைப் பலப்படுத்தி தாக்கும் வியூகங்கள் அமைத்தவராம். “ஒரு சிகரெட்டை ஊதி முடிப்பதற்குள் அந்தப் பெடியன்களை நசுக்குவேன்” என்ற பிற்பாடு, அதியமானின் படை நடவடிக்கைகள் ஒவ்வொன்றும் வியக்க வைத்ததாம். வெறுமென தாக்குதல் செய்து கொல்வது மட்டுமல்ல, ஆயுதங்களையும் மீட்கவேண்டுமென கட்டளை பிறப்பித்தாராம். எதிரியானவன் சொல்லுவதைப் போல நாங்கள் பொடியங்களாக இருந்தாலும், எவருந்தான் வெல்லமுடியாதென சொல்லும் பொறுப்பு எங்களுடையதென அதியமான் போர்வெறி கொண்டாராம். எதிரிகளின் காலடியைத் தேடித் தேடிப் பாய்ந்தனாரம். அதியமான் என்றொரு சமர்க்கள மன்னன்

என்று தலைவர் அவர்களே மணலாற்றில் பாராட்டியதாக கதையுமுண்டு.

ஒருமுறை அதியமானும் அவனது அணியைச் சேர்ந்த நால்வரும் சுற்றிவளைக்கப்பட்டனர். இனி மீள்வது கடினமென அணியாட்கள் சொன்னதும், அதியமான் யார் மீள்வது கடினம் என்று கேட்டிருக்கிறார். ஏனையவர்கள் எதுவும் விளங்காமல் முழிக்க, இன்னொரு அரை மணித்தியாலம் அவங்கள் அடிக்கிறத பாதுகாப்பாய் இருந்து வேடிக்கை பார்க்கலாம். அதுக்குப் பிறகு நானொரு திட்டம் சொல்லுகிறேன் என்றிருக்கிறார்.

இவர்களை சுற்றிவளைத்த எதிரியினர் கடுமையான தாக்குதலைச் செய்தனர். அதியமான் தன்னுடைய அணியிலுள்ளவொருவரை உயரமாக நிற்கும் மரத்தில் ஏறுமாறு சொன்னார். எவ்வளவு பேர்கள், என்று ஆட்களை எண்ணினார்கள். திட்டம் தீட்டப்பட்டது. ஐந்து பேரும் சேர்ந்து தாக்குதல்களைச் செய்தனர். எதிரியானவர்களைத் தாக்கி அவர்களிடமிருந்து பெறுகிற ஆயுதங்களின் வழியாக மிஞ்சியிருப்போரை தாக்கினார்கள். அந்தச் சுற்றிவளைப்பை முறியடித்து இரவோடு இரவாக அதியமான் அடைக்கலம் புகுந்த வீடுதான் எங்களுடையது என்றாள் அம்மா.

அன்றிரவு தொண்டையிலும், வயிற்றிலும் வழியும் ரத்தத்தை கையால் பொத்தியபடியிருந்த ஒருவரை நான்கு பேர் அழைத்து வந்தனர். கதவைத் திறந்து எல்லோரையும் உள்ளே வரச்சொன்னேன். லாம்பு வெளிச்சம் போதாமலிருந்தது. இரண்டு குப்பி விளக்குகளில் வெளிச்சம் ஏற்றினோம். விளக்கு வெளிச்சத்தில் குருதி நிறமாயிருந்தது. வந்திருந்தவர்கள் கேட்கும் பொருட்களை எடுத்துக் கொடுத்தேன். தங்களிடமிருந்த மருந்துகளால் காயத்தைச் சுத்தப்படுத்தினார்கள். ஒரு பொருள் மீதமில்லாமல் தடயங்கள் எதுவும் விடுபட்டிருக்கின்றனவா என்று சரிபார்த்தனர். போராளிகளுக்கு தேத்தண்ணியும் ரொட்டியும் சுட்டுக் கொடுத்தேன். காயப்பட்டிருப்பவர் பெயர் அதியமான் என்றார்கள். நான் அவரருகே ஓடிச்சென்றேன். தரையில் படுத்திருந்த அவரது கண்களை உற்றுப் பார்த்தேன். என்மனம்

வீரனே! வீரனே! என்று பறைகொட்டியது. எனதுள்ளே மலர்ந்தது ஏதென்று அறியாத அதிசயத்தின் சிறுமலர். அவருடைய விரல்களை தொட்டுப் பார்த்தேன். அதியமான் என்றழைத்தேன். ஒரு வீரனின் அருகமைந்த மங்கை நானென நிமிர்ந்தேன்.

இவரை இப்போதுள்ள சூழலில் அழைத்துச் செல்ல முடியாததால், இங்கேயே இருக்கட்டும். சில நாட்கள் கழித்து நாங்கள் வருகிறோம் என்று சொல்லிவிட்டுப் போயினர். நான் அதியமானுக்கு அருகிலேயே அமர்ந்தேன். உடலினில் எரியும் காயத்தோடு அரற்றினார். தண்ணீர் கொடுத்தேன். சிறுநீர் கழிக்க வேண்டுமெனச் சொல்லி எழுந்தார். ஒரு சட்டியை எடுத்து வந்து கொடுத்தேன். "இல்லை, நான் வெளியே சென்று வருகிறேன்" என்றார். வேண்டாமென்று மறுத்தேன். நான் திரைமறைவில் நின்று கொண்டேன். சிறுநீர் கழித்து முடிந்ததும் அழைத்தார்.

"உங்களின் பெயர் என்ன?" விளக்கொளியில் அவரது முகம் காவியச் செழுமையோடிருந்தது. எனது பெயரைச் சொன்னேன். ஒரு மெல்லிய தலையசைப்பு. அவர் அப்படியே உறங்கிப்போனார். அதிகாலையிலேயே ஆஸ்பத்திரியில் தாதிக் கடமை முடித்து வந்திருந்த அம்மா வீட்டிற்குள் படுத்திருப்பவரைப் பார்த்து அதிர்ச்சி அடைந்தாள்.

"அம்மம்மாவுக்கு என்ன அதிர்ச்சி?" என்று கேட்டேன்.

"பின்ன. ஒரு குமர்ப்பிள்ளை தனிய இருந்த வீட்டில ஆரெண்டு தெரியாத ஆம்பிளை படுத்திருந்தால்" என்று அம்மா சிரித்துக் கொண்டு சொன்னாள்.

"ஆரடி மோளே இது. இயக்கப்பெடியனே"

"ஓமனே, இவர்தான் அதியமானாம்"

"ஐயோ! இவனைத் தான் கடுமையாய் தேடித் திரியிறாங்கள். பிள்ளைக்கு சரியான காயம் போல கிடக்கு" என்றபடி காயத்தைப் பார்த்தாள். "கொஞ்சம் பெரிய காயந்தான். சீவிக்கொண்டு போயிருக்கு" என்றாள்.

அதியமானின் காயமாற தேவைப்பட்ட மருந்துகளை அம்மா அடுத்தநாள் கடமை முடித்து வரும்போது களவாக எடுத்து வந்தாள். அவரது காயத்தைச் சுத்தப்படுத்தி மருந்தைக் கட்டிவிட்டோம். ஐந்து நாட்களாகியும் அதியமானைத் தேடி போராளிகள் யாரும் வரவில்லை. வெவ்வேறு இடங்களில் தாக்குதல்கள் நடந்தன. போராளிகள் தீக்குழம்பின் வழியாக தப்பித்து வென்றனர். அதியமானுக்கு பிடித்த உணவுகளை செய்து கொடுத்தேன். வீட்டிற்கு சொந்தக்காரர்கள் யாரேனும் வந்தால், படலையில் வைத்தே கதைத்து அனுப்பினேன். யாரையும் நம்பமுடியாவொரு கொடுங்காலம்.

"உங்களைப் பற்றித்தான் நாடு முழுக்க ஒரே கதையாம். தங்கட தாக்குதலில நீங்கள் செத்துப்போய்ட்டிங்கள் எண்டு இந்திய ஆர்மி சொல்லியிருக்கு" என்றேன்.

"அவங்களுக்கும் என்னைக் கொல்லுறதுக்கு ஒரு ஆசையிருக்கு. ஆனால் நீங்கள் காப்பாற்றிப் போட்டியள்" என்றார்.

"எனக்குமொரு ஆசையிருக்கு" என்று சொல்ல எங்கிருந்து உந்தல் வந்ததென தெரியாமல் விக்கித்தேன். நாக்கைக் கடித்துக் கொண்டேன்.

"என்ன சொன்னியள்" என்று அதியமான் மீண்டும் கேட்டார்.

"நான் ஒன்றுமில்லையென தலையசைத்தேன்" என்றாள் அம்மா.

"அம்மா, நீங்கள் அதியமானை விரும்பினியளோ"

"எந்தப் பிள்ளை அவரை விரும்பாமல் இருப்பாள்"

சுடுகலன் தாங்கிய பகைவர்க்கு நடுக்கம் வர, இவரது பெயரே போதுமென்று சொல்வார்கள். அதியாமனின் கண்கள் எப்போதும் விழிப்புடன் இருப்பவை. நிலத்தின் மீது புரளும் சருகின் கீழே ஊர்ந்து செல்லும் மரவட்டையின் கால்களின் சத்தம் வரை அறிவர். அவரொரு நாயகன். வீரயுகத்தின் சமர்க்களிறு. எதிரிகளை வெல்லும் ஆற்றலும் வெறியும் கொண்டவர். எங்களுடைய வீட்டிலிருந்து நள்ளிரவு நேரத்தில்

போராளிகளோடு விடைபெற்றார். என்னையழைத்து தன்னுடைய நினைவாக வைத்திருக்கும்படி ஒரு சின்னஞ் சிறிய புதுத்தோட்டாவை கொடுத்தார். உள்ளங்கைக்குள் பொத்தினேன். பிறகு அதியமான் என்பவரை பல தடவைகள் கொன்றனர். ஆனால் உயிர்த்தெழுந்தபடியே இருந்தார். மானுட வரலாற்றில் அதிகமாக உயிர்த்தெழுந்தவர்கள் மூவர்தான். ஒருவர் இயேசு. இரண்டாமவர் பிரபாகரன். மூன்றாமவர் அதியமான் என்ற பகிடியை முதன்முறையாக உன்னுடைய அம்மம்மா தான் வன்னிக்குச் சொன்னாள் என்றாள் அம்மா.

இரண்டாயிரத்து எட்டாம் ஆண்டின் இறுதியில் அதியமான் தான் என்னை அடையாளம் கண்டார். எங்கே இடம்பெயர்ந்து இருக்கிறீர்கள் எனக் கேட்டார். அம்மாவை குசலம் விசாரித்து, தன்னுடைய முகாமிலிருந்து இரண்டு மீன் டின்களை எடுத்துத் தந்தார். இரண்டொரு நாளில் கிளிநொச்சியும் விடுபட்டுப் போய்விடுமென்றார். நாங்களிருக்கும் முகவரியை கேட்டு எழுதினார். “வள்ளிபுனத்தில் வந்து சந்திக்கிறேன். பத்திரமாகப் போ” என்றார்.

அதியமான் கொஞ்சம் சுடுதண்ணி. அம்மா “விசர் நாய்” என்றுதான் கூப்பிடுவாள். எவருடனும் எரிந்து விழுவார். தனக்கு கீழே வேலைபார்க்கும் போராளிகள் சிறிய தவறு செய்தாலும் நேரும் கதியோ சொல்ல இயலாதது. அதியமான் எங்களுடைய வீட்டிற்கு வந்து போகிறாரென்று தெரிந்து வேறு சில பிரிவுப் போராளிகள் வருவதை நிறுத்திக் கொண்டனர்.

வீட்டிற்குச் சென்றதும் நடந்தவற்றை அம்மாவிடம் சொன்னேன். “அவனுக்கு வீடு வாசல் போற பழக்கமில்லை. எப்பவும் இயக்கம், சண்டையென்று இருப்பான். நீ வில்லங்கப்படுத்தி கூட்டிவந்திருக்கலாம்” அம்மா சொன்னாள். பின்நேரம், குழல் புட்டும், உருளைக்கிழங்கு குழம்பும் வைத்து, கருவாட்டை வெங்காயத்தோடு பொரிச்சு ஒரு பொதியாகக் கட்டினாள். அதியமானைப் பார்த்த முகாமில கொண்டே குடுத்திட்டு வா என்றாள். விசுவமடுவுக்கு ஈருருளி பறந்தது. அந்த முகாமைச் சென்றடைந்தேன்.

வாசலில் நின்ற போராளியிடம், “அதியமான் நிக்கிறாரோ, அவரிட்ட இந்தச் சாப்பாட்டைக் கொடுக்க வேணும்” என்றேன். வெளிப்பக்கமாக கதவைத் திறந்தார். உள்ளே போனேன். உடமைகளைச் சரிபார்த்து, எங்கேயோ புறப்படத் தயாரானார். “அம்மா குழல் புட்டுத் தந்துவிட்டவா” என்று குரல் கொடுத்தேன். என்னைப் பார்த்தவர் “சிறுவா... அங்கேயிருந்து எதுக்கடா இந்த நேரம் வந்தனி. கொம்மாவுக்கு விசர்” என்றவர் சாப்பாட்டை வாங்கி, தன்னுடைய பையில் திணித்தார். “ஒரு அரைமணித்தியாலம் பிந்தி வந்திருந்தால் என்னை நீ பார்த்திருக்கமாட்டாய். தீபன் அண்ணா களத்துக்கு வரச்சொல்லியிருக்கிறார்” என்றார். அவர் விடைபெறும் வரை, அங்கேயே இருந்தேன். எனக்கு ஒரு சிறிய பேரீச்சம்பழ பைக்கற்றும், இரண்டு மார்மைட்டும் தந்து முத்தமிட்டார். “நடக்கிறத பார்க்கலாம். திரும்ப வரும்போது வீட்டுக்கு வருகிறேனென்று அம்மாட்டச் சொல்லு” என்றார்.

சிலமாதங்கள் கழித்து முள்ளிவாய்க்காலில் வைத்து அதியமானை இயக்கம் சுட்டுக்கொன்றது. அவரின் மீது வாசிக்கப்பட்ட குற்றச்சாட்டுக்களில் இயக்கத்தின் படையியல் ரகசியங்களை எதிரிகளிடத்தில் தெரியப்படுத்தியமை முதலிடம் பிடித்தது. அதியமானுக்கு மரணதண்டனை வழங்கப்பட்ட தகவலை அறிந்தபோது அம்மா துடியாய் துடித்தாள். “இத்தனை வருஷமாய் சண்டையில நிண்டு, வாழ்க்கையை இழந்தவனுக்கு நீங்கள் குடுக்கும் மரியாதை இதுவோவென” முக்கியப் பொறுப்பாளர்களைத் தேடிச்சென்று திட்டித்தீர்த்தாள். அதியமான் இப்படியான துரோகத்தை செய்வாரென நாங்களும் முதலில் நம்பவில்லையென அவர்கள் பதில் சொல்லினர். புலனாய்வுப் பிரிவின் முக்கிய பொறுப்பாளரொருவர் நாங்களிருந்த பகுதியால் நடந்து போனார். அவரை வழிமறித்த அம்மா அதியமானை விசாரணை செய்தவர்கள் ஏதோ பிழையாக தீர்ப்பு வழங்கியிருக்கிறார்களென கடிந்தாள். அவரொரு அசட்டுச் சிரிப்புடன் அங்கிருந்து விலகி நடந்தார்.

“சனங்களின் ஆற்றாமையையும், கேள்விகளையும் பொருட்படுத்தாமல் விலகி நடக்கும் பாதங்கள் போராளி

களுடையதல்ல. அவர்கள் தங்களை ராஜாக்களென எண்ணுபவர்கள். தேசத்திலுள்ள ஒரு தாயின் கண்ணீரை மதியாதவன் எதன் நிமித்தமும் விடுதலைக்கு வழி சமைப்பவன் அல்ல. உங்களுடைய துவக்குகளுக்கு இலக்குகள்தான் தேவையென்றால் என்னைப் போன்றவர்களைச் சுடுங்கள். ஒரு போதும் அதியமான் போன்ற அதிதீரர்களை கொல்லாதீர்கள். அவர்களின் ஆன்மாவுக்குத் துரோகம் இழைக்காதீர்கள்" என்றாள்.

அம்மா அதியமானை நினைந்தழுதாள். பதுங்குகுழியில் கண்ணீரின் ஈரம் சிதம்பியது. அவனைத் துரோகியெனச் சொல்ல யாருக்குந்தான் அருகதையில்லையென கோபங் கொண்டு கத்தினாள். எந்தக் கதறலுக்கும் பெறுமதியில்லாத பாழ்நிலத்தின் மீது மிலேச்சத்தனங்கள் போட்டிக்கு நிகழ்ந்தன. இயக்கம் அழிந்து போகப்போகிறதென அம்மாவும் சொல்லிய ஒரு பகற்பொழுதில் இரக்கமற்ற வகையில் வரலாற்றின் பாறையில் சூரியவொளி மங்கிச் சரிந்தது.

அதியமான் தனக்களித்த பரிசான தோட்டாவை எறிந்துவரச் சம்மதியாத அம்மா, தன்னுடைய ஆதிக் குகைக்குள் அதைச் சொருகினாள். நிர்வாணமாக நானும் அவளுமாய் சோதனை செய்யப்பட்டு மீண்டோம். சனத்திரளின் ஓலம் இருளின் பாலையாக பொழுதை ஆக்கியிருந்தது.

"நான் உன்னுடைய தாய். என் குருதியில் உதித்தவன் நீ. இந்தத் தோட்டாவை எனக்குப் பரிசளித்தவன் அதியமான். அவன் உனக்குத் தியாகியோ, துரோகியோ அல்ல. உனது தந்தை" என்று சொல்லியபடியே அந்தப் பரிசை வெளியே எடுத்தாள். அது பொலிவு குன்றாத மினுமினுப்போடு இருந்தது. கைகளுக்குள் பொற்றினாள். தன்னுடைய குரல்வளையில் அதனை வைத்து ஒரேயடியாக உள்ளங்கையால் அழுத்தினாள்.

அம்மாவின் குருதியிலிருந்து அந்தத் தோட்டாவை எடுத்து கடலினில் வீசினேன். உயிர்ஈந்த தேவபித்ருக்களோடு அதுவும் நீந்தியது.
